द मंक हू सोल्ड हिज फेरारी

काही अभिप्राय – आस्वादात्मक प्रतिसाद

प्रकाशाच्या दिशेची व दृष्टीची कहाणी सांगणारी कहाणी.
पाउलो कोपल्हो – दि अल्केमिस्टचे लेखक

हे सनसनाटी पुस्तक तुमचे अवघे जीवन उजळून टाकेल.
मार्क व्हिक्टर हॅन्सेन, चिकन सूप फॉर दि सोलचे सहलेखक

रॉबीन शर्मा यांच्या या अभिजात ग्रंथात जीवनाचे तत्त्वज्ञान अगदी सहज सोप्या पद्धतीने उलगडून दाखवले आहे. याच्या अनुभवान्ती तुमचे संपूर्ण जीवन सहज परिवर्तित होईल.
एलिन जेम्स, सिम्प्लीफाय यूअर लाईफ आणि इनर सिम्प्लीसीटी

वैयक्तिक विकासासह व्यक्तीचे प्रभावीपण आणि आनंद कसा वृद्धींगत होईल, हे सांगणारे हे मोठे कल्पनारम्य–मनोरंजक पुस्तक आहे. नेतृत्त्व शहाणपणाचा खजिना, की जो प्रत्येकाचे आयुष्य गुणवान व वैभवशाली करेल.
ब्रेन टॅसी, मॅक्झिमम अचिव्हमेंटचे लेखक

रॉबीन शर्मा यांचे हे मूलभूत संदेशमयी चिंतन : ज्यानी तुमचे अवघे आयुष्य बदलून जाईल. मोठ्या आवेशाने लिहिलेल्या अशा ग्रंथाची आज नितांत आवश्यकता आहे.
स्कॉट डेग्रामो, पास्ट पब्लिशर, सक्सेस मॅगझिन

जीवनातील मोठ्या प्रश्नांना हा स्नेहप्रकाश आहे. *द् एडमंट जर्नल*

द् मंक हू सोल्ड हिज फेरारी हे पुस्तक अंत्यत मूल्यवान, उपयुक्त व शुभदायी आहे. आजच्या रॅट रेस जगतातला हा एक मोठा दिलासा आहे.
किंगस्टन व्हिंग – स्टॅन्डर्ड

रॉबिन शर्मा या चिंतकाचे एक अप्रतिम जीवनोपयोगी पुस्तक.
डॉंटे वॉल्टर्स, स्पिक आणि ग्रो रिच चे लेखक

साध्या आणि अगदी सोप्या भाषेत कथन केलेली जीवनाची तत्त्वप्रणाली.
कॅलग्रे हेरॉल्ड

वैयक्तिक तसेच व्यवस्थापनीय कौशल्य तंत्रासाठी मूल्यवान ठरणारा हा ग्रंथ तुम्हाला महानतेकडे घेऊन जाईल. रोजच्या जीवनाप्रमाणे-जागतिक स्तरांवर सहाय्यभूत ठरणारा हा ग्रंथ आहे.
इनव्हेसमेंट एक्झिक्युटिव्ह

एक सांस्कृतिक संपत्ती की ज्यातून खऱ्या अर्थाने यशवैभवी व आनंदी जीवन सहज विकसित होऊ शकते. आजच्या गतिमान तसेच ताण-तणावग्रस्त समाजप्रवाहात तर त्याची फारच आवश्यकता आहे.
ज्यो टे, नेव्हर फिअर, नेव्हर क्विट चे लेखक

आपल्या आंतरिक चैतन्यशक्तीसह वैभवाप्रत जाण्यासाठी काही साधे संकेत.
द् हॅलिफॅक्स डेली न्यूज

या सहजसुंदर बोधकथेमुळे तुमचे अवघे आयुष्य उजळून निघेल.
केन व्हेगोस्की, द् अल्टिमेट पॉवर चे लेखक

सहजसुंदर सुनियोजनातून साधे पण कमालीचे समृद्ध जीवनदृष्टी असणारे असे संकेत की ज्यामुळे तुमची आंतरिक शक्ती सहजपणे वृद्धींगत होईल. माझ्या सगळ्या ग्राहकांना मी याच पुस्तकाची शिफारस करीत असतो.
विल्यम्स प्रेसिडेंट, कार्त कन्सल्टिंग इंटरनॅशनल

वैयक्तिक तसेच आत्मिक साफल्यासाठीचा एक राजमार्ग.
द् ओटवा सिटिझन

आपल्या पूर्वापार संस्कृतीतून चालत आलेली आणि वर्तमानाशी विशेषत्त्वाने लागू पडणारी तत्त्वप्रणाली एका सूत्रबद्धपद्धतीने वैयक्तिक जीवनासह व्यवस्थापनीय स्तरांवरवरही रॉबीनने मोठ्या कौशल्याने लावून दाखवली. त्याची प्रभाव-परिणामकारकता आणि जादुई कामगिरी अलौकिक आहे.

द् हिंदू

संपर्क-संवादाचे रॉबीनचे कौशल्य केवळ अलौकिक आहे. यातील जीवनाशय आपली चिंतनशील प्रकृती प्रकट करतो व ती जीवनाला समृद्ध करते.

द् टाईम्स ऑफ इंडिया

खरं तर प्रत्येक जण हा लीडर असतो....सकारात्मकतेने एक नवीन प्रकारचे नेतृत्त्व दर्शवत जीवनाचा व आपल्या सहकार्यांचा आदर करीत कसे जगावे याचा वस्तुपाठच रॉबीनने यात दर्शवला आहे. यामुळे हॉलिवूडपासून ते ऑलिंपिक दर्जाच्या खेळाडूंनाही हे पुस्तक तितकेच लाभदायक आहे.

द् इकॉनॉमिक टाईम्स

त्याचे सेमिनार्स हे एमडीं पासून फिल्मस्टारपर्यंत अनेक डायरेक्टर-सीईओंना भारावून टाकतात. दिपक चोपरा हा आध्यात्मिक लेखक आहे तर रॉबीन हा जास्ती प्रॅक्टिकल आहे. त्याचे तत्त्वज्ञानही कळायला सहज-सोपे आहे.

द् इंडियन एक्स्प्रेस

जागतिक स्तरांवर ज्यांच्या प्रती खूप मोठ्या स्तरांवर खपल्या गेल्या अशा लेखकात रॉबीन जाऊन बसला आहे.

सीटी इंडियन एक्सप्रेस

एका प्रगल्भ वकिलाचे हे पुस्तक कमालीचे प्रेरणादायी असून सहज अभिव्यक्त केले गेलेले आहे. आपल्या सर्वोत्कृष्ट क्षमतेनुसार वैयक्तिक-व्यवस्थापनीय स्तरांवर सर्वार्थाने विकसित करणारी रॉबीन शर्माची विचारधारा आहे.

डीएनए

रॉबीनला तुम्ही एकदा भेटला तरी तुम्हाला त्याची प्रगल्भता व कुशाग्रता सहज लक्षात येईल. त्याच्याबरोबरच्या संवादातून तुम्ही सहज विकसित व्हाल !
डेक्कन हेरॉल्ड

इस्त्राईलचे पंतप्रधान आणि नोबेल पारितोषिक विजेते सायमन पेरिस, मिचेल यो आणि रिकी मार्टिन ज्यांनी प्रभावित झाले ते याच ग्रंथातील तत्त्वांनी.
विजय टाईम्स

रॉबीन शर्माची विचारसरणी सर्वार्थाने प्रकाशदायी व मार्गदर्शक आहे.
द् क्रोनिकल हेरॉल्ड

एका बाजूला रॉबीन गुरू आहे तर दुसऱ्या बाजूला त्याच्या सेमनार्सनी अनेकांना भारावून टाकले. इतकंच नव्हे तर त्यांची वैयक्तिक तसेच व्यवस्थापनीय जीवने समृद्ध करून टाकण्याची जादुई किमया रॉबीनला सहज साधली आहे.
द् न्यू इंडियन एक्सप्रेस

लीडरशीप विझडम फ्रॉम द मंक हू सोल्ड हिज फेरारी
काही अभिप्राय - आस्वादात्मक प्रतिसाद

या वर्षातले सर्वोत्कृष्ट नेतृत्त्वदृष्टीचे कथन करणारे पुस्तक.
सीईओ शॉपर्स ड्रग मार्ट

आपल्या तत्त्वप्रणालीसह सर्वार्थाने दिशादर्शक ठरणारे व समस्यात सहाय्यभूत ठरणारे रॉबीनचे नेतृत्त्व दिग्दर्शन वाखाण्याजोगे आहे. ते तुम्हाला अद्ययावत तर ठेवतेच पण आजच्या अत्याधुनिक ग्लोबल पर्यावरणात मार्गदर्शक ठेवते.
इयान टर्नर, मॅनेजर सीलिस्टा लर्निंग सेंटर

तुमच्या सद्सद्विवेकाला व शहाणपणाला आवाहन करणारे पुस्तक.
डीन लॅरी टॅप, रिचर्ड आयव्ही स्कूल ऑफ बिझिनेस

कार्पोरेट जगतात जगत असताना अत्यंत प्रभावी–परिणामकारकतेने लाभदायी ठरणारे व नेतृत्त्वाचे शहाणपण तळहातावर ठेवणारे पुस्तक.
जिम ओनिल, डायरेक्टर ऑफ ऑपरेशन

जीवनासह व्यावसायिक स्तरावर समतोलाचे तत्त्व प्रतिपादन करणारे पुस्तक.
द् टोरोंटो स्टार

द मंक हू सोल्ड हिज फेरारी मधील नेतृत्त्वाचे शहाणपण वाचकात कमालीचे लोकप्रिय असून विक्रीचे सर्व उच्चांक मोडणारे आहे.
इनव्हेसमेंट एक्झिक्युटिव्ह

नेतृत्त्वाच्या शहाणपणाचे धडे देत तुमचे अवघे जीवन हे परिवर्तनाच्या या लाटेबरोबर वृद्धिंगत कसे करावे याचे सहज दिशादिग्दर्शन करणारे पुस्तक. रॉबीन शर्माचेहे तेच उद्दिष्ट आहे. ते सर्वार्थाने यशस्वी होते.
सेल्स प्रमोशन मॅगझिन

नेतृत्त्वाचे शहाणपण आणि आपली महान पूर्व–पश्चिम तत्त्वप्रणाली यांचा अनोखा संगम यातून आपले जीवन समग्र परिवर्तनास गतिमान होते.
द लिबरल

पूर्वसुरी गुरुंच्या ज्ञानप्रकाशास आधुनिकतेची जोड देत परिवर्तनाची एक नवी दिशा व दृष्टी रॉबीन शर्मा यांनी दर्शवली आहे. ती सर्वस्वी अनोखी आहे.
द रेड डीर ॲडव्होकेट

नेतृत्वाचे शहाणपण

द् मंक हू सोल्ड हिज फेरारी मधील

LEADERSHIP WISDOM

NOW IN
MARATHI

रॉबिन शर्मा

जयको पब्लिशिंग हाउस
अहमदाबाद बँगलोर चेन्नई
दिल्ली हैदराबाद कोलकाता मुंबई

Published by Jaico Publishing House
A-2 Jash Chambers, 7-A Sir Phirozshah Mehta Road
Fort, Mumbai - 400 001
jaicopub@jaicobooks.com
www.jaicobooks.com

Published in arrangement with
HarperCollins Publishers Ltd
Toronto, Canada

To be sold only in India, Bangladesh, Bhutan,
Pakistan, Nepal, Sri Lanka and the Maldives.

LEADERSHIP WISDOM FROM
THE MONK WHO SOLD HIS FERRARI
नेतृत्त्वाचे शहाणपण
ISBN 978-81-7992-993-3

Translator: Dr. Kamlesh Soman & Sadanand Bhavsar

First Jaico Impression: 2009
Ninth Jaico Impression (New Cover): 2023

Printed by
Parksons Graphics Pvt. Ltd., Mumbai

माझ्या मुलीस–बियांकास.

जी मला साक्षात आनंदाची मूर्तीच वाटते.

माझ्या असंख्य वाचकांना.

ज्यांनी आपल्या जीवनाच्या व्यस्ततेतून वेळ काढत

द् मंक हू सोल्ड हिज फेरारी वाचले.

त्यांना ते भावलेच पण विलक्षण प्रभावी–परिणामकारक वाटले.

यानी मला विलक्षण आनंद झाला.

सर्व लोकभिमुख द्रष्ट्या नेतृत्त्वांना.

समूहात राहून लोकांच्या चैतन्यशक्तीला–ऊर्जेला

त्यांनी खऱ्या अर्थाने मुक्त केले.

इतकंच नव्हे तर लोकांच्या जीवनाला

एक नवी दिशा व दृष्टीही दिली.

ज्या प्रबळ चैतन्य-शक्तिकरिता तुम्ही विशेष प्रसिद्ध आहात, त्याच्या उद्देशपूर्तीसाठी सातत्याने कार्याधीन राहणे, तेही कमालीच्या नैसर्गिकतेने, यातच जीवनाचा खरा आनंद लपला आहे. अनेकदा साध्या थंडीतापाचेही गाऱ्हाणे आपण गातो आणि आपण सुखी-आनंदी नसल्याची बतावणी सदैव करीत राहतो....मी जेव्हा मरेन तेव्हा मी माझे आयुष्य पूर्णपणे कारणी लावलेले असेन. जेवढा मी अधिकाधिक कष्ट करीन तेवढा मी अधिक जगेन. मला जीवनासाठी जगायला फार आवडते. मेणबत्तीसारखे मला जगायला आवडत नाही तर एखादी भव्य दीपशिखा असावी की जिच्या प्रकाशात येणाऱ्या नवीन पिढींना मला सतत मार्ग दाखवता येईल.

जॉर्ज बर्नार्ड शॉ

अनुक्रमणिका

ऋणनिर्देश

हजारों वाचकांनी माझे *द् मंक हू सोल्ड हिज फेरारी* वाचले आणि ते वाचून विलक्षण प्रभावी झाले. इतकंच नव्हे तर आपल्या मित्रांना–नातेवाईकांना त्यांनी त्यातले शहाणपण आवर्जून सांगितले. माझ्या विकासकार्यात सहभागी होणाऱ्या माझ्या वाचकांना शतशः धन्यवाद !

युनायटेड स्टेट्स, कॅनडा मधील अनेक ठिकाणी, कार्पोरेट जगतात अनेक जण माझ्या सेमिनारला आले. शर्मा लीडरशीप इंटरनॅशनल कार्पोरेटने माझी काही व्याख्याने व कार्यशाळा आयोजित केल्या. त्याचा अनेकांना वैयक्तिक आणि व्यवस्थापनीय कौशल्यवृद्धीसाठी निश्चितच उपयोग झाला.

हार्पर कॉलीन्समधील टीम. त्यांच्या लोककलेने मला खूप आनंदित केले. क्लाउड प्रिमिओंचे तर विशेष आभार मानायला हवेत. इर्स टफोल्मनी माझ्यावर अपार विश्वास ठेवला. तसेच ज्यूडी ब्रनसीक, टॉम बेस्ट, मेरी कॅम्बेल, डेव्हिड मिलर, लॉइड केली, डोरे पॉटर, व्हेलीरे अपीलबेल, नील इलिकसन आणि निकोल लाँगलॉइस, माझे प्रगल्भ संपादक यांचेही आभार मानायला हवेत.

माझी सर्वात मूल्यवान टीम, शर्मा लीडरशीप इंटरनॅशनलच्या चैतन्यशक्तीने मी खूपच भारावला गेलो आहे. त्यांनी आयोजित केलेल्या सेमिनार्सनी, कार्यशाळेनी मला कमालीचे व्यग्र ठेवले.

माझे आई–वडील. मला त्यांच्याबद्दल विलक्षण आदर वाटतो आणि प्रेमही. माझा भाऊ संजयचा सततचा पाठिंबा आणि सुझनचा आत्मविश्वास मला सतत कार्यक्षम ठेवत होता.

माझा मुलगा कॉल्बाय आणि मुलगी बियांका या दोघांनी मला संहिता लिहिताना विलक्षण उत्साही व खेळकरतेत ठेवले. या सर्वांचे आभार मानावे तेवढे थोडेच आहेत.

प्रकरण १ ले

यशावरची पकड घट्ट करा

तो दिवस माझ्या आयुष्यातील सर्वांत दुःखद दिवस होता. खरे तर मी माझ्या मुलांसमवेत दीर्घ काळाची सुट्टी घेऊन, एका थंड हवेच्या ठिकाणी सहलीसाठी जाऊन कामावर परतत होतो. मी जेव्हा माझ्या कार्यालयात प्रवेश केला, तेव्हा मी पाहिलं की कपंनीचे दोन सुरक्षा कर्मचारी माझ्या टेबलापाशी काही तरी करीत आहेत. मी आणखीन जवळ जाऊन पाहिलं, तेव्हा माझ्या लक्षात आलं की माझ्या सगळ्या फाईल्स ते उचकत आहेत. इतकंच नव्हे तर संपूर्ण लॅपटॉपचीही ते पाहणी करीत आहेत. मी मागे उभे राहून हे सगळं न्याहाळत उभा आहे, हे त्यांच्या लक्षातही आले नव्हते. अचानक एके क्षणी त्यांची नजर माझ्याकडे गेली. तो सगळा प्रकार पाहून माझे पित्त खवळले आणि माझे सगळे शरीर क्रोधाने थरथरायला लागले; पण ते दोघे कमालीचे शांत आणि निर्विकार होते. ते माझ्या दिशेने आले आणि म्हणाले, 'मिस्टर फ्रँकलिन, तुम्हाला कामावरून काढून टाकण्यात आले आहे. इतकेच नव्हे तर पाच मिनिटाच्या आत तुम्ही जर ह्या आवारातून बाहेर गेला नाहीत, तर तुम्हाला धक्के मारून आम्हाला बाहेरचा रस्ता दाखवावा लागेल.'

त्यांनी मला कंपनीतून सहजपणे वजा केलं होतं. वस्तुतः मी त्या सॉफ्टवेअर कंपनीचा उपसंचालक होतो. पण आता मला कोणतंच भविष्य

उरल नव्हतं. मी क्षणात रिकामा झालो होतो आणि विलक्षण व्यथितही. असे मानहानीचे प्रसंग तर सोडाच पण थेंबभरच्या अपयशाने मला कधी स्पर्श केला नव्हता. त्यामुळे या सगळ्या प्रसंगाला प्रतिसाद कसा द्यावा हेच मला कळेना ! कॉलेजमध्ये असताना मी एक अभ्यासू, नावाजलेला विद्यार्थी तर होतोच पण माझ्या समोर कर्तृत्वासाठी अवघे अवकाश होते. विद्यापीठात तर आमचा एक संगीताचा वेगळा ग्रूप होता आणि आम्ही कँम्पसमधील रेडिओवर 'जाझ शो' करीत असू. तो विशेषत्त्वाने लोकप्रिय होता. सर्वात महत्त्वाचे म्हणजे त्या सगळ्या ग्रूपचा मी 'टीम लीडर' होतो. एकूणच मला कलेची एक दैवी देणगी लाभली होती, त्यामुळे यश हे नेहमीच माझ्या आसपास रेंगाळायचे. आमच्या कॉलेजमधील एक प्राध्यापक, आपल्या दुसऱ्या सहकाऱ्याला एकदा सांगत होते की मला जर पुनर्जन्म मिळाला तर मला पीटर फ्रँकलीनसारखे आयुष्य जगायला आवडेल.

एक लक्षात घ्या, जरी प्रत्येकाला माझा हेवा वाटत असला, तरी माझ्यात इतके नैसर्गिक कलागुण नव्हते. पण माझे माझ्या कामावर नितांत प्रेम होते. इतकंच नव्हे तर यशाबद्दलचे पछाडलेपण माझ्याकडे असावे, असे आज मला माझ्या त्या आयुष्याकडे आत्मशोधकतेने पाहताना जाणवते. माझे वडील जेव्हा या देशात स्थलांतरित झाले, त्यावेळी त्यांच्या खिशात एक छदामदेखील नव्हता. पण तरीदेखील आपल्या कुटुंबियांच्या सुखसमृद्धीसाठी एक उज्वल स्वप्न उराशी बाळगत ते नेहमीच कर्ममग्न असायचे. त्यांनी संपूर्ण कुटुंबाला एका प्रतिष्ठित स्तरावर तर नेलेच पण आपल्या घराचा त्यांनी अधिकतम विस्तार केला. त्या इवल्याशा खोलीतून आम्ही नंतर तीन रूमच्या फ्लँटमध्ये दाखल झालो. अर्थात ही त्यांच्या अपार कष्टांचीच फलश्रुती होती. वस्तुतः प्रारंभी ते एका कंपनीत तुटपुंज्या पगारावर एक सामान्य कामगार होते पण तेथून पुढे चाळीस वर्षे त्यांनी अपार कष्ट केले. खरे तर त्यांचे शिक्षण बेताचेच झालेले होते पण तरीदेखील

आपल्या कष्टप्रद जगण्यातून एक नवे शहाणपण त्यांना प्राप्त झाले होते. असे शहाणपण की जे मी आजवरच्या आयुष्यात कोणाकडेही पाहिले नाही. अर्थात मी तुम्हाला त्यांच्याबद्दल सविस्तर सांगणार आहेच, ते ऐकून तुमच्या जीवनात निश्चितच फरक पडेल.

माझ्या वडिलांचे माझ्या संबंधीचे स्वप्न हे अगदी साधे होते, ते म्हणजे आपल्या मुलाला एका मान्यवर शाळेत प्रवेश मिळावा आणि त्याने चांगल्या मार्कांनी पहिल्या वर्गात पास व्हावे. त्यांच्या मते यातूनच मुलाचे व्यक्तिमत्त्व व कर्तृत्व अधिक विकसित तर होतेच पण अधिकतम उज्वलतेने तो जीवनाच्या सर्वोत्तम शिखरावर जाऊ शकतो. ज्ञान-साधनेने संपन्न असलेला माणूस हाच पुढे यश-कीर्तीवान होऊ शकतो, यावर त्यांचा दृढ विश्वास होता. त्यांना असेही वाटत होते की आपण आयुष्यात संपादन केलेले ज्ञान, हे कोणी-कधीच हिरावून घेऊ शकत नाही. ज्ञानासारखा दुसरा सखा नाही असे ते वारंवार म्हणत. स्वतः आयुष्यभर अक्षरशः चौदा-पंधरा तास (दिवस-रात्र पाळीत) कंपनीत ते शॉप फ्लोअरवर काम करीत असत. सर्वात महत्त्वाचे म्हणजे आयुष्यभर कष्टप्रद जीवन जगत असूनही, प्रत्यक्ष जीवनात मात्र ते विलक्षण सहनशील व शांत व्यक्तिमत्त्वानेच सदैव वावरले.

माझे वडील उत्तमपैकी गोष्ट सांगत असत. त्यांची कथा सांगण्याची धाटणीही सहज आणि ओघवती होती. खरं तर ते ज्या मायभूमीतून आले होते, त्या भूमीला अनेक वर्षांची प्रदीर्घ वैभवशाली परंपरा होती. पण ते जेव्हा या देशात आले, तेव्हा ते त्या परंपरेसह आले आणि इथे वृक्ष बनून राहिले. एकूणच त्या परंपरेतील सधन जीवनदृष्टीशी ते अखेरपर्यंत बांधीलच होते. माझी आई स्वयंपाक करीत असताना, अचानक गेली. तेव्हा आम्ही दोघे भाऊ, जेमतेम बारा-तेरा वर्षांचे होतो. क्षणात आम्ही पोरके झालो. पण आईची उणीव वडिलांनी आम्हाला कधी जाणवू दिली नाही. वडिलांची एक चांगली सवय होती आणि ती म्हणजे ते दर रात्री एक नवी जीवनदायी

गोष्ट आम्हा दोघांना सांगत असत. त्या गोष्टी आजही माझ्या मनात जशाच्या तशा घर करून राहिलेल्या आहेत. विशेषतः त्यातील ती मरणपंथाला असलेल्या शेतकऱ्याची गोष्ट तर मी कधीच विसरू शकणार नाही.

एक शेतकरी मरणाच्या दारात असतो आणि त्याची तीन मुलं दुःखी अंतःकरणाने भोवती उभी असतात. तो हळूवारपणे आपल्या मुलांना सांगतो, 'मुलांनो, आता माझे काही क्षण शिल्लक राहिले आहेत, पण मला, तुम्हाला माझ्या मनातले एक गुपित सांगावेसे वाटते. आपल्या शेतात एके ठिकाणी मी काही धन पुरून ठेवले आहे. तुम्ही तिघांनी मिळून ती जमीन खणा. बघा, एके ठिकाणी तुम्हाला तो खजिना नक्की मिळेल. तसे जर झाले तर मग तुम्हाला आयुष्यात पैशाची कधी ददाद पडणार नाही.

त्या शेतकऱ्याच्या मृत्यनंतर लगेचच, क्षणाचाही विलंब न करता ती तिघंही मुले आपल्या शेताकडे धावली आणि त्यांनी ते शेत चहुबाजूंनी खणायला सुरवात केली. त्यानंतर ते कित्येक तासच नव्हे तर कित्येक दिवस ते तिघे, शेत खणतच होते. महत्त्वाचे म्हणजे शेताचा कुठलाही तुकडा त्यांनी खणायचा बाकी ठेवला नव्हता. आपल्या सगळ्या शक्तीनिशी त्यांनी ते शेत सर्व ठिकाणी खणले. पण आपले सगळेच प्रयत्न फुकट गेले असे त्यांना वाटले कारण बापाने सांगितल्याप्रमाणे शेतात, खजिनाच काय पण एक छदामही कुठे दिसला नव्हता. अखेरीस आपल्या बापाने, आपल्याला मुर्खात काढल्याची तीव्रतम जाणीव त्यांना झाली. बापाने असे का फसवावे, हे मात्र त्यांना कळत नव्हते. यातच पावसाला प्रारंभ झाला आणि काही दिवसातच जमिनीतून भरघोस पीक निघायला सुरवात झाली. इतके पीक की आत्तापर्यंतच्या त्यांच्या आयुष्यात त्यांनी ते पाहिले नव्हते. गावकऱ्यांनाही कमालीचे आश्चर्य वाटले. त्या बहरलेल्या शेताकडे पाहून मुलांना, बापाच्या बोलण्याचा अर्थ आता हळूहळू कळू लागला. सर्वात महत्त्वाचे म्हणजे त्यांच्या पिकाला बाजारात चांगला भाव मिळत गेला आणि ते तिघेही मालामाल झाले.

मीही माझ्या वडिलांकडून आत्मसमर्पणातील ताकद, अपार कष्ट तसेच बांधिलकी शिकलो. खरे तर वडिलांनी माझ्याबद्दलची जी स्वप्ने बघितली होती, ती पूर्ण करण्यासाठी मी जीवाच्या आकांताने अभ्यास करीत होतो. जेणेकरून शाळेच्या-कॉलेजच्या गुणवत्ता यादीत माझे नाव असेल आणि गौरवही. तुम्हाला सांगतो, मला माझ्या गुणावर स्कॉलरशीपही मिळाली आणि त्यातही मी फावल्या वेळात सायंकाळी पार्ट टाइम जॉबही करायला लागलो. त्याचे पैसेही मला चांगले मिळत. एकूणच आपल्या पैशांची मोठी बचत मी दर महिन्याला घरी पाठवू लागलो. मला वडिलांविषयी विलक्षण कृतज्ञता वाटायची. या प्रगतीच्या पथावर असतानाच एका मोठ्या 'डिजिटेक सॉफ्टवेअर कंपनी'त मला बोलावणे आले. वस्तुतः 'डिजिटेक सॉफ्टवेअर कंपनी' ही समकालीन औद्योगिक जगतात एक नावाजलेली वर्ल्डक्लास कंपनी होती.

माझा दिवसा गणिक होत जाणारा आश्चर्यकारक परफॉर्मन्स बघून कंपनीने मला अधिकाधिक बढती तर दिलीच पण वेतनातही प्रचंड वाढ केली. खरे तर ती माझ्या सर्वोत्तम कामाची एक प्रकारे पावतीच होती. अगदी वरच्या पदावर काम करतानाही मी आठवड्यातले जवळजवळ ८० तास मेहनत करीत असे आणि तेही अगदी मनापासून, प्रेमाने. नंतरच्या सात आठ वर्षांच्या प्रगतीमय प्रवासात मला कसल्याच अडचणी आल्या नाहीत. मी कमालीच्या वेगाने विकसित होत होतो. पण साधारणपणे आठ वर्षांनंतर मात्र मला, माझेच काही सहकारी तसेच काही वरिष्ठ अधिकारी, प्रत्यक्षाप्रत्यक्ष मानसिक त्रास देऊ लागले.

आज माझ्या त्या जीवनप्रवासाकडे पाहताना मला असे वाटते की प्रारंभीची काही वर्षे माझ्यासाठी विलक्षण गतिमान आणि विकसनशील होती. माझ्या प्रत्येक प्रकल्पाचे, निर्णयाचे, कामाचे सगळीकडून भरभरून स्वागत होत होते. यातच मला नवनवीन सहयोगी-सहकारी मिळत गेले. काही लोकांशी तर माझा चांगला संवादही झाला आणि जीवाचे मैत्रही.

अर्थात कंपनीनेही म्हणजे संचालक मंडळानेही मला चांगले सहकार्य केले. हे मान्यच करायला हवे. महत्त्वाचे म्हणजे मॅनेजमेंट वेळोवेळी मी घेतलेल्या निर्णयाचे स्वागत करीत होते. वस्तुतः त्यांनी मला माझ्या लीडरशीपसाठी भरपूर स्वातंत्र्यही दिले. पण....? सात आठ वर्षांनंतर मात्र....

या सगळ्या अनुकूल आणि प्रतिकूल परिस्थितीच्या गदारोळात एक गोष्ट मात्र चांगली झाली आणि ती म्हणजे त्याच कंपनीत काम करणाऱ्या सॅमंता नावाच्या स्त्रीने माझ्या जीवनात प्रवेश केला. आमच्या दोघांच्या जीवाचे मैत्रही छान जुळले. इतकंच नव्हे तर आम्ही सहजीवनाचे जोडीदारही झालो. तिच्या बद्दल सांगायचे झाल्यास, ती दिसायला सुंदर–आकर्षक तर होतीच पण तिच्या मॅनेजर स्तरावरील पोस्टसाठी, ती कमालीची बुद्धिमान आणि कामसू होती. खरं तर ख्रिसमसच्या पार्टीत आम्ही एकमेकांना खऱ्या अर्थाने भेटलो आणि पुढे वेळ मिळेल तसे भेटतच राहिलो. अगदी पहिल्या दिवसापासून सॅमंता माझी चाहती होती. महत्त्वाचे म्हणजे माझ्या चैतन्यक्षमतेवर व जीवनदृष्टीवर तिला कमालीचा विश्वास वाटत होता. ती मला नेहमीच सांगत असे की मी एक दिवस 'सीईओ' होणार आहे आणि त्या पदासाठी आवश्यक ती क्षमता माझ्यात भरपूर आहे. पण दुर्दैवाने अवतीभोवतीच्या पर्यावरणातील काही जण असा विचार करीत नव्हते.

मला व माझ्या काही सहकाऱ्यांना ताब्यात ठेवू पाहणारा सीईओ हा 'डिजिटेक सॉफ्टवेअर कंपनी'मध्ये एक हुकूमशहाच होता. स्वतःच्या कर्तृत्वाने मोठा झाल्यामुळे एक प्रकारचा अहंकार तसेच उद्धटपणा त्याच्यात भरपूर होता. मी जेव्हा पहिल्यांदा त्याच्याबरोबर काम करू लागलो, तेव्हा तो जरी माझ्याशी काहीसा आब राखून वागत असला, तरी स्वतःचे वेगळेपण जपायची तो काळजी घ्यायचा. पण जसजशी माझी कीर्ती व चांगुलपणा अधिकाधिक पसरू लागला, तसतसा त्याच्या वागण्यात व माझ्याकडे पाहण्याच्या दृष्टीत बदल होत गेला. काही वेळेला तो मला चक्क मेमो पाठवत असे. सॅमंता तर त्याला मुर्ख संबोधत असे. पण त्या सीईओकडे

सगळी सत्ता असल्याने अनेकांचा नाईलाज होत असे.

आता मला हे मान्य करावं लागेल की माझ्यातही काही उणिवा होत्या आणि आहेत. तसा मी शीघ्रकोपीच. अनेकदा काय व्हायचे की मनात साचलेला असंतोष-राग, हा चुकीच्या वेळेला आणि भलत्याच व्यक्तीवर व्यक्त केला जायचा. खरं तर मला माझ्या क्रोधावर आवरण घालणंच अनेकदा अशक्य होऊन जायचं ! वस्तुतः हा क्रोध माझ्यातच होता, किंबहुना हा क्रोध म्हणजे मीच होतो. हे सगळं माझ्या व्यावसायिकतेला हानीकारकच होतं. तसं सांगायचं झालं तर दुसऱ्या बाजूला मी कमालीचा सभ्य, सुंसंस्कृत आणि सदभावशील माणूस होतो. पण अनेकदा लोकांच्या चुकांतून माझा तोल जायचा आणि मी त्यांच्यावर बरसायचो. या सर्वांचा निष्कर्ष असा की मला नेतृत्त्व शहाणपणाचे प्रशिक्षण घेणे आवश्यकच नव्हते तर अपरिहार्य होते. अनेकदा आमच्या ग्रूप मधील सदस्य-कामगार माझ्या अपेक्षेप्रमाणे काम करीत नसत. यातही त्यांचा असणारा बांधिलकीसह जबाबदारीचा अभाव, मला फारच खटकत असे. याची परिणती त्यांच्यावर संतापण्यात होत असे. आता माझा आक्रस्ताळेपणा दिवसेंदिवस वाढू लागला. या सर्वांचा ताण माझ्यावर पडल्यामुळे, मला माझ्या पदाचे एक ओझेच वाटायला लागले. यातच अधिकाधिक खटके-संघर्ष कामावर वाढू लागले आणि ताणही.

आता मात्र मला उमजते आहे की परस्परसंबंधात संवाद साधणे आणि 'मी'च्या पलीकडे जाऊन, मोठ्या प्रीतीने व श्रद्धेने प्रत्यक्ष कामाला प्राधान्य देणे महत्त्वाचे आहे. अर्थात त्यात वास्तवतेचा सन्मान, बांधिलकी, जबाबदारी, स्वतःसह एकमेकांवरील विश्वास तसेच आत्मसमर्पण हे अत्यावश्यक घटक आहेत आणि त्याचा बिनशर्त स्वीकार करण्यातच खरे साफल्य व समाधान आहे, याची मला प्रकर्षाने जाणीव होऊ लागली. पण त्या वेळी मात्र मला माझ्यातले दोष (बोटीतील छिद्रातून शिरणारे पाणी) घालवणे आवश्यक होऊन बसले होते.

ज्या दिवशी मला कामावरून काढून टाकण्यात आले, तो दिवस माझ्या आयुष्यातील सर्वात काळाकुट्ट दिवस होता. त्यातल्या त्यात एक चांगली गोष्ट होती आणि ती म्हणजे माझी पत्नी आणि मुलं माझ्या अवती भोवती होती. ती सर्वजण मला त्या नैराश्याच्या गर्तेतून बाहेर काढायला मदत तर करीत होतीच पण माझ्यातील चैतन्यक्षमतेची मला ती जाणीवही करून देत. त्या बेकारीच्या दिवसात मला माझीच किंमत कळत गेली आणि नोकरी नसली की लोकांच्या नजराच नव्हे तर लोकांचा आपल्या बरोबर होणारा संवादही कसा बदलत जातो हेही मला चांगले कळत गेले. मी कुठही गेलो तरी मला लोक विचारायचे, 'काय, सध्या काय चालू आहे ?' मी गोल्फ खेळायला नेहमी जायचो, तिथेही लोक विचारपूस करायचे. त्यांच्या त्या नजरा आणि त्यांची विचारण्याची पद्धत, मला खूप काही सांगून जात असे. खरे तर या सगळ्यावर माझ्याकडे काही उत्तर नव्हते.

सकाळी मी उठलो की पार स्टेशनपर्यंत चालत जायचो. त्यावेळी डोक्यात निरनिराळ्या कल्पना डोकवायच्या. पण जेव्हा मी घरी परतत असे, तेव्हा मला परत माझ्या रितेपणाची जाणीव व्हायची ! दुपारचे जेवण झाल्यानंतर त्या फ्लॅटच्या अंतर्भागातील अंधाऱ्या खोलीत, मी स्वतःला गाडून घ्यायचो. रिकाम्या वेळात मी, विविध रोमांचक फिल्मी मासिके किवा तत्सम जुनी वर्तमानपत्रे वाचत असे आणि तासन तास दिवा स्वप्नात रमे. खरे तर ही वास्तवापासून पळवाटच होती. काही वेळा नुसतंच मला बसून रहावंस वाटायचं. काहीच करू नये, कुठे जाऊ नये असेही वाटायचं. यातच माझं अरबट चरबट खाणं वाढलं. एकंदरीतच मी संवेदनशून्यतेने दिवस ढकलत होतो.

एके दिवशी, मला माझ्या एका जुन्या जिवलग कॉलेज मित्राचा फोन आला. माझा हा मित्र सॉफ्टवेअर उद्योगसमूहातील एक दादा माणूस होता. एका मोठया प्रतिष्ठित कंपनीतील चीफ प्रोग्रॅमर म्हणून असलेली

नोकरी त्याने नुकतीच सोडली होती आणि एक नवीन कंपनी स्थापण्याच्या तो विचारात होता. त्याला एक विश्वासू भागीदार हवा होता आणि त्यासाठी तो मला विचारत होता. ही माझ्या समोर एक फार मोठी संधी होती आणि माझा मित्र मोठ्या उत्साहात, भविष्यातील नवनव्या योजना मला कथन करीत होता. इतकेच नव्हे तर या स्वप्नात मी देखील सहभागी व्हावे, असे त्याला मनापासून वाटत होते.

मी त्यावेळी त्याला हो म्हटले खरे पण माझा आत्मविश्वास डळमळीतच होता आणि काय करावे या संभ्रमावस्थेत मी चांगलाच अडकलेलो होतो. आता एका हायटेक फिल्डमध्ये नवा उद्योग, व्यावसायिक स्तरांवर वैभवाप्रत नेणे, हे खरोखरीच आव्हानात्मक व जोखमीचे काम होते. कारण वाट्याला जर अपयश आलं तर दरीत कोसळण्यासारखंच होतं. वस्तुतः मी ''डिजिटेक साफ्टवेअर कंपनी'त ज्येष्ठ उपसंचालक म्हणून काम करीत होतो. मला पगारही उत्तम होता. अर्थात माझी राहणीही, माझ्या जीवनधाटणीशी साजेशी अशी (सर्व पातळींवर) उच्च स्तरीय होती. बायकोची मर्सिडीस होती तर माझ्याकडे नवी कोरी बीएमडब्ल्यू कार होती. मुलांचाही खर्च मोठाच होता. यात भरीस भर म्हणजे गोल्फ क्लबचे सर्वात महागडे सदस्यत्व व राहणीमान. आता कुठलाच कामधंदा नसल्याने अनेकांची देणी बाकी होती आणि त्यात मित्राचा आलेला हा फोन....

माझे वडील मला नेहमी सांगायचे की आपला कोणी पराभव करीत नसतो तर आपणच आपला पराभव करतो. खरोखरीच मला अशा एका संधीची गरजच होती. मित्राच्या फोननी मला आता रोज सकाळी लवकर उठण्यासाठी एक नवे कारण मिळाले. आता जीवनाला एक नवीन दिशा मिळणार. जीवनाच्या कुठल्याही खेळात जिंकण्यासाठी मनापासून पण सर्वस्वाने प्रयत्न करणारा आणि अखेर जिंकणारा, अशी माझी कॉलेज जीवनात ख्याती होती. आता माझ्या पुढे सगळं मोकळं आकाश होतं,

आणि प्रवासाच्या दिशा मला प्रवासासाठी खुणावत होत्या. मला आतून अगदी हृदयापासून वाटतं की जीवन हे नेहमीच आपल्याला संधीसाठी खुणावत असतं. फक्त आपण त्या संधीचे बिनशर्त स्वागत करायला हवे एवढे मात्र नक्की. आपल्या विचारांवर, कृतींवर तसेच निर्णयांवर ठाम विश्वास असणे आणि त्या नुसार स्वतःला सिद्ध करणे, या एकाच उद्देशाने माझ्या मित्राने केलेले आवाहन मी आनंदाने स्वीकारायचे ठरवले. खरे तर या स्वीकारतच मोठे यश दडलेले आहे.

एका औद्योगिक कमर्शिल कॉम्प्लेक्समध्ये आम्ही दोघांनी मोठ्या उत्साहाने एक छोटेखानी कंपनी स्थापन केली आणि त्याचे 'ग्लोबल सॉफ्टवेअर कंपनी' असे नामकरण केले. त्या छोट्या कंपनीचा मी सीईओ होतो आणि माझा पार्टनर हा चेअरमन. कंपनीत आम्ही फक्त दोघंच होतो. कुठल्याच प्रकारच्या सुविधा नव्हत्या. साधं फर्निचरही नव्हतं. महत्त्वाचं म्हणजे एक नवा प्रारंभ असल्याने, हवे तसे पैसेही खिशात नव्हते. पण आमच्याकडे मोठ्या कल्पना होत्या आणि पक्का इरादाही. एकूणच आम्ही मोठ्या उमेदीने आणि इराद्याने त्या भल्या मोठ्या मार्केटमध्ये उतरत होतो. पण तुम्हाला सांगतो की आम्हाला कमालीचा प्रतिसाद मिळत गेला. अगदी अपेक्षेपेक्षाही जास्त.

आमच्या या प्रकल्पात सॅमंताही सामील झाली आणि हळू हळू एकेक सदस्य-सभासद कंपनीत वाढू लागला. आम्ही जे नवीन सॉफ्टवेअर बाजारात आणले होते, त्याला अप्रतिम प्रतिसाद मिळाला आणि त्याची विक्री हातोहात होत गेली. इतकेच नव्हे तर बिझनेस मॅगझिनच्या पहिल्या काही पानांत आमच्या कंपनीचा आलेख व कर्तृत्व यांना जागा मिळत गेली. माझ्या वडिलांना तर माझा हा वैभवशाली प्रवास पाहून विलक्षण आनंद झाला. इतका की एक दिवस फळांनी भरलेली एक टोपली घेऊन ते कंपनीत आले आणि त्यांनी ती फळे सर्वांना प्रेमाने दिली. त्यावेळी त्यांचे वय ८६ वर्षे होते. माझ्याशी बोलताना एके क्षणी तर त्यांच्या डोळ्यांत

पाणी आले, पण ते सावरत ते मला म्हणाले, 'आज तुझी आई असती तर तिला तुझे वैभव पाहून विलक्षण आनंद झाला असता.'

मी ही जी गोष्ट तुम्हाला सांगतो आहे ती साधारणपणे अकरा वर्षांपूर्वीची आहे. त्यावेळी मी वैभवाच्या अत्यूच्च शिखरावर होतो. एकूणच 'ग्लोबल व्ह्यू सॉफ्टवेअर सोल्यूशन' ह्या आमच्या कंपनीत वीस दशलक्ष डॉलर्सची उलाढाल होत होती आणि जवळजवळ अडीच हजार कर्मचारी त्यात नोकरीला होते. पुढे आमच्या जवळजवळ आठ शाखा आणि त्यांचा विस्तार सगळ्या जगभर पसरत गला. गेल्या वर्षी तर एक नव्या वर्ल्डक्लास आलिशान कॉम्लेक्समध्ये आमच्या कंपनीची मुख्य शाखा स्थलांतरीत झाली. त्या ठिकाणी तीन ऑलिम्पिक तोडीचे स्वीमिंग पुल, मिटिंगसाठी एक ॲम्फी थिएटर, अशा एक ना अनेक अद्ययावत व अत्याधुनिक सुविधा उपलब्ध होत्या. माझा पार्टनर मात्र यात कुठेच नव्हता. एक तर तो कॅरेबियन बेटावर असायचा नाही तर नेपाळमध्ये आपल्या कुटुंबियांसमवेत सहलीची मजा लुटत असायचा. सॅमंताने कंपनीतील लीडरशीप सोडली होती आणि तिने स्वतःला सामाजिक कार्याला वाहून घेतले. मी मात्र अजूनही सीईओच होतो. खरे तर माझ्यावर कामाचा बोजा इतका प्रचंड होता की तो पेलणे माझ्या आवाक्या बाहेरचे होते. खरं तर माझ्यावरचा वर्कलोड मला हळूहळू कमी करायचा होता. एके क्षणी तर या कामाच्या आणि ताणाच्या ओझ्याखाली आपण गुदमरून जाऊ अशी भीती मला वाटायला लागली. यात एक गोष्ट खरी होती की कंपनीत काम करणाऱ्या अडीच हजार लोकांचे जीवन, त्यांची भविष्ये व स्वप्ने केवळ माझ्यावरच अवलंबून होती.

मध्येच माझे वडील गेले. त्यावेळी माझ्या कंपनीला दोन वर्षे पूर्ण झाली होती. वडिलांच्या दृष्टीने मी जीवनात अलौकिक यश मिळविले होते. काम करताना एके क्षणी मला अचानक वडिलांची आठवण यायची, पण कामाच्या रेट्यात मी पुन्हा त्या प्रवाहात ओढला जायचो, वर्तमानात

यायचो. अजूनही पराकोटीचे कष्ट करतो. अगदी आठवड्याचे ऐंशी तास. तुम्हाला सांगतो की कित्येक दिवसात मी सुट्टीच बघितली नाही ना सहल. मला फक्त एकच गोष्ट ठाऊक होती आणि ती म्हणजे काम, काम आणि काम. या कामातच मी अनेकदा छोट्या छोट्या गोष्टीत अडकून पडायचो. मग ताण वाढायचा आणि तणतणही. यातही या सगळ्या गोष्टींचा राग माझ्या हाताखालच्या लोकांवर निघायचा आणि मग वातावरण कळतनकळत प्रदुषित व्हायचं ! खरं तर मला कुठल्याच प्रकारचा संघर्ष आवडत नाही पण परिस्थितीच अशी यायची की मी त्या सगळ्या चक्रात अडकायचो आणि वैतागायचो. काही वेळा माझे निर्णय चुकायचे. पण एकंदरीत मला अनेकदा प्रतिकूलतेला सामोरे जायला लागले आहे एवढे मात्र निश्चित.

सांगायचे तात्पर्य इतकेच की दिवसेंदिवस माझ्यावरील कामाचा व जबाबदारीचा ताण वाढत जाऊ लागला आणि त्या ताणानुसार माझी अस्वस्थता व बेचैनीही वाढू लागली. यातूनच पुन्हा समस्येचा उगम..अशी ही चक्रमाला सततची चालू होती. मग समस्या सोडवण्याच्या मागे लागणे आणि समस्येतच गुंतून पडल्याने मूळ कामाकडे व सृजनशीलतेकडे दुर्लक्ष होणे हे पण घडत गेले. वस्तुतः मला माझ्या कामगारांच्या–सहकाऱ्यांच्या मनात व जीवनात मोठा आत्मविश्वास जागवायचा होता. पण--! घडत मात्र तसे नव्हते एवढे मात्र निश्चित ! कंपनीतील लोक माझं ऐकायचे पण ते केवळ बॉस म्हणून. केवळ भीतीपोटी ते माझ्या प्रत्येक निर्णयाला शिरोधार्य मानत होते. एकूणच एक क्रिया व एक प्रतिक्रिया असा सगळा प्रकार घडत होता. कुठेही बांधिलकी, प्रेम व जबाबदारीची जाणीव मला दिसत नव्हती. ते माझ्या सांगण्यानुसार वागत होते, चालत–बोलत होते पण त्यात जान नव्हती ! मला हे सगळं दिसत होतं पण यावर काय उपाय करावा हे कळत नव्हतं. एकंदरीत कुठेतरी काहीतरी बिनसत चाललेले आहे हे माझ्या लक्षात येत होते आणि मुख्य म्हणजे मला त्रस्त करीत होते.

अशा या जीवघेण्या–आणिबाणीच्या प्रसंगांना मी सामोरा कसा

गेलो, हे पाहणे मोठे मनोरंजक ठरावे. ते मला तुम्हाला विस्ताराने सांगायचे आहेच. मी तुम्हाला मघाशीच म्हटले तसे की कंपनीची चहुबाजूंनी वाढ होत असली तरी त्यातील कर्मचार्यांचे-सहकार्यांचे मनोधैर्य व आत्मविश्वास हा दिवसेंदिवस कमी होत चालला होता आणि ते मला प्रकर्षाने जाणवतही होते. अशा या काहीशा विस्कळित झालेल्या कंपनीच्या व्यवस्थापनाविषयी लोकांत विविध अफवा मात्र अधिकाधिक पसरू लागल्या. ते म्हणू लागले की 'कंपनीला लोकांच्या सुरक्षिततेपेक्षा पैसा-प्रसिद्धी यांची अधिक हाव आहे. काही जण त्यांच्यावर होणाऱ्या अन्यायाबद्दल उघड उघड बोलू लागले. त्यांचा सूर नेहमीच तक्रारीवजा असायचा. एक असंतुष्ट आणि असमाधानीपणा सगळीकडे पसरलेला. काही जण तर रोज बदलत चाललेल्या बदलांना व धोरणांना कंटाळल्यासारखे झाले होते. मला तर कंपनीत निर्मितीक्षम प्रेमाचा संबंध प्रस्थापित करायचा होता. संवाद, सहप्रवास आणि सहयोग यातून नवनव्या प्रकल्पाची आखणी केली जावी असेही वाटत होते. संवाद, आत्मनिरीक्षण, रोजचे काम आणि त्यावर केलेले विचारमंथन यातून नवनव्या निर्मितीक्षम दिशांचा व दृष्टीचा प्रारंभ व्हावा, असे मात्र मला मनापासून वाटत होते. पण घडत मात्र नव्हते. त्यामुळे तर मी अधिकच अस्वस्थ होत होतो. मार्ग दाखवायला कुणी तरी गुरू असावा, असेही एके क्षणी मनात येऊन गेले. पण जे वास्तव होते ते मात्र मोठे विचित्र होते. सगळीकडे विश्वासाचा अभाव, नवनिर्मितीविषयी अनास्था, उत्पादनासह त्यातील गुणवत्तेविषयी बेफिकिरता, अशा एक ना अनेक गोष्टी, सगळीकडे रोगासारख्या पसरत चाललेल्या होत्या. मला हे सगळं दिसत असूनही मी हतबल-असहाय्य होतो. गोंधळून गेलो होतो म्हणा ना ! दुर्दैवाची गोष्ट म्हणजे अशा परिस्थितीला सामोरे कसे जावे, या लोकांना व स्वतःला सावरून त्यांचे कुशल नेर्तृत्त्व कसे करावे हे मला कळत नव्हते. एक नवा सूर, एक नवी दिशा व दृष्टी मिळण्याची नितांत गरज होती. तसे झाले तर खरे साफल्य, प्रगती व परिपूर्ती लाभणार होती.

पण साक्षात मीच गोंधळून गेल्याने सगळा जीवनप्रवाह गोठल्यासारखे झाले होते.

अर्थात या सर्वांचा परिणाम व्हायचा तोच झाला. ग्लोबल मार्केटमधील आमच्या कंपनीची पत दिवसेंदिवस खालावत गेली. इतकंच नव्हे तर आमच्या शेअर्सचा भावही प्रचंड वेगाने उतरत गेला. मी आणखीन हवालदिल होऊ लागलो. काय होते आहे, हेच समजेना. एके क्षणी मला अगदी प्रकर्षाने जाणवले की ह्या वेगाने कंपनीचा ऱ्हास होत गेला तर एके क्षणी कंपनीचे निश्चितच दिवाळे वाजणार !

कंपनीच्या लोकांमधील उदासीनता, त्यांचे कामावर उशीरा येणे, व्यवस्थेतील ढिसाळपणा आणि परस्परसंबंधातील विसंवाद, एकजूटीचा अभाव आणि सततचा वाढत जाणारा संघर्ष...खरे तर ही यादी खूप वाढणारी आहे. सर्वात दुःखद गोष्ट म्हणजे ग्राहकांच्या सेवेच्या संदर्भातही अनेक उणिवा राहून गेल्या.

पण अचानक....या सर्वात आश्चर्यकारक बदल झाला आणि आमची 'ग्लोबल व्ह्यू सॉफ्टवेअर सोल्यूशन' कंपनी पुन्हा नावरूपाला आली. केवळ नावरुपालाच नव्हे तर पुन्हा वैभवाप्रत गेली. सर्वात महत्त्वाचे म्हणजे जागतिक स्तरावरील या प्रवासात आपण किती पुढे जाऊ शकतो याची आम्हाला जाणीव झाली. अजूनही आम्ही विकसित होत आहोत आणि पुढे जात आहोत. आता हा चमत्कार कसा झाला, असे तुम्ही मला विचाराल. मी सांगेन की नेर्तृत्त्वाच्या शहाणपणाच्या सूत्रांची ही किमया आहे, शुभपरिणाम आहे असे म्हटले तर ते वावगे ठरू नये ही सूत्रे एका मोठ्या विद्वान गुरुने-अभ्यासकाने आम्हाला दिली होती.

एका ऱ्हासशीलतेकडे वेगाने मार्गक्रमण करणाऱ्या कंपनीला आता पुन्हा नवचैतन्य प्राप्त झाले होते. पूर्वीची मरगळ तर गेलीच पण कंपनीतील लोकांत विलक्षण उत्साह संचारू लागला. बांधिलकी, जबाबदारी तसेच आत्मसमर्पणतेसह लोक एकीने काम करू लागले. आता आमची

उत्पादनक्षमता तर वाढलीच पण निर्मितीशीलताही वेगाने पुढे सरकायला लागली. या विकासाचा वेग पाहून मला विलक्षण आश्चर्य वाटले. आमच्या शेअर्सला पुन्हा मागणी येऊ लागली. लोकांच्या तोंडी एकच नाव होते आणि ते म्हणजे 'ग्लोबल व्ह्यू सॉफ्टवेअर सोल्यूशन'चेच. माझ्याकडे अवतीभोवतीचे व उद्योगसमूहातले लोक आदराने पाहू लागले. आता मीही आमच्या सहकार्यासमवेत योग्य विचारांसह कष्ट करतो आणि कष्टातला आनंदही वेचतो.

तुम्हाला सांगतो ही सगळी किमया त्या नेर्तृत्त्वाच्या शहाणपणाने भरलेल्या विचारसूत्रांची आहे. तुम्हाला निश्चितच या विषयी उत्सुकता असणार याची मला कल्पना आहे. तुम्ही विचाराल की 'या नेर्तृत्त्व शहाणपणाने भरलेल्या विचारसूत्रांची देणगी तुम्हाला कशी मिळाली ?' पण मी तुम्हाला या सगळ्याचा साद्यंन्त वृतांन्त कथन करणारच आहे. जेणे करून तुमच्याही जीवनातील तडफड कमी तर होईलच पण एक नेर्तृत्त्व शहाणपण तुमच्यात संक्रान्त होईल. सर्वांत महत्त्वाचे म्हणजे तुमच्या कंपनीतच नव्हे तर तुमच्या प्रत्यक्ष जीवनातही क्रातिकारक बदल होत जाईल.

प्रकरण २ रे

गुलाबपुष्पवाटिकेतील संन्यासी

तो दिवसच सर्वार्थाने वादळी होता. आज त्या दिवसाची नुसती आठवण जरी झाली तरी माझ्या अंगावर काटा येतो. मॅनेजर स्तरांवरील सर्व वरिष्ठ अधिकाऱ्यांची नियोजित, दर सोमवारची असलेली मिटिंग, या वेळी मात्र चांगलीच मन हादरून टाकणारी होती. या चर्चेचा सूर एकच होता आणि तो म्हणजे 'ग्लोबल व्ह्यू सॉफ्टवेअर'च्या खालावलेल्या दुरावस्थेबद्दलची चिंता आणि या अधोगतीबद्दल असलेली सर्वांची विलक्षण नाराजी. त्यातल्या एका मॅनेजरने मला असे सांगितले की 'आपल्याकडील काही कॉम्प्युटर डिझायनर-प्रोग्रॅमर हे कंपनी सोडण्याच्या बेतात आहेत. काहींनी तर राजिनामाही दिला आहे आणि ते आपल्या कामाची आणि संशोधनाची कदर होईल, अशा छोट्या, कमी पगारावरील कंपनीकडे वळत आहेत.' तो मॅनेजर फारच संतापला होता आणि एका त्वेषाने माझ्याकडे पहात होता. तो हेही म्हणाला की 'मॅनेजमेंट आणि कर्मचारी, कामगार यांच्यातील वाद विलक्षण विकोपाला गेले आहेत. इतके की बहुतेक सर्व कर्मचाऱ्यांचा मॅनेजमेंटवर असंतोष असून त्यांचा कणभरदेखील विश्वास राहिलेला नाही.

दुसऱ्या मॅनेजरने त्याचीच री ओढली आणि तो म्हणाला,

'आपल्याकडे काही टीमवर्क राहिलेले नाही. इतकंच नव्हे तर कर्मचार्यांचा एकमेकांमधील संवादही बराचसा संपुष्टात आला आहे. एक काळ असा होता की आपल्याला जेव्हा एखादी मोठी ऑर्डर मिळत होती, तेव्हा सगळे एक होऊन, अगदी उशीरापर्यंत थांबून ती ऑर्डर वेळेत पुरी करीत. अगदी मॅनेजर स्तरांवरील अधिकारीही पॅकिंगला कामगारांना आपणहून मदत करीत असत. खरं तर यातूनच आपण आजवर विकसित होत गेला आहोत, अगदी जागतिक स्तरांपर्यंत. पण आज मात्र ....?'

बराच वेळ चालणारी आणि मनाला विलक्षण त्रस्त-हादरून टाकणारी मिटिंग, त्यातील चर्चा, त्यातील आरोप-प्रत्यारोप, तक्रारीचा चढा सूर आणि ऱ्हासदिशेने वेगाने चालणारी कंपनीची सद्यावस्था...अशा एक ना अनेक गोष्टींचे चक्रीवादळ, मला स्वतःला आपल्या बाहूपाशात ओढत होते. मिटिंग संपली आणि मी मोठ्या खिन्न मनाने स्वतःला सावरत मिटिंगरूममधून बाहेर पडला. त्या लांबलचक, काहीशा अंधाऱ्या पॅसेजमधून मी माझ्या केबिनकडे परतत होतो. माझं सगळं अंग व मन विलक्षण ठणकत होतं आणि जड झालं होतं. अर्थात ही केवळ आजचीच स्थिती-गती नव्हती तर ती अनेक दिवसांच्या ताण-तणावाची, त्रस्त परिणामांची परिणती होती. मी माझ्या केबिनमध्ये शिरताच तेथील उंची सोफ्यात जवळजवळ कोसळलोच. मी स्वतःला प्रयत्नपूर्वक शांत करण्याचा प्रयत्न करीत होतो. पण मला ते जमत नव्हतं. डोक्यात विचारांचं विलक्षण काहूर माजलं होते. कंपनीची ऱ्हासमय गती व त्यातून उद्भवणारी शोकांतिका कशी रोखावी हे मलाच कळत नव्हतं. क्षणभर मनात विचार चमकून गेला की काही तज्ज्ञ सल्लागारांचे एक मंडळ स्थापन करावे का ? काहीतरी मूलभत बदल करणे हे आवश्यकच नव्हे तर अपरिहार्य होतं. वस्तुत ह्या सगळ्यांच्या मूळाशी जाऊन काही तरी मूलभूत विचार व कृती करणे हे नितांत गरजेचे होते. मी क्षणभर डोळे मिटून घेतले आणि एक खोल श्वास घेतला. आता तर हे सगळंच सहन करण्याच्या पलीकडे गेलं होतं.

माझी ही अवस्था माझ्या सेक्रेटरीच्या लक्षात आली आणि तिने मोठ्या करुणेने माझी विचारपूस केली, मला पाणी दिलं. इतकंच नव्हे तर डॉक्टरांना बोलवण्याचा आग्रह धरला. पण मी सगळंच धुडकाऊन लावून तसाच पडून राहिलो.

अचानक कसल्या तरी मोठया आवाजाने मी डोळे उघडले तर मला दिसले की माझ्या केबिनच्या काचेच्या तावदानावर कुणीतरी खालून दगड मारला आहे. मी दचकलोच आणि घाबरून फुटलेल्या काचेच्या खिडकीपाशी गेलो. मी खाली वाकून बागेकडे पाहिलं पण मला तिथे कोणीच दिसेना. मग पुन्हा मी माझ्या जागेवर आलो. डोळे बंद करून मोठ्या निग्रहाने मी स्वतःला शांत करू लागलो. पुन्हा तोच प्रकार. काचेवर दुसरा दगड. यावेळी मात्र मी झटकन उठलो आणि मोठ्यांदा ओरडत खिडकीपाशी गेलो. पण मला यावेळीही खाली कोणी दिसलं नाही. मी सून्न होऊन तसाच तिथे उभा राहिलो. आणखीन एक दगड माझ्या दिशेनं आला. एक नवी काच फुटली. यावेळी मात्र दगड मारणारा माझ्या दृष्टीपथात आला होता. काहीसा मध्यम उंचीचा माणूस उभा असलेला मला दिसला. तो माझ्याकडे रोखून पहात होता आणि हसतही होता. त्याचे ते रोखून पाहणे हे मला विलक्षण अस्वस्थ करीत होते. त्यानी माझ्या सगळ्या बागेची नासाडी तर केली होतीच पण माझ्या केबिनवर हल्ला करण्याचे धाडसही दाखवले होते. कोण होता तो ? मी नीट निरखून पाहिलं तेव्हा माझ्या लक्षात आलं की तो कोणी तरी तिबेटियन संन्यासी असावा ! कारण त्याने तशी वस्त्रे परिधान केली होती. सिक्युरिटीमार्फत मी त्याला वर बोलावून घेतलं. तो संन्यासी माझ्या समोर येऊन उभा राहिला. विलक्षण शांत पण हसतमुख होता तो.

मी त्याला त्याच्या सगळ्या कृत्यांबद्दल जाब विचारला. मी त्वेषाने त्याच्या अंगावर खेकसत होतो पण तो मात्र कमालीचा शांत होता. एके क्षणी माझ्याकडे पहात त्याने हात जोडले आणि मला नमस्कार केला.

माझा राग क्षणात शांत झाला. खरं तर त्या संन्यासाचे रूप, त्याचे शब्द, त्याचे वागणे यामधून मला एका पूर्ण विकसित अशा मनाचे व चैतन्याचे करूणादायी दर्शन घडत होते. त्याच्या डोळ्यांतून ज्ञानभरल्या नजरेतील शहाणपण ओथंबत होते. खरं तर माणसाचे डोळे हे त्याच्या संपूर्ण व्यक्तिमत्त्वालाच प्रदर्शित करीत असतात असा माझा आजवरचा अनुभव आहे. माणसाचा सच्चेपणा-ढोंगीपणा, प्रांजलता व लोभ, इच्छा-वासना अशा एक ना अनेक गोष्टींचे दर्शन हे आपल्याला डोळ्यातूनच दिसत असते. पण त्या संन्याशाच्या डोळ्याकडे मी भारवल्यासारखा पहात राहिलो. आता तो पुन्हा एकदा हसला.

ह्यावेळी मात्र मी स्वतःला जाणिवपूर्वक सावरले आणि त्याला म्हटले, 'मुर्खासारखा हसू नकोस. तू कोण आहेस आणि कोठून आलास मला माहित नाही. तू माझ्या गुलाबाच्या बागेचे नुकसान तर केलेसच पण माझी काचेची तावदानेही तोडलीस. मी तुला कुठल्याही क्षणी पोलिसांच्या स्वाधीन करू शकतो. पण त्या आधी तू इथे का आलास, याचं मला खरंखुर उत्तर दे.'

त्या संन्याशाच्या चेहऱ्यावर हलकेच हास्य उमटले. आता तो शांतपणे माझ्या डोळ्यात पहात बोलू लागला, 'मला खरोखरीच तुझी कणव येते. तुझी विषण्णता, खिन्नता, निराशाग्रस्तता माझ्या लक्षात आलीय. आता आपली बुद्धी पूर्ण शाबीत ठेवून प्राप्त परिस्थितीला सामोरे जाणे तुला केवळ अशक्य झाले आहे, हो ना ? तू माझ्यासारखाच हसतमुखाने आणि अतीव समजुतीने या कठिण परिस्थितीला सामोरा जाऊ शकतोस. अर्थात त्यासाठी नेर्तृत्त्वाचे शहाणपण तुला आत्मसात करण्याची नितांत गरज आहे पीटर. तसे जर झाले तर पीटर तुझे जीवन पूर्ववत तर होईलच पण तुझी अवघी सॉफ्टवेअर कंपनी जागतिक स्तरांवरही विलक्षण नावारूपाला येईल. पूर्वीपेक्षा कितीतरी अधिक पटीने. अर्थात परिवर्तन हे तुझे तुलाच करायचे आहे. मी फक्त तुला जागे करण्यासाठी

आलो आहे. हवे तर तू मला, आपला मित्र समज, पीटर.'

'पण... ?'

'मी कोण आहे हे तू ओळखू शकणार नाहीस, पीटर'

'मला ते ओळखण्याची गरजही नाहीये.'

'अजूनही तुझा नेहमीचा तापटपणा कमी झालेला नाही पीटर? तुझ्यासारख्या सीईओने या क्रोधावर नियंत्रण ठेवलं पाहिजे, इतकंच नव्हे तर एका आवडनिवडशून्यतेतून तू प्रत्येकाकडे पाहिलं पाहिजेस. तसं जर तू जगलास तर मग तू तुझ्या अवतीभोवतीच्या लोकांची मने जिंकू शकशील. एके काळी तू उत्तम गोल्फ खेळणारा होतास. पण आता तर हे सगळंच मागे पडलं आहे. हो ना पीटर ?'

'यू डॅम इट्....'

'बघ, पुन्हा एक्साइट होतो आहेस. यातून तुझाच ताण वाढेल. नाहीतरी तसा तो वाढलेलाच आहे.'

'तुला कल्पना नाही मी कोण आहे ते ? तुझी फालतू बडबड अशीच चालू ठेवलीस तर तुला लाथ मारून खाली फेकून दिलं जाईल.'

'बघ, किती असभ्यतेने बोलतो आहेस तू. शब्द हे शस्त्रासारखे असतात, त्यांचा जपून वापर कर. कारण हेच शब्द आपल्याला कधीही गोत्यात आणू शकतात. काही वेळेला हेच शब्द आपल्याला विलक्षण शरमिंदा करतात. खरं तर या तुझ्या शब्दांमुळेच प्रत्येक ठिकाणी तू अडचणीत येतोस. हो ना ?'

'तू कोण आहेस ? माझ्या बद्दल तुला इतकी माहिती कशी ?'

'शांत हो पीटर. कुल डाऊन. मला बरंच काही माहिती आहे. तू जेवढं स्वतःला ओळखलं नाहीस तेवढं मी तुला ओळखून आहे.'

'म्हणजे ?'

'हा सोन्याचा मुलामा दिलेला गोल्फ बॉल बघितलास. तू याला चांगला ओळखतोस, जस्ट कॅच इट.' असे म्हणत त्याने तो बॉल माझ्याकडे

टाकला. खरं तर मी सावध नव्हतो. पण मोठया शिताफीने मी तो झेलला. त्यावर काही अक्षरे कोरली होती. 'जूलियन यांस...वाढदिवसानिमित्त'

'हा गोल्फ बॉल तुला कुठे मिळाला ? हा तर मी माझ्या मित्राला, जूलियनला, ५८ व्या वर्षाच्या वाढदिवसानिमित्त भेट दिला होता.'

'योग्यवेळी, तेही तुला कळेलच !'

मी कळतनकळत विचार करू लागलो. जूलियन मँटल....एक प्रसिद्ध करडोपती म्हणून जूलियन कमालीचा प्रसिद्ध होता. त्याच्याभोवतीचे ग्लॅमर प्रचंड होते. कॉलेजमध्ये असल्यापासूनची त्याची आणि माझी ओळख होती. तसा तो उमद्या स्वभावाचा असल्याने आमची मैत्रीही छान जुळली. इतकंच नव्हे तर आम्ही गोल्फ पार्टनरही बनलो. तुम्हाला सांगतो, हा जूलियन कमालीचा बुद्धिमान होता. आपल्या सर्वोत्कृष्ठ क्षमतेनुसार असामन्यतेकडे झेपावण्याचा त्याचा वेग प्रचंड होता. सर्वात महत्त्वाचे म्हणजे एक जगद्‌विख्यात (सर्वार्थाने यशस्वी) वकील म्हणून त्याचे नाव सगळीकडे दुमदुमत होते. त्याच्या हाताखाली जवळ जवळ पंच्याऐंशी वकील काम करीत होते. त्याचे वडील ख्यातकीर्त न्यायाधिश होते तर आजोबा प्रसिद्ध संसद सदस्य. एकूणच एका खानदानी उच्चभ्रू गर्भश्रीमंत कुटुंबातून जूलियन विकसित झालेला होता. तारुण्यातच त्याच्या पायाशी वैभव-पैसा-प्रतिष्ठा लोटांगण घालीत होते.

मला आठवतंय की आमच्या लॉ कॉलेजमध्येही तो सदैव पहिल्या रँकमध्येच असायचा. अनेक स्पोर्ट टीम्स, क्लब तसेच मान्यवर शैक्षणिक संस्था, सरकारी कार्यक्षेत्रे या सर्व वर्तुळात सदैव कार्यरत असल्यामुळे, त्याचा दबदबाही तेवढाच प्रचंड होता. अनेक जटिल कोर्ट केसेस तो सहज लीलया जिंकत असे आणि जिंकण्याची त्याची हाव ही देखील दिवसेंदिवस वृद्धिंगत होत होती. पण असा हा लहरी गर्भश्रीमंत जूलियन आपल्याला हवे तसा आणि मनात येईल तसा जगत होता. त्याच्याकडे स्वतःचे जेट विमान तर होतेच पण त्याची स्थावर मालमत्ताही कित्येक

कोटींची होती. त्याच्या फेरारीतून आम्ही गोल्फच्या मैदानाकडे जेव्हा जायचो, तेव्हा लोक आमच्याकडे खूप आदराने बघायचे. पण त्याचा हा चढता आलेख एक दिवस मात्र...

काम, काम आणि काम. कमालीची व्यग्रता. दिवसातले चोवीस तासही अपुरे पडावेत इतके तो काम करीत असे. काही वेळेला तर तो आपल्या केबिनच्या सोफ्यातच झोपायचा. मी त्याच्याबरोबर गोल्फ जरी खेळत असलो तरी मला त्याचा प्रत्यक्ष सहवास असा अल्पच मिळाला. कारण तो सदैव आपल्या चक्रातच गुरफटलेला. आमची मैत्री जरी होती तरी तो मला कधी निवांत असा हाताशी मिळालाच नाही. सततची पुढे जाण्याची आणि वैभवाच्या शिखरावर टिकून राहण्याची धडपड, यामुळे तो आपल्या खाजगी-वैयक्तिक आयुष्यांपासून-आपल्या रक्ताच्या माणसांपासून, मुलाबाळांपासून तुटायला लागला.

एकूणच ज्ञानाची-संप्पत्तीची एक दैवी देणगी मिळाल्याप्रमाणे तो वावरत असावा असे मला वाटते. हळूहळू एक प्रकारो अहंमपणाही त्याच्यात शिरू लागला. काही वेळेला तो इतरांना तुच्छही लेखे. रात्री उशीरा कंपनीतून परतताना तो घरी जाण्याऐवजी फाईव्ह स्टार हॉटेलमध्ये, डान्स बारमध्ये आपला वेळ घालवायचा. फ्रेंच रेस्टॉरंटला भेट देणे, उंची दारूसह कॅसिनो मध्ये सहभागी होणे. त्यातून अनेकदा हरणे किंवा उद्भवणाऱ्या माऱ्यामाऱ्या अशा एक ना अनेक घटकांतून त्याचे नाव नेहमीच पेपरातून गाजायचे. त्यावर तो पत्रकारांना काही सबबी सांगून, आपली प्रतिष्ठा सावरण्याचा केविलवाणा प्रयत्न करायचा.

मी जूलियनचा हा सगळा प्रवास न्याहाळत होतो. त्याचे वैभवशील राहणेही मला ज्ञात होते आणि आत्ताची त्याची अधोगतीही मला स्वच्छ दिसत होती. त्याचा हा आत्मनाश पाहून मला विलक्षण दुःख होई. काहीवेळा क्लबमध्येही तो दिसायचा. पण मला त्याच्या चेहऱ्याकडे बघवायचे नाही. त्याचे खांदे उतरलेले होते, डोळ्याभोवती काळी वर्तुळं.

अशा एका खंगलेल्या अवस्थेत, एखादा अट्टल दारूबाज जुगारी असावा ना तसा तो कधी कधी दिसायचा. काहीवेळेला त्याच्या यशवैभवाविषयी व ज्ञानाविषयी शंका यावी इतपत त्याची स्थिती-गती असायची. दिवसेंदिवस त्याचे पिणे प्रमाणाबाहेर वाढले होते आणि स्मोकिंगही. पूर्वीचे त्याच्या चेहऱ्यावरचे तेज व हास्य आता कायमचे लोपले होते. एके काळी त्याच्या कडे जो मिस्किलपणा होता, जो उमदेपणा होता त्याचा आता मागमूसही राहिला नव्हता. गोल्फला तर त्याने कधीच रामराम ठोकला होता.

एक दिवस शोकांतिकेनीच त्याच्या दारावर थाप मारली. एकदा कोर्टात एक महत्त्वाची केस लढताना, जूलियन अचानक कोसळला. त्याला हॉस्पिटलमध्ये हालविण्यात आले. त्याला सिव्हियर हार्ट अ‍ॅटॅक आला होता. तीन चार दिवस तर त्याला इन्टेंसिव्ह केअर युनीटमध्ये ठेवले होते. पण त्यातूनही तो सही सलामत बाहेर पडला. हे त्याचे सुदैवच म्हणावे लागेल.

या गंभीर आजारपणातच मी त्याला भेटायला गेलो. त्याने माझे स्वागत जरी केले तरी आतून तो पुरता कोसळला आहे आणि हे मला कळत होते, दिसत होते. मी पुढे होऊन त्याचा हात हातात घेतला. माझ्याकडे पाहून त्याने मंदसे स्मित केले.

एके दिवशी मला कळले की त्याने आपली वकीलीची प्रॅक्टिसही बंद करून टाकली आहे आणि तो चक्क भारतात जाण्याच्या बेतात आहे. त्याने आपली सगळी प्रॉपर्टी विकून टाकली आहे. सर्वात महत्त्वाचं म्हणजे त्याची *फेरारी* कार, की जी त्याला प्राणापलिकडे आवडत होती. तीही त्याने सहज विकून टाकली. मला त्याचे कमालीचे आश्चर्य वाटले. किंबहुना मी ते ऐकून हादरलोच. पण मला हे कळेना की तो भारतात कशासाठी चालला आहे ? एके क्षणी जूलियनला आत्मशोधाची अगदी आतून निकड वाटू लागली. मृत्यूच्या जाणिवेने तो विलक्षण आत्मशोधक

झाला असावा. बहुधा भारतात जाण्याचे त्याचे हेच कारण असावे ! मनातल्या मनात मी त्याला भारताच्या प्रवासासाठी व आत्मशोधासाठी शुभेच्छा दिल्या.

या सगळ्या विचारचक्रातून एके क्षणी मात्र मी भानावर, वर्तमानात आलो आणि माझ्या समोर उभ्या असलेल्या संन्याशाकडे माझे लक्ष गेले. मी त्याला काहीशा तीक्ष्ण-धारधार आवाजात विचारले, 'जूलियनच्या वाढदिवसाला मी भेट दिलेला तो गोल्फचा बॉल, तुझ्याकडे कसा आला, ते तू मला अजून सांगितलं नाहीस ?'

त्या संन्याशाने माझ्या डोळ्यात निरखून पाहिलं आणि तो किंचितसा हसला आणि म्हणाला, 'तू मला अजूनही ओळखलं नाहीस पीटर ? नीट बघ माझ्याकडे. अरे, मीच तो जूलियन मँटल आहे.'

मी मात्र अवाक होऊन त्याच्याकडे पहातच राहिलो.

प्रकरण ३ रे

कार्पोरेट जगतातील एका उद्योजकात झालेला क्रांतिकारक बदल

जूलियनचे ते रूप पाहून मी खरोखरीच अचंबित झालो होतो. इतकंच नव्हे तर माझा, माझ्या डोळ्यांवर विश्वासच बसेना. जीवनाचे, कार्पोरेट जगताचे अत्युच्च शिखर सर केलेल्या जूलियनचे, मधल्या काळात झालेले अधःपतन आणि आत्ताचे त्याचे हे अनोखे अविश्वसनीय संन्यस्त रूप.... मी हे सगळं पाहून विलक्षण अवाकच झालो. मला काय बोलावे हे कळेचना ! बहुधा ते त्या तथाकथित जूलियनच्या लक्षात आलं असावं. तो म्हणाला, 'पीटर, तुझा अजून विश्वास बसत नाही का ? नीट बघ माझ्याकडे. तुला तर माझा सगळाच जीवनपट माहित आहे. कारण तूच माझा अगदी कॉलेज जीवनापासूनचा खरा मित्र आहेस. माझ्या जीवनातले सगळे चढउतार तू फार जवळून बघितले आहेस.' असे म्हणत आपल्या पूर्व जीवनातल्या अनेक आठवणी, कडू-गोड प्रसंग तो मला धडाधड सांगू लागला. त्याचा त्या बोलण्याच्या आवेगात माझे मन पूर्णतः भूतकाळात, आपल्या पूर्वायुष्यात गेलं. अगदी कळतनकळत.

माझा खरंच विश्वास बसत नव्हता. पण तो जसजसा बोलत गेला, तसतसा माझ्या डोळ्यासमोर सगळा चलचित्रपटच सरकत जाऊ लागला. त्यातले जूलियनचे तारुण्य, त्याचे कॉलेज जगत, मध्यंतरीचा त्याचा अतुलनीय विकास आणि नंतरची आत्मनाशाकडे वेगाने सरकणारी

वाटचाल...अशी एक ना अनेक रूपे, माझ्या समोर लख्खकन उभी राहिली. जूलियनचा तो कोर्टातला वेष व अविर्भाव, त्यानी लढविलेल्या अनेक कोर्ट केसेस आणि आयुष्याच्या एका टप्प्यावर कोर्टात केस लढवत असतानाच त्याचं ते अचानक कोसळणं...हे सगळं मला दिसत गेलं. अगदीच काल घडल्यासारखं. पण आत्ताचा हा संन्याशाच्या वेषातला जूलियन.. हा बदल कसा झाला ? तो मात्र मला विलक्षण अनाकलनीय होता.

माझ्या मनात एक विचार चमकून गेला : 'माझ्याच कंपनीतल्या एखाद्या अपरिपक्व, बनेल मॅनेजरचे हे कारस्थान नसेल ना? किंवा आमचाच एखादा स्पर्धक उद्योजक, वेष पालटून, माझ्या समोर मला डिवचण्यासाठी आला तर नसेल ?...अशा एक ना अनेक शंका माझ्या मनात डोकावू लागल्या. एके क्षणी तर ही सगळी भासचित्रेच आहेत, असे मला वाटले. पण पुढे येऊन जूलियननी माझ्या खांद्याला स्पर्श केला, तेव्हा कुठे मी खऱ्या अर्थाने भानावर आलो. मग तो माझ्या समोरच्या खूर्चीत बसला आणि पुन्हा माझ्याकडे पहात त्याने मंदसे स्मित केले.

'शांत हो पीटर, तुझ्या मनातला गोंधळ मी समजू शकतो. अरे तुझ्या जागी मीच काय, कोणीही असलं तरी तो असाच गोंधळून गेला असता. आता तू माझ्यावर थोडा विश्वास ठेव आणि मी काय म्हणतो आहे, ते शांतपणे ऐक. कारण त्यात तुझेच हित आहे. चमत्कारांवर विश्वास ठेव पीटर. मी देखील तसाच ठेवला. आता माझ्यात जे काही आमूलाग्र परिवर्तन झाले आहे, ते अनेकदा मलाच खरे वाटत नाही. तर तुझी काय कथा ! आयुष्य उधळून जगत असताना जीवनप्रवाहात, प्रत्यक्ष कोर्टात मी कोसळतो काय आणि नंतर माझी सगळी संप्पत्ती, माझी प्राणापलीकडे प्रिय असणारी फेरारी, माझा सगळा भरभराटीला आलेला व्यवसाय....या सर्वांचा सहज त्याग करीत मी थेट भारतात, हिमालयात जातो काय... सगळंच मला देखील अविश्वसनीय वाटतं. पण तुला सांगतो, मला

आत्मशोध घ्यायचा होता. माझ्या आतच मला उतरायचं होतं, तेही एका नम्रमनस्कतेनं. मी माझ्याच सहवासात होतो. तिथे मला अनेक साधू भेटले आणि माझ्या जीवनाला व विचारांना नेमकी दिशा, दृष्टी व चौकट देणारा एक संन्यासीही भेटला. त्याच्याबरोबरच्या संवादात मी हळूहळू शांत होत गेलो. आत्मनिरीक्षण, स्वकर्म आणि चिंतन-ध्यान आणि माझ्या गुरुंचे मार्गदर्शन यातून मला नवनवा बोध होत गेला. आपल्या स्वतःच्या जाणिवेत, अज्ञात राहिलेल्या प्रदेशात मी उतरत गेलो. आता विचार करायला भरपूर फुरसत होती. ध्यान-चिंतन, हिमालयातील विशाल असीम अवकाश, तेथील प्रगाढ शांतता तसेच पावनत्वाची जाणीव मनात घर करून राहिली. तुला सांगतो पीटर, माझं मन आपोआपच एका आंतरिक निःशब्दभावाचा अनुभव घेत होतं. तो निर्मितीक्षम प्रेमानुभव घेऊन मी परतलो. मायदेशात परतताच मला तुझ्याविषयीचा सगळा वृत्तांत कळला. तू तर माझ्याच पावलावर पाऊल टाकत चाललेला होतास. वेदनाग्रस्त व ताणतणावाने विलक्षण ग्रासलेला पीटर, त्याच्या कंपनीची कार्पोरेट जगतातील खालावलेली पत आणि त्याचे वेगाने होत जाणारे अधःपतन..हे पाहून माझे मन गलबलून गेले. प्रारंभ, प्रगती, अत्युच्च शिखर आणि त्या शिखरावरून वेगाने होत जाणारे सर्व स्तरांवरचे पतन आणि त्याचा ऱ्हासमय वेग, यांनी मी कमालीचा अस्वस्थ झालो. माझ्यासारखंच तुझेही होऊ नये, असे मात्र मला मनापासून वाटले. मग काय, थेट तुझ्याकडेच आलो. आता तर पटलं ना, मी कोण आहे ते ?'

त्या क्षणी माझ्या डोळ्यात आनंदाश्रू उभे राहिले. जूलियन मला समजवू लागला, 'हिमालयातील माझ्या वास्तव्यात आणि त्या गुरुच्या सहवासात आकलन आणि कार्पोरेट जगताचेच नव्हे तर संपूर्ण जीवनप्रवाहाचे एक नवे अवधान मला आले. त्यातून मला एक नव्या दृष्टीची जाण व जागृती आली. मी तुझ्यात परिवर्तन करून आणण्यासाठी नव्हे तर तुला खऱ्या अर्थाने जागे करण्यासाठी आलो आहे. तसे जर मी करू शकलो

तर तुझ्या जाणिवेत आमूलाग्र अंतर्बाह्य परिवर्तन घडेल आणि तुझे आत्ताचे कार्पोरेट जगत पुन्हा वैभवाप्रत येईल. अगदी जागतिक पातळीवरही.

एक नवे नेतृत्त्व शहाणपण तुझ्यात येइल. मग तू प्रत्येक परिस्थितीला पूर्णपणे वर्तमानात राहून मोठ्या ताजेतवानेपणाने तोंड देऊ शकशील. तुला सांगतो पीटर ही जाणीव जर जागृत झाली तर माणसाला अशी एक आंतरिक शक्ती लाभते की जिच्या जोरावर तो हसतमुखाने आणि मोठ्या समजूतीने उद्योग व्यवसायातील कित्येक समस्यांना सामोरा जाऊ शकतो. मनाची सावधानता व सजगता अधिक दृढमूल होत तू योग्य विचारांच्या दिशेने आगेकुछ करशील. एक लक्षात ठेव पीटर, मनाची सावधानता, स्वतःच्या बाबतीत जागरूकता यांच्या दर्जावरच माणसाच्या आयुष्याच्या दर्जा ठरतो.'

त्याच्या त्या आत्मकथनाने मी विलक्षण भारावलो आणि त्याच्याकडे एखाद्या लहान मुलासारखा पहात राहिलो. एक मोठी आत्मशक्ती लाभलेला जूलियन, त्याची बुद्धिमत्ता, त्याची ती तारुण्यसुलभ वेगवान विकसनशील वाटचाल आणि मोठ्या हिकमतीने मिळवलेली 'स्व' बळावरची वैभवशीलता आणि आत्ताचे त्याचे आत्मवैभव, हे सगळेच अचंबित करणारे होते. एके क्षणी मला त्याच्या त्या भगवी अवताराकडे पाहताना हसू आले आणि मी माझ्या हातातला गोल्फचा बॉल त्याच्या दिशेने फेकला. जूलियन विलक्षण सावध होता. त्याने तो बॉल सहजतने पकडला. माझ्याकडे पहात त्याने पुन्हा एकदा मंद स्मित केले आणि म्हणाला, 'पीटर, तुला सांगतो माझ्या जीवनातल्या अनेक उदास-उद्विग्न क्षणी मी शोकेस मधून चेंडू बाहेर काढत असे आणि मोठ्या जिव्हाळ्याने त्या चेंडूकडे पहात असे. हा गोल्फचा चेंडू म्हणजे माझ्यातील चैतन्याचे एक प्रतीक आहे. एके क्षणी जीवनाच्या- कर्मगतीच्या रेट्यात मी त्या खेळापासून, खऱ्या आनंदापासून दर गेलो. इतका दूर गेलो की स्वतःलाच मी पकडू शकलो नाही. मी जीवनातले हसणेच विसरलो होतो. मग विनोद,

मिस्कीलता, कोटीबाजपणा तर फार दूर राहिला. एके क्षणी तर मी गोल्फ खेळणे पूर्ण सोडून दिले होते. फक्त जीवनचक्राचा रेटा अवती भोवती होता. मला जेव्हा हार्टअ‍ॅटॅक आला तेव्हा मात्र मी क्षणात भानावर, जमिनीवर आलो. मनात आलं आता संपलं सगळं. ज्या मातीतून आलो, त्या मातीत पुन्हा मिसळून जायचं. माझे हे स्वतःलाच संपवणं मलाच पसंत नव्हतं. आता खरी गरज होती ती जीवननिष्ठा, प्रांजलता आणि निरभिनिवेश खुले आकाशगत मनाची. एके क्षणी मी हिमालयात जाण्याचा दृढ निश्चय केला. मागचे सगळे दोर कापून टाकले. सगळं सगळं विकून टाकलं आणि क्षणात निःसंग झालो.'

'पण, तुझी ती फेरारी, ती तरी जवळ ठेवायचीस. ते तर तुझे लाडके स्वप्न होते. तू त्या फेरारीतून वाऱ्या सारखा जवळून जायचास तेव्हा तुझा सगळ्यांनाच हेवा वाटायचा. खोटं कशाला सांगू, मला देखील अनेकदा जळायला व्हायचं !'

'नाही पीटर, माझ्या अंतरात्म्यातील ज्योत प्रज्वलित होत गेली तसतसा मी अधिकाधिक अनासक्त होत गेलो आणि एके क्षणी एका अक्रिय सावधानतेने मी सगळे मागचे दोर शांतपणे कापून टाकले. संपूर्ण भूतकाळ, जमिनीवरचे पाणी पुसावे इतक्या सहजतने पुसून टाकला आणि हिमालयाकडे, शिवानाकडे गेलो.'

'हिमालयाकडे, शिवानाकडे ? म्हणजे ?'

'हो, शिवानाकडे ? शिवानाकडे, तिकडेच हिमालयात गेलो होतो मी. तिथेच मला जीवनाचा, ज्ञानभरल्या शहाणपणाचा एक मोठा खजिना मिळाला. जीवनाच्या संपूर्णतेचे ईषत आकलन मला झाले. अर्थात या सर्वांचा साद्यंत वृत्तान्त मी तुला सांगणारच आहे पीटर. तुला खरं सांगतो, माझे हिमालयाकडे जाण्याचे प्रारंभी निश्चित नव्हते. मला भारतात जाऊन भारतीय संस्कृती, भारतीय चालीरीती तसेच तेथील संपन्न जीवनरीती व विचारधारा समजून घ्यायची होती. खरे तर या विचारधारांतून मला

माझा आत्मिक शोध घेता येणार होता. इतकं साधं आहे, असं मला वाटत होतं पण प्रत्यक्षात फारच गुंतागुंत होती.

अर्थात हे सर्व जाणून घ्यायचं तर मला निःसंग होणं भाग होतं. काही मागायचे नाही, काही नको आहे अशा वृत्तीने आता मला जगायचं होतं. मला माझी सगळी जाणीव निःशेष रीतीने रिकामी करायची होती. एक निःशब्द-निश्चल रिक्तता. या निर्दोष रिक्ततेच्याच शोधात होतो मी. म्हणूनच मी माझ्या जवळ असलेल्या सगळ्या वस्तूंचे, मालकीच्या सर्व संप्पत्तीचे ओझे झटकून टाकले. अर्थात फेरारीपासून मुक्त होणं, मला काहीसं जड गेलं, पण एके क्षणी त्याही मोहावर मी विजय मिळविला. आता फक्त भारत भ्रमण. पण एके क्षणी माझ्या लक्षात आलं की बाह्य साधेपणा व सुव्यवस्थितपणा म्हणजे आंतरिक शांती व निर्वाज्यता नव्हे. मग हा आंतरिक साधेपणा मला कोठे मिळेल? माझ्यातली प्रज्ञा कशी जागृत होईल ? यातही पीटर, समाधानाची व आंतरिक साधेपणाची ओढ माझ्या मनात जागी होत होती.

भारत भूमीवर उतरताच मी वाट फुटेल तिकडे भटकत राहिलो. पायाखाली येणारा प्रत्येक प्रदेश, निसर्ग मी तुडवत होतो. आजूबाजूची माणसं, त्याचं जगणं, त्यांची गरिबी, त्याचे राहणीमान मला दिसत होतं. मी या काळात अनेकांशी संवाद साधला. इतकंच नव्हे तर देवळातील साधूंशीही संवाद साधला. रोजची जगायची भ्रान्त असणारे काही साधू आतून पूर्णपणे निःसंग होते, आंनदी होते. मी त्यांना आनंदीपणाचे, आंतरिक अतीव समाधानाचे रहस्य खोदून खोदून विचारले. काहींचे तर मौन होते. माझ्या प्रश्नाला बहुतेक जण उडवाउडवीची उत्तरे देत. काहींच्या जवळ त्यासाठी कुठलाच खुलासा वा उत्तर नव्हते. पण त्यांना जगण्याचा एक नवा मार्ग गवसला होता एवढे मात्र निश्चित. माझी झोळी मात्र रिकामीच होती आणि वाट्याला येत होती वणवण आणि वाळवंट. समोर पसरलेला अथांग वालूकामय प्रदेश आणि खुणावरणारे जीवनाचे मृगजळ. आपण

इथे, पूर्वेकडे एका प्रकाशाच्या तुकड्यासाठी शेकडो मैल, घरापासून दूर आलो. पण....?

खरे तर उरीपोटी सततचे धावून मी थकलो होतो पीटर. मनात आलं हा शोध मला कधी गवसणार ? अनेकदा काय होतं पीटर की आपण काय शोधत आहोत तेच आपल्याला कळत नाही. मनात आलं की सत्याचा शोध घ्यायला निघणं म्हणजे सत्यालाच पारखं होऊन बसणं. याचे कारण सत्याला कोणतेही निश्चित स्थान नसतं. मग मला जे सत्य हवे आहे, ते मग कुठल्या स्थानात ठाण मांडून बसले आहे? ते कुठल्या व्यक्तीत स्थित आहे ? या संबधीचा मार्गदर्शक कोण आहे ? अनेकदा हाती खूप काही गवसल्यासारखे वाटायचे पण जेव्हा मी नीट निरखून पहायचो तेव्हा लक्षात यायचं की तेही एक अज्ञानाचेच अपत्य आहे. एके क्षणी मात्र मी पूर्ण भानावर आलो आणि पिसाटासारखा अनेकांशी संवाद साधत राहिलो. मनात आलं की हे जे अनाम आहे, भारतीय संस्कृतीचे सत्यसार आहे, पूर्वेकडची मूलभूत विचारधारा आहे ती आपल्याला गवसायला हवी. खरं तर त्यासाठीच आपण कित्येक मैलांचा प्रदेश पायदळी तुडवत मायभूमी सोडून इथवर आलो आहोत. आता रिकाम्या हातानं परत जाणं म्हणजे...? अशक्य होतं पीटर. मला परतीला रस्ताच नव्हता. यात एक गोष्ट खरी की मधल्या त्या आजारपणात माझं मनं विलक्षण स्थिर आणि निर्दोष रिक्त झालं आणि मला यश-अपयश या दोन्हींना कसा प्रतिसाद द्यावा, हे आतून मला उमजायला लागलं होतं.

एका वेड्या फकिरानं मला शिवानाकडे जाण्यासाठी अंगुलीनिर्देश केला. आता मला प्रवासात थोडा आशेचा प्रकाश दिसला. मग मी त्या प्रकाशाच्या वाटेवरून न थकता धावत सुटलो. शिवाना म्हणजे वाळवंटात दिसणारी हिरवी किनार. बराचसा वालूकामय प्रदेश तुडवून झाला होता आणि आता थोडासा प्रकाश दिसत होता. या प्रकाशातच मला आत्मज्ञान करून घ्यायचं होतं आणि आपली तडफड थांबवायची होती. खरं तर

पीटर, आपण वस्तुतः जसे असतो तसेच त्याचे दर्शन घडणे आवश्यक आहे. तर आणि तरच मूलभूत परिवर्तन शक्य होईल असे मला वाटले.

'शिवाना ? हे नाव मी प्रथमच ऐकतो आहे. जूलियन असं काय विशेष त्या जागेत आहे ?'

'शिवाना, एक शुभ पवित्र स्थळ आहे. आत्मज्ञानाचा हिरवळी प्रदेशच म्हण ना ! खरं तर पीटर मलाही हे काही ठाऊक नव्हतं. फक्त एवढंच माहित होतं की हिमालयाच्या पायथ्याशी शिवाना नावाचं एक ठिकाण आहे की ज्या ठिकाणी काही साधू वास्तव्य करून राहिले आहेत. ते प्रज्ञावंत तर आहेच पण विलक्षण अद्भूत तरल जागरूकता व निवृत्तीशील सावधान प्रगल्भता त्यांच्याकडे आहे. तुला सांगतो पीटर, मी जस जसा शहरापासून दूर जात गेलो, तस तसा अधिकच एकटा होत गेलो. निसर्गाच्या गर्भात पुन्हा शिरल्यासारखं एके क्षणी मला वाटलं. तो बर्फाल प्रदेश, मधूनच दिसणारी काही हिरवी उंच झाडे. एके ठिकाणी मला चालताना धाप लागली म्हणून मी बसून राहिलो. खरं तर पोटात अन्नाचा कण नव्हता, दोन दिवसात पाण्याखेरीज काहीही नव्हतं. तरीही माझी प्रखर प्रवासयात्रा सुरू होती. ती कधी संपणार, संपणार की नाही ? शिवाना कुठं आहे ? तिथली माणसं कशी असतील ? ती मला आपल्यात सामावून घेतील का ? माझ्या सगळ्या प्रश्नांची, आत्मशोधाची मला उत्तरं मिळतील?' पीटर प्रश्नच प्रश्न माझ्या डोक्यात नाचत होते. भ्रमंती आणि भ्रमिष्टावस्था काय असते याचे दर्शनच मला घडत होतं. यात एका गोष्टीचा मला प्रत्यय आला आणि तो म्हणजे आपण जेवढं माणसांच्या कळपापासून दूर जाऊ, तेवढं आपण आपल्या मूलत्त्वाच्या जवळं जाऊ.

गेल्या आठ तासाच्या प्रवासात मला एकही माणूस वाटेत दिसला नव्हता. मी कमालीचा निराश झालो. खरं तर या शोधासाठी–प्रवासासाठी माझ्या जवळचे सगळे ओझे मी कधीच भिरकावून दिले होते. खरं तर आंतरिक शोधाच्या आवेगामुळे, बाह्य वस्तू अडगळीसारख्या वाटायला

लागतात आणि त्या तर मी कधीच फेकून दिल्या होत्या.

अचानक मला एक चेहरा त्या बर्फाळ खडकाच्या आडून पुढे एका छोट्या पाऊलवाटेने सरकताना दिसला. तो भास असावा असे मला प्रथम वाटले. पण खरोखरीच कुणीतरी संन्यासी असावा. लाल रंगाचा पायघोळ झगा त्याने परिधान केला होता आणि डोक्यावर निळी टोपी. त्याला पाहताना माझ्या जीवात जीव आला. मी वेगाने माझी पावलं उचलली आणि त्याच्या दिशेने चालत राहिलो. तो संन्यासी वयस्क असूनही माझ्या दुप्पट वेगाने झपझप पावले टाकत चालला होता. मी त्याला हाका मारत होतो, पण त्यानं एकदाही माझ्याकडे पाहिलं नाही. मीही जिद्दीने अखेर त्याला गाठलंच आणि त्याच्याशी बोलण्याचा प्रयत्न केला. त्याने एक शांत नेत्र कटाक्ष माझ्याकडे टाकला. तुला सांगतो पीटर, त्या संन्याशाच्या डोळ्यात, चेहऱ्यावर इतका आनंद आणि तेज होते की मी खिळूनच त्याच्याकडे पहातच राहिलो. परमानंदाच्या प्रकाशाने त्याचा चेहरा उजळून गेला होता. त्या चेहऱ्याचे वर्णन कोण करू शकेल पीटर ? दुसऱ्या शब्दात तुला सांगायचे झाल्यास त्या संन्याशाच्या अस्तित्त्वातून मी एक प्रकारचे दिव्यत्त्व अनुभवत होतो.

'थोडं थांबा, मला तुमच्या बरोबर येऊ द्या.'

'कुठे ?'

'तुम्ही जिथे जाल तिथे. मी तुमच्या बरोबर येतो.'

'कशासाठी ?'

'आत्मशोधासाठी, जीवनाच्या सखोल, समृद्ध व स्वतंत्र ज्ञानप्रकाशासाठी मी कमालीचा उत्सुक आहे. खरं तर त्या आत्मजागृतीसाठीच मी परदेशातून इथवर उरापोटी धावत आलो.'

'आजवर तुझ्या देशातून इथे अनेक जण आले आणि निराश होऊन परत गेले. तूही तसाच परत जाशील, तेही पराभूत होऊन.'

'नाही, मी रिकाम्या हातानं परत फिरणार नाही. मी आता इथलाच,

या प्रदेशाचाच. मला जर आत्मज्ञान नाही झालं, तर मी याच मातीत स्वतःला मिसळून टाकीन. ते आत्मविसर्जन चालेल तुम्हाला ?'

मग पीटर मी त्याला माझ्या सगळ्या भूतकाळाची, संपूर्ण जीवनाची कहाणी ऐकवली. त्याने ती शांतपणे ऐकून घेतली. आता तो काय बोलणार याकडे माझे बारकाईनं लक्ष लागून राहिले होते. एके क्षणी त्याने माझ्याकडे पहात मंद स्मित केले व आपला कृपाकटाक्ष माझ्या दिशेनं टाकला आणि मला म्हणाला, 'चल माझ्या बरोबर. पण....'

'पण काय ?'

'माझी एक अट आहे.'

'तुमची कुठलीही अट मला बिनशर्त मान्य आहे.'

'बघ, नीट विचार कर. ?'

'मी नीट विचार करूनच बोलतोय.'

'हे बघ, तुला जी ज्ञानप्राप्ती होईल, त्याच्या ज्ञानप्रकाशात तू इतरांची तडफड कमी करशील. त्यांना हातचं राखून न ठेवता, आपल्याला झालेले परिज्ञान तू त्यांना मोकळ्या हातानं व उदार मनानं बहाल करशील.'

'अर्थातच.'

'एक लक्षात घे की तुझी ओढ, शोधाची निकड आणि हृदयाच्या आत्मस्वरातील प्रांजलता व तीव्रता-निकड जाणवल्यामुळेच तुला मी आमच्या आश्रमात, ज्ञानगृहात प्रवेश देत आहे. संवाद, आत्मनिरीक्षण, स्वकर्मप्राधान्य तसेच ध्यान-चिंतन याच्या योगाने जीवनाला एक नवा सूर गवसू शकतो. यातूनच आपण स्वतःला अनेकदा अनभिज्ञ असलेल्या अज्ञात प्रदेशात प्रवेश करू शकतो. अगदी खोलवर जाऊ शकतो. अर्थात हे तुला वाटतं तितकं साधं नाही. त्यात अपार कष्ट आहेत आणि आनंदही. पण हा आनंद तू तुझ्या परदेशजगतात, तुझ्या कार्पोरेट विश्वात विखरून टाकायला हवास. किंबहुना तसे जगायला हवे आणि तत्संबधी प्रयोग करायला हवेत. कारण या बाबतीत शिकवून तयार झालेली काही ठोस

उत्तरे नसतात. फक्त आपले अंतरंग, सगळ्या इच्छा-वासना न्याहाळत 'स्व'चा व्यापार कसा चालतो, हे तुला जाणून घ्यायला लागेल. तेही एका आंतरिक ओढीने व आत्मजागृती उत्सवातून.'

'मी हा प्राणस्वर सदैव हृदयात जपून ठेवीन.'

'हे बघ जूलियन...'

'तुम्हाला माझं नाव कसं कळलं ?'

'मला खूप काही माहित आहे. केवळ तुझ्याबद्दलच नव्हे तर तू ज्या कार्पोरेट जगतात वावरत होतास त्या जगताबद्दल, त्यातील 'रॅट रेस' बद्दलही मला सगळं काही ठाऊक आहे.'

'सर्वार्थाने विकसित देश म्हणून आपण स्वप्नशील राहिले पाहिजे. आपण जीवापाड जपलेली जीवनमूल्ये तसेच धर्मशील मनाची आपली अभिव्यक्ती हरवू नये, याची आपण काळजी घेतली पाहिजे. पाश्चात्य जीवनप्रणाली व मूल्ये यांच्या अंधानुकरणात तुम्ही सगळे जण मोहवश होऊन आपल्या दिशा हरवून बसला आहात. यातही काही तरुण तर अधिकाधिक 'स्व' केंद्रित आणि मादक द्रव्यांसह पशुतूल्य जीवनाच्या व हिंसेच्या आहारी अधिक वेगाने जात आहेत. अशा क्षणी वैयक्तिक व सामाजिक संघर्ष, संरक्षण व प्रतिकार, अशांती, पशुत्व, हिंसा, आक्रमकता, द्वेष, शत्रूत्व-खलत्व, वांशिक वा दुसऱ्या धर्माचा वा लोकगटाचा तिरस्कार, याकडे आपण कसे पाहतो हा मूलभूत प्रश्न आहे. या मूलभूत प्रश्नाची सोडवणूक आपल्याला करता आली पाहिजे. खरं तर आपणच क्रोध, हिंसा, लोभ सर्व काही असतो. म्हणूनच एका आवडनिवडशून्यतेने आपल्याला स्वतःचे अवलोकन करता आले पाहिजे. या साठी तुला आत्मज्ञानासह प्रकाशयात्रेची आवश्यकता आहे. फक्त हा ज्ञानप्रकाशाचा दिवा, पुढल्या पिढीच्या किंवा समकालीनांच्या तळहातावर तुला ठेवता आला पाहिजे.'

'मी नक्कीच तसा प्रयत्न करीन गुरूजी.'

'पीटर, मी नकळत 'गुरुजी' हा शब्द उच्चारला होता.

'मग ?'

'मग काय ? मी त्याच्या पावलावर पाऊल टाकत चालत राहिलो.

'मग ?'

'सगळं एकाच दिवशी ऐकणार आहेस का ? थोडं थांब. हळूहळू तुला सगळ्या प्रश्नांची उत्तरे कळायला लागतील. उद्या दुपारी याचवेळी आपण एकमेकांना भेटू या.'

'कुठे ?'

'गोल्फ क्लबवर. तोपर्यंत हे पझल्स सोडव. बघ त्यातून तुला, माझ्या गुरुजींचा काही संदेश मिळतोय का ?'

असं म्हणत त्याने ते लाकडी पझल्स माझ्या दिशेने भिरकावले. मी त्या लाकडी पझल्सकडे बारकाईने पाहू लागलो. त्यावर काही अक्षरे कोरली होती....'आपली उद्दिष्टपूर्ती झाल्यानंतर स्वतःलाच बकअप करीत बक्षीस देत चला !'

प्रकरण ४ थे

नेतृत्त्वदृष्टीचे शहाणपण

सत्यातील सौंदर्य हे नेहमीच आपल्या चैतन्यात्म्याशी संबंधित असते. हे सौंदर्य आपल्या ह्रदयात साठवत, त्याच्या प्रकाशात आपल्या जीवनाची वाटचाल केली पाहिजे. अशा प्रकाशमय जीवनप्रवासातील आनंदमयता व त्याची दैवी फलश्रुती आपल्याला सर्वार्थाने सामर्थ्यवान करते. अखेरीस आपणच आपल्या विचारांचे ताबेदार असतो. योग्य विचार आपल्याला सामर्थ्यवान तर करतातच पण आपल्या व्यक्तिमत्त्वाला, परिस्थितीला योग्य ती दिशा व दृष्टी देतात. एका अर्थाने हेच आपले नशीब असते.

जेम्स ॲलेन

ठरल्याप्रमाणे जूलियनला भेटण्यासाठी मी माझी कार काढली आणि गोल्फ क्लबच्या दिशेने वळविली. खरं तर कित्येक दिवसांनी, नव्हे जवळजवळ दोन-तीन वर्षांनी, मी गोल्फ क्लबच्या दिशेने चाललो होतो. उच्चभ्रू लोकांचा गोल्फ क्लब आणि त्याचा तो हिरवळी-मखमली रस्ता माझ्या पूर्ण परिचयाचा होता. जूलियनने जरी क्लबला येण्याचे बंद केले तरी मी नियमित गोल्फ खेळत होतो. पण...'ग्लोबल व्ह्यू सॉफ्टवेअर'च्या या उतरत्या कळेत, माझे जीवन अधिकाधिक ताण-

तणावग्रस्त होत गेले आणि मी गोल्फपासूनच नव्हे तर जीवनातील आनंदापासून दूर जायला लागलो. आता तर इतका दूर आलो आहे की कधी काळी मी गोल्फ खेळत होतो, हेच विसरून गेलो आहे. जूलियनच्या या भेटीने मला पुन्हा आनंदाकडे खेचले होते. हा गोल्फ क्लब म्हणजे आमच्या शहराची एक मोठी-उंची शान. सर्वार्थाने प्रतिष्ठित असणाऱ्या श्रीमंत क्लबच्या मेंबरशीपसाठी लोकांची नुसती रस्सीखेच चालते.

जूलियन क्लबच्या उजव्या कोपऱ्यातील एका टेबलापाशी निवांत बसला होता. त्याच्या हातात एक पुस्तक होते आणि तो ते वाचत होता. जूलियनच्या हातात पुस्तक बघून मी अवाकच झालो. कारण जीवनाच्या वेगात, वाचन आणि ग्रंथ याची सोबत त्याने कधीच सोडून दिली होती. जूलियनने कालचाच संन्याशाचा वेष परिधान केला होता आणि तो जे पुस्तक वाचत होता ते कोणाचे होते, माहित आहे ? ते महात्मा गांधींचे 'सत्याचे प्रयोग'-आत्मकथन होते. ते पाहून तर मी अचंबित झालो.

जूलियनने माझे स्वागत केले आणि माझ्यासाठी फळांचा ज्यूस मागविला. खरं तर कंपनीतल्या ताणाने मी स्कॉच घेण्याचा विचार करीत होतो. पण जूलियनच्या ऑफरपुढे मी काही न बोलता त्या ज्यूसचा स्वीकार केला. महत्त्वाचे म्हणजे तोही ज्यूसच घेत होता. दारूच्या बाटल्यांच्या गराड्यात सदैव वावरणारा जूलियन आणि फ्रूट ज्यूस, महात्मा गांधीचे आत्मकथन...! खरं तर हे एक जगातले नववे आश्चर्य होते.

'असा आश्चर्याने माझ्याकडे बघू नकोस पीटर. माझ्यात खूप बदल झाला आहे. अगदी आमूलाग्र. आणि तो स्वाभाविक नव्हे काय. त्या हिमालयाच्या वास्तव्यात मी हेच शिकलो आहे की प्रज्ञाशील ज्ञान आणि जीवनाला सामोरे जाण्याचे धैर्य, आयुष्यात खूप काही चमत्कार घडवू शकते. फक्त पुढे जाणे आणि विकसित होणे महत्त्वाचे असते पीटर!'

'तुझ्या हातात महात्मा गांधींचे पुस्तक ?'

'का, त्यात आश्चर्य वाटण्यासारखे काय आहे ? पीटर, लीडरशीप

किंवा नेतृत्त्व म्हटले की आपल्या समोर फक्त कंपनीचा वा राजकारणातला पुढारी हीच संकल्पना उभी राहते. एकूणच 'नेतृत्त्व' ही संकल्पना खूप व्यापक व मूलगामी आहे. 'नेतृत्त्व' ही जीवनाची एक तत्त्वप्रणाली आहे. सीईओ, मॅनेजर तसेच सामाजिक बांधलकी सर्वार्थाने स्वीकारणारे समाजचिंतक व शोधाच्या नवनव्या दिशांचा वेध घेणारे शास्त्रज्ञ, हे सुद्धा एक प्रकारे आपले नेतृत्त्वच करीत असतात पीटर. कोच हा टीमचा पुढारी असतो तर नेता हा समाजाचा. पण खरं सांगू, हे नेतृत्त्व प्रथम आपल्या आतूनच सुरू होते. अर्थात त्यासाठी आंतरिक शिस्त आणि आपल्यातल्या 'स्व'ला सर्वार्थाने जाणणे महत्त्वाचे आहे. अखेरीस जीवनाचा अर्थ व अर्क हा नेतृत्त्वामध्येच सामावलेला आहे. 'आपण मूळात काय आहोत आणि काय बनू शकतो हे जाणून प्रत्यक्ष जगणे, हेच खरे जगणे आहे', असे रॉबर्ट लूईस स्टीव्हन्सन म्हणत असे.

खरे लीडर हे प्रथम स्वतःचेच नेतृत्त्व करीत असतात. महात्मा गांधींनी स्वतःपासूनच या नेतृत्त्वाचा प्रारंभ केला आणि एके क्षणी जीवनप्रवाहात ते अखिल भारतीय जनसमुदायाचे नेते झाले. एकूणच आपल्या विचारसरणीत व जीवनशैलीत मूलभूत बदल केल्याशिवाय, आपण खऱ्या अर्थाने लीडर बनूच शकत नाही, हे महात्मा गांधींनी प्रथम दर्शवून दिले. गांधींच्या जीवनैक्यवादी जीवनदर्शनात आणि व्रतविचारात, क्रांतीकारी नवजीवनाची व नेतृत्त्व शहाणपणाची बीजे दडलेली आहेत.

एक दिवस गांधीजी आगगाडीतून उतरत होते. उतरताना त्यांच्या पायातील एक चप्पल प्लॅटफॉर्म आणि आगगाडी यांच्या फटीतून खाली रुळावर पडली. गांधीजींच्या लक्षात येताच, त्यांनी आपल्या दुसऱ्या पायातील चप्पल काढली आणि तिथेच, त्या रूळावर टाकून दिली. आता एखाद्या अनवाणी गरीबाला, चपलेचा एक नवा जोड मिळणार होता एवढे मात्र निश्चित !

केवढे द्रष्टेपण होते महात्माजींच्या प्रत्येक कृतीत व विचारात.

तुझ्या लक्षात आले नाही पीटर ? सर्वात महत्त्वाचे म्हणजे गांधीजी कमालीचे नम्र आणि विलक्षण कृतज्ञशील होते. नेतृत्वाच्या संदर्भात तर या दोन गुणांना अपार महत्त्व आहे.'

जूलियन मला हे सर्व सागंत असताना माझ्या मनात अचानक कंपनीतले काही संघर्ष–ताण क्षणभर चमकून गेले. बहुधा जूलियनच्या ते लक्षात आले असावे. मला सावध करीत त्याने वेटरला चहाची ऑर्डर दिली. काही क्षणातच आमच्या समोर चहा हजर झाला. खरे तर काही क्षणापूर्वीच ज्यूस घेतला असताना, पुन्हा चहासाठी जूलियन मला आग्रह करीत होता. त्याने माझ्या कपात चहा ओतायला सुरवात केली. कप भरूनसुद्धा तो चहा ओततच राहिला. अधिकचा चहा आता बशीत सांडत होता. मी आश्चर्यचकित होऊन त्याला थांबवलं आणि म्हटलं, 'कप भरलाय. आणखीन त्यात चहा ओतून काही फायदा होणार आहे का ?'

'अगदी बरोबर पीटर, मलाही हेच म्हणायचे आहे.'

'म्हणजे ?'

'तुझं मन जेव्हा या ताणातून मुक्त होईल, संपूर्ण निर्दोष रिक्त होईल, तेव्हाच मी तुला काही नवे सांगू शकेन. पीटर, तुझ्या मनाचा कप प्रथम रिकामा कर, मगच मी त्यात काही ज्ञानपेय भरू शकेन.'

मला माझी चूक कळली होती. मी हसलो आणि लक्षपूर्वक त्याचं म्हणणं ऐकू लागलो. केवळ मीच नव्हे तर आजूबाजूचे गोल्फ खेळून आलेले काही जण तिथेच पायऱ्यांवर बसले होते आणि आमचे बोलणे ऐकत होते. खरं तर या सर्वांकडे माझं लक्षच नव्हतं, पण अचानक एके क्षणी मला ते जाणवलं.

मी तुला काल शिवाना मधील एका योग्याविषयी सांगत होतो. त्यांनी मला खऱ्या अर्थाने शिवानात प्रवेश तर दिलाच पण माझी आस्थापर्वूक देखभालही केली. हळूहळू मी त्या योग्याचा विश्वास संपादन केला आणि त्यांना आश्वासन दिले की मी या शिवानाच्या परिसरात जे काही ज्ञान

संपादन करीन, ते माझ्या देशात परतताच, वेदनेने तडफडणाऱ्या कंपन्यांच्या सीईओंच्या–मॅनेजरांच्या तळहातांवर ठेवेन आणि त्यांची तडफड कमी करण्याचा आपल्या परीने सर्वतोपरी प्रयत्न करीन.

'पण जूलियन, त्या योग्याचे नाव काय होतं ?'

'योगी रामन. कमालीचा बुद्धिमान व प्रगल्भ प्रज्ञावंत म्हणून त्याची त्या परिसरात ख्याती होती. सर्व जण त्याचा विलक्षण आदर करीत असत. त्या योगी रामनच्या सहवासात व संवादात मला दैनंदिन जीवनातील दुःखे, संघर्ष आणि नश्वरता तसेच क्षणभंगूरता यांचे महत्त्व हळूहळू पटू लागले. एकूणच त्या योग्याच्या सहप्रवासात व संवादात माझे आकलन व माझे क्षितिज पालटत गेले. त्या योग्याकडे एक खुलेपणा–पारदर्शिकता होती आणि विलक्षण जिव्हाळाही. हिमालयातील त्या अवघड वाटेवरून अडखळत चालताना, त्या योग्याच्या शब्दांवर, त्याच्या तत्त्वचिंतनावर दृढ भरवसा ठेवत मी पुढे जात होतो आणि विकसितही होत होतो.

एके ठिकाणी एक छोटीशी घळ लागली. तिथे काही लोकांची वस्ती होती. शिवानाचा तो पवित्र परिसर . त्यांची ती भगवी पायघोळ वस्त्रे आणि एकीची भावना असणारा समूह. प्रत्येकाच्या चेहऱ्यावर विलक्षण शांती व आत्मसुख होते. तेथून बाहेर पडले की नानाविध पक्ष्यांची गाणी, झोंबणाऱ्या थंडगार वाऱ्याचे संगीत, पाईन वृक्षांची एक भली मोठी रांग, तुरळक दिसणारी चंदनाची झाडं तसेच अनंत विश्वाच्या शांतीतील निःशब्द कुजबूज..अशा एक ना अनेक गोष्टींचे वास्तव्य, परिसराला विलक्षण स्वर्गमयता बहाल करीत होते.

योगी रामनने मला माझी एक कुटी दाखविली. सुबक, छोटीशी पण नीटनेटकी. मला आता तिथे वास्तव्य करायचे होते आणि ज्ञानसंपादनही. तेथील निर्मितीशील प्रेमसंबंधातून, मला 'स्व'विषयी अधिकाधिक जागरूकता येत गेली. व्यक्ती–व्यक्तीतील संबंध व संघटनात्मक बाबी यांची एक नवी समज माझ्या मनात पाझरत होती. मानवी अस्तित्व आणि

दृष्टीगोचर जग याविषयी माझ्या मनात विलक्षण आदराची व पावित्र्याची भावना दिवसेंदिवस जागृत होत होती. पूर्ण निर्भयता, अंतरंगाचे अवधान तसेच दडपण–ताणतणाव यांच्यापासून मुक्ती, असे वातावरण मला या निमित्ताने मिळाले. पीटर, अशा वातावरणात मला साक्षात्कारी नेतृत्त्वाचे शहाणपण गवसणार होते. खरं तर त्यासाठी मी शेकडो मैलांचा रस्ता तुडवत इथवर आलो होतो.

असा परिसर आणि असा योगी, मला दिपस्तंभासारखा लाभला की ज्यातून माझे भविष्यकालीन जीवन प्रकाशमय होणार होते. आता त्यातले दिव्यत्त्व आणि व्यापक अर्थांची आध्यात्मिकता, यांचा अर्थ व भान हळूहळू मला उमगू लागले. पीटर, अरे हीच पूर्वेकडची संपूर्ण विश्वाला मिळालेली सांस्कृतिक देन आहे. शिवानाच्या शुभत्त्वाचा प्राण हा संग्राहकता, सहअस्तित्व, सहिष्णुता तसेच संवाद–सहजीवन यात सामावलेला होता. अर्थात या सर्व गोष्टी आपण सर्वांनी आत्मसात करण्याची नितांत गरज आहे, असे मला प्रकर्षाने जाणवायला लागले. सत्य, सौंदर्य, सौजन्य आणि विशुद्ध निष्कलंक असा परिसर, यातून मला स्वतःलाच शुद्ध करीत जायचं होतं एवढं मात्र निश्चित. ‘स्व’ नेतृत्त्वाचा तो एक नवा प्रारंभ होता.

परिस्थितीची प्रतिकूलता व पर्यावरणातला ताणतणाव हा सृजनशील जगण्याला अधिक अनुकूल असतो. कारण प्रतिकूलता ही प्रतिकाराच्या आरंभीची पूर्वअटच असते. असा प्रतिकार अर्थपूर्णतने साकार करण्याची सगळ्यात जास्त संधी आपल्या सीईओला असते. महत्त्वाचे म्हणजे योगी रामन यांची तत्त्वप्रणाली ही त्यांच्या जीवनभराच्या –भारतीय सांस्कृतिक आकलनाचा परिपाक आहे. आपल्या येथील ग्लोबल विश्वातील जीवघेणी स्पर्धा, ताणतणाव, रेटारेटी, अमानुषता, निर्गमता या पर्यावरणात राहून नेतृत्त्व कसे निभवावे, हे योगी रामन मला समजावून सांगत होते.

‘पीटर, जेव्हा आपले संपूर्ण जीवन हे गतानुभूतीपासून सर्वस्वी

विमुक्त होते, तेव्हाच खरी विमुक्तता उदयास येते..' असे म्हणत जूलियन उठला आणि गोल्फच्या मुख्य मैदानाकडे चालायला लागला.

मी म्हटले, 'तू या संन्याशाच्या वेषात खेळणार आहेस का ?'

'नाही, त्यापेक्षा मला खूप काही गोष्टी दाखवायच्या आहेत आणि सांगायच्याही आहेत. पीटर, संवदेनशीलता म्हणजे साध्या, सहज गोष्टींचा बोध होणे. संवेदनशील असणे म्हणजे दाक्षिण्यशील असणे, म्हणजे जागते अवधानच. ही संवेदनशीलता आल्यावाचून मनाचा लवचिकपणा व निरीक्षणशीलता कशी प्राप्त होणार ? अशी संवेदनशीलता मला माझ्या गुरूंसोबतच्या संवादात प्राप्त होत गेली. कधी पहाटे, तर कधी पाईन वृक्षांच्या रांगेतून चालताना, आम्ही एखाद्या विषयात खोल उतरायचो. अनेकदा श्रवणातून भावनेचा, विचारांचा खोल तळ कळतनकळत वर यायचा आणि एक अनोखे सत्य समोर यायचे.

इतक्या दिवसांच्या दाट सहवासात आम्ही चांगले गुरु-शिष्य तर झालोच पण योगी रामन माझी एखाद्या मातेप्रमाणे काळजी घेत. महत्त्वाचे म्हणजे जीवनाकडे एका वेगळ्या, अनोख्या दृष्टीने पाहण्याची शक्ती त्यांनी माझ्या तळहातावर ठेवली होती. अखेर या अनोख्या दृष्टीतूनच मी माझ्यातील चैतन्य प्रवाहित करणार होतो. प्रारंभ हा शरीर स्वास्थापासून झाला. कारण मध्यंतरीच्या आजारपणात माझे शरीर खूपच ढासळले होते. पण योगसाधनेच्या द्वारे मी पुन्हा पूर्वपदावर म्हणजेच स्वास्थपूर्ण जीवनाकडे वळू लागलो. आत्मविश्वासाच्या श्वासाने माझे शरीरच नव्हे तर मन भरू लागले. पूर्ण तंदुरूस्तता आणि निरोगी निरामयता यासह सकारात्मकतेमुळे आज इथवर मी येऊ शकलो पीटर: अन्यथा हे सर्व अशक्यच होतं. अखेरीस शिकवण महत्त्वाची असते आणि तीच आयुष्यातील समस्यांना तोंड देताना, जीवनप्रवाहात चाचपडताना सर्वस्वी उपयोगी पडते.

आता आंतरिक नेतृत्त्वाकडून बाह्य जगातील नेतृत्त्वाकडे मला

वळायचे होते. स्वतःच्या जीवनाचा सुकाणू हातात घेत, जीवनसागरातील वादळाला तोंड देणे हे पहिले कृत्यकर्म होते. एकूणच जीवनातील ताण-तणावांना एका अक्रिय सावधानतेने सामोरे जात होतो. कुठलीही प्रतिक्रिया नाही की कुठले बौद्धिक समर्थन नाही. फक्त 'जे आहे' ते पाहणे. ही कला प्रथम मी अवगत केली. जिथे निर्मितीक्षम प्रेमसंबंध असतात, तिथे आपले कर्म नेहमीच भावसुंदर होतात आणि पवित्रही.

पीटर, माझ्या आत, अगदी आतल्या कप्प्यात किती चैतन्यमयता दडलेली आहे, याची मला एके क्षणी जाणीव झाली. या चैतन्यक्षमतेतील धडपड व क्रियात्मकता तसेच सकारात्मक विचार आणि हाती आलेले शहाणणपण, या सर्वातूनच माझ्यात आमूलाग्र परिवर्तन घडून आले होते. मी मानसिक तसेच शारीरिकदृष्ट्या कमालीचा सक्षम आणि सुस्थिर झालो होतो. अर्थात आजवर कमावलेल्या ज्ञानाच्या व कर्माच्या, चिंतनाच्या आधारे 'ग्लोबल व्ह्यू सॉफ्टवेअर' कंपनीच्या स्थिती-गतीत मोठा बदल घडवून आणणे आणि नेतृत्त्व शहाणपणाची दीक्षा तुला सर्वार्थाने बहाल करणे, हे आता माझे खरे उद्दिष्ट राहिले आहे.

योगी रामन नेहमी म्हणत असत की आपल्यातले अपयश, मग ते वैयक्तिक जीवनातले असो वा व्यावसायिक, ते आपल्या अजाण, अनभिज्ञ तसेच अज्ञानी नेतृत्त्वातून उदयाला येत असते. यातून आपण शंभर टक्के परफॉर्मन्स देत नाही, देऊ शकत नाही. आपापतः समस्या आकारात यायला लागतात. तुला खोटं वाटेल पीटर, ह्या सगळ्या गोष्टी मला एके सायंकाळी, त्या डोंगराच्या एका खोलगट कपारीत आम्ही बसलेलो असताना योगी रामन यांनी सांगितल्या.

योगी रामन यांचा शोध म्हणजे नेतृत्त्वातील सत्याची शोधयात्राच आहे. त्या अंधाऱ्या कपारीत बसूनच त्यांनी अनेकदा चिंतन केले आणि अनेक जगदविख्यात नेत्यांच्या नेतृत्त्वातील रहस्याचा, त्यांच्या यशापयशाचा त्यांनी शोध घेतला. त्यातून तळहातावर उरलेली काही निरीक्षणे ते नोंदवत

होते. खरं तर किती वर्षांची तपस्या, अभ्यास आणि त्यांचे ते कालमुक्त जगणे कणाकणाने फलप्रद होत होते. या चिंतन-अभ्यासातून त्यांनी एका व्यवस्थेची-नेतृत्त्वाची तत्त्वप्रणाली, काही मूलगामी सत्ये शोधून काढली. पीटर, मी देखील त्याच्याच सहाय्याने तुला सहाय्यभूत ठरणार आहे. ही सूत्रेच आपल्या कंपनीच्या विकास-वैभवाला बांधून टाकतील, एवढे मात्र निश्चित!'

असे म्हणत त्याने गोल्फच्या कीटमधून एक अत्याधुनिक आयर्न स्टीक काढली. खिशातून गोल्फचा सोनेरी मुलामा दिलेला चेंडूही बाहेर काढला. वस्तुतः मी तोच चेंडू त्याला ५८ व्या वाढदिवसाची भेट म्हणून दिला होता. माझ्या मनात आले की 'मी त्याला दिलेल्या सर्वात महागड्या चेंडूने हा खेळणार की काय ?'

मी त्याला म्हणालो, 'मी तुला दिलेला चेंडू किती महाग आणि मूल्यवान आहे याची तुला कल्पना आहे ?'

'अर्थातच पीटर, म्हणून तर तो चेंडू मी प्राण पणाने जपला आहे', जूलियनने हसत हसत उत्तर दिले. तो पुढे असंही म्हणाला की 'तुला आठवतंय पीटर, मी अमेरिकन ओपन एकदा जिंकलो होतो आणि एखादा धंदेवाईक खेळाडू कसा खेळतो तसा माझा खेळ सर्वांगाने बहरत होता. तोच मी माझ्या व्यवसायाच्या चक्रात पूर्णपणे अडकलो आणि....माझ्या आवडत्या खेळाला पूर्णपणे मुकलो. वॉल्टर हेगेन, हेन्री कॉटन तसेच अगदी गॅरी प्लेअर कसे खेळतील, इतक्या सहजतेने मी आत्ता गोल्फ खेळू शकतो.'

'तू तर असं बोलतोयस की त्या हिमालयाच्या डोंगरावर तू हा संन्याशाचा वेष घालून रोज गोल्फ खेळत होतास. जूलियन, गोल्फ सोडून तुला आता जवळ जवळ तीन-चार वर्षे झाली आहेत, हे विसरू नकोस.'

'पीटर, मी त्या हिमालयाच्या बर्फाळ प्रदेशात खरोखरीच गोल्फ खेळत होतो, पण मनाच्या मैदानावर.'

त्याचे ते उदगार ऐकून मला हसूच आवरेना.

'हसू नको पीटर, मी तुला खरं तेच सांगतोय. तुला एक सांगतो, व्हिएतनामचा एक पशुवैद्यक मला माहित आहे की जो उत्तमपैकी बुद्धिबळ खेळत असे. पुढे पुढे तो मानसिक स्तरांवर स्वतःशीच खेळायला लागला. तास न तास. खेळणारा तोच आणि दुसरा प्रतिस्पर्धीही तोच. त्याची ती सवय इतकी प्रज्ञाशील होती की प्रत्यक्ष स्पर्धेत त्याने एखाद्या व्यावसायिक बुद्धिबळ खेळाडूइतकेच सहजपैकी प्राविण्य मिळविले.'

मला जूलियनच्या बोलण्याचं हसू येत होतं. जूलियनच्या ते लक्षात आलं. तो म्हणाला, 'हसू नकोस. आता हेच बघ ना, मी प्रत्यक्ष गोल्फ सोडून किती दिवस झाले? जवळ जवळ चार वर्षे तर नक्कीच झाली असतील. पण हिमालयाच्या वास्तव्यात, एखाद दुसऱ्या दिवसाचा अपवाद सोडता, मी रोज मानसिक स्तरांवर गोल्फ खेळत होतो.'

असे म्हणत त्याने हातातल्या आयर्न स्टीकने एका चेंडूस जोरदार फटका मारला. अगदी सराईत गोल्फ खेळणारा व्यावसायिक खेळाडू असतो ना तशा त्याच्या हालचाली होत होत्या. चेंडू त्या खळग्याचा अगदी जवळ जात होता. आणि एके क्षणी जूलियन विजेता ठरला. चेंडू त्या खळग्यात पडला. मला कमालीचे आश्चर्य वाटले. केवळ मलाच नव्हे तर अवतीभोवतीचे सर्वच चकित झाले होते आणि त्याला दाद देत होते. जूलियनने माझ्याकडे पाहून मंद स्मित केले आणि म्हटले, 'जेव्हा आपण यशाच्या जवळ असतो आणि यशाबाबत अधिक अधिर असतो तेव्हा नेहमीच अडचणी आपल्या समोर दत्त म्हणून उभ्या राहतात. अशा वेळी स्वतःवर विश्वास ठेवत, आपला खेळ पुढे मोठ्या उमेदीने चालू ठेवणे आवश्यकच नव्हे तर अपरिहार्य आहे.'

पुढे जूलियन असेही म्हणाला की 'मोठे उद्योगसमूह किंवा अवघे ग्लोबल विश्व हे नेहमीच श्रेष्ठ नेतृत्त्वावर व कर्तृत्त्वावर अवलंबून असते, पीटर. यातही सच्चे नेतृत्त्व ही आपल्या कार्यप्रवासात मोठ्या जीवनाचेच व

जगाचे स्वप्न पहात असते. केवळ स्वप्नेच नव्हे तर अशा नेतृत्त्वाकडे औद्योगिक प्रवाह व निर्मितीशीलतेचा ओघ याकडे सम्यकतेने पाहण्याची शक्ती असते. त्यांचे हे द्रष्टेपण कंपनीसह आपल्या सहकार्यांना जागतिक स्तरांवर सहज तोलून धरते. कारण त्यांच्याकडे कंपनीचा सगळा प्रवाह कसकसा प्रवाहित होत जाणार आहे, त्याच्या विकासाची दिशा काय असणार आहे, यांची खऱ्या नेतृत्त्वाला नेहमीच ओळख असते. यालाच दुसऱ्या भाषेत द्रष्टेपण असे म्हणतात.

एकूणच आपल्या आयुष्याच्या–कंपनीच्या वा उद्योग समूहाच्या मागण्या काय आहेत, त्यावर आयुष्याचे–कंपनीचे स्वरूप आणि भविष्य निश्चित होत जाते. खरे नेतृत्त्व आपल्या व्यापक उद्दिष्टांविषयी–जागतिक स्तरांवरील स्वप्नांविषयी, नेहमीच स्वच्छ व नेमकी दिशा–दृष्टी बाळगणारे असते. वुडरो विल्सन म्हणतो, ‘आपण या पृथ्वीतलावर केवळ ऋतुचक्र ढकलण्यासाठी आलेलो नाही तर स्वतःचे अस्तित्व, अस्मिता व आपला अभिमान, यांना भरीव व नेमका आकार देत भविष्यकालाची आपण आखणी करीत जातो. हे करीत असताना इतरांची तडफड कशी कमी होईल, हेही आपल्याला पहावे लागते. सौंदर्यपूर्ण आयुष्य जगणे, स्वकर्म उत्तम रीतीने निभावणे, तसेच पायरी पायरीने पुढे सरकताना, छोट्या छोट्या आकांक्षातून मोठे यश प्राप्त करणे महत्त्वाचे आहे. आयुष्य आपल्याकडून सफलतेची मागणी करीत असते पीटर. फक्त आपण शंभर टक्के कर्म करीत राहणे गरजेचे आहे. असे स्वधर्म निभावणे म्हणजेच अपयशावर मात करणेच होय.’

‘तू म्हणतो आहेस ते अगदी खरे आहे जूलियन. मला आता सगळ्याच गोष्टी स्वच्छ दिसत आहेत. योग्य विचार व सुनियोजित (मोठ्या स्वप्नांसह) कर्माची परिपूर्ती ही यशाकडे आपल्याला निश्चितपणे घेऊन जाईल. माझीही उमेद वाढायला लागली आहे आणि मुख्य म्हणजे आत्तापर्यंतच्या नैराश्यातून व ताण–तणावातून मी हळूहळू बाहेरही येतोय.’

'अर्थात वैयक्तिक-व्यावसायिक महानतेकडे जाण्यासाठी आत्मसमर्पण, बांधिलकी, जबाबदारी तसेच शोधक वृत्ती ही आवश्यक आहे. जेव्हा आपण असे जगायला प्रारंभ करतो, तेव्हा यशच आपला दरवाजा ठोठावते. एक लक्षात ठेव पीटर, एक असामान्य अस्तित्व कोरायला अपार कष्ट व सहनशीलता आवश्यक असते. महत्त्वाचे म्हणजे एखाद्या गोष्टीसाठी दीर्घकाळ सातत्याने चिकटून कार्यरत राहिलात तरच तुम्ही खूप दूरवर जाऊ शकता. पण काही लोक मात्र शर्यत अर्ध्यावर सोडतात.'

'हे सगळं तू योगी रामन यांच्याकडे शिकलास का ?'

'अर्थातच. योगी रामन यांचा 'नेतृत्त्व' हा केवळ ध्यासविषयच नव्हता तर आत्मशोधाचा मार्ग होता. एके क्षणी तर त्यांचा शोध आणि त्यांचे जीवन ह्या दोन्ही गोष्टी एकच होत गेल्या. जागतिक स्तरांवरच्या विविध देश-परदेशातील लीडर्सचा, त्यांनी बारकाईने अभ्यास केला होता आणि या अभ्यासातून त्यांनी काही निरीक्षणे व निष्कर्षही नोंदवली होती. मुख्य म्हणजे ते, हे सगळं माझ्या तळहातावर निरपेक्षपणे ठेवत होते. यातून माझी समृद्धी तर होत होतीच पण नेतृत्त्वाच्या शहाणपणाने माझ्यातील व्यक्तिमत्त्वाचा खऱ्या अर्थाने कब्जा घेतला. आज मी जो काही आहे तो केवळ त्यांच्या मार्गदर्शनानेच ! आता विषय निघालाच म्हणून मला एक आठवलं. तुला आठवतंय का बघ ? आपल्या कॉलेज जीवनातला जॉन्सन तुला आठवतोय पीटर, की जो पुढे मोठा नेत्र विशारद झाला. तो आपल्याबरोबर गोल्फ खेळायलाही यायचा बघ !'

'अरे जॉन्सनला मी कसा विसरेन. माझ्या मुलीच्या डोळ्यांवर त्याने गेल्याच वर्षी इलाज केला होता. चांगला आय स्पेशालिस्ट तर तो आहेच पण एक मित्र म्हणूनही तो मोठा आहे.'

'त्या जॉन्सननेच एका पार्टीत एक घटना आपल्याला सांगितली होती, त्याच्या सहकाऱ्याची. ज्याने एका तरुण रुग्णाच्या भलत्याच डोळ्यावर उपचार केले आणि त्याला, त्याचा चांगला डोळाही गमवावा

लागला. आपलंही अगदी असंच असतं पीटर. आपण प्रत्यक्ष रोगाऐवजी भलत्याच ठिकाणी इलाज करतो. किंवा त्या रोगासह पुढे आयुष्याचं लोढणं तसंच ढकलत राहतो.

पीटर, तेच ते करीत राहणे आणि अशा जगण्यातून जगावेगळे घडण्याची अपेक्षा उराशी बाळगणे, हे खरोखरीच मूर्खपणाचे आहे. आपण जीवनप्रवासात धोके पत्करायला जसजशी सुरवात करू, तसतशी खेळात अधिक रंगत येत जाईल. कदाचित काही ठिकाणी अपयशही येईल पण यश–साफल्य यांचे क्षण वारंवार भेटत जातील. म्हणून गोल्फ खेळायला हवा. प्रत्यक्ष गोल्फ मैदानावर नाहीतर मानसिक स्तरांवर. मुख्य म्हणजे खेळ खेळणे आवश्यक आहे. तरच खेळात व जीवनात रंगत येत जाईल. या तुलनेत तू आपल्याकडचे सगळे नेते आणि त्याचे नेतृत्त्व तपासून पहा. म्हणजे मग तुला खऱ्या नेतृत्त्वाची लक्षणे कळायला लागतील.'

'अगदी खरं आहे जूलियन !'

हेलन केलरचे एक उदगार मला आठवतायत. ती म्हणते, 'तुमच्या जवळ डोळे असून जर योग्य जीवनदृष्टी नसेल, तर ते डोळे असून नसल्यासारखेच आहेत.'

'जूलियन, जसा तुझ्यात आमूलाग्र बदल घडला, तसा माझ्यातही बदल घडेल. माझ्या मनात एक नवी उमेद हळूहळू वर येऊ पहात आहे. खरंच कसा जगत होतो मी आणि आज मी कसा आहे ! तू तर निळ्याभोर आकाशात स्वच्छंदतेने भ्रमण करणाऱ्या पक्ष्याप्रमाणे या पृथ्वीतलावर एका कालमुक्ततेत जगत आहेस. तुझ्या रूपाने परिवर्तनाचे प्रत्यक्ष दर्शन मला घडते आहे आणि ते माझ्यासाठी विलक्षण आशादायी आहे.

साक्षात्कारी नेतृत्त्वाकरिता मला जागे होत, नैराश्याच्या–औदासीन्याच्या फार आहारी जाणं, टाळलं पाहिजे, हे आता मला चांगलंच कळून आले आहे जूलियन. पण खरं तर एके काळी मी असाच जगत होतो. अजूनही ते सगळे दिवस आठवले तरी अंगावर शहारा येतो. सॅमंतासह

मुलांसमवेत मी घालवलेली दीर्घ सहल-सुट्टी आणि सहलीवरुन परतताच, मला कामावरून कमी केल्याची मिळालेली नोटीस...त्यामुळे बसलेला हादरा, मी विसरूच शकत नाही. उंची जीवनाची लागलेली चटक आणि चंगळवाद यात मी स्वतःच गुरफटलेलो होतो. एके क्षणी निराधारही झालो आणि घराच्या आतल्या खोलीतील गच्च काळोखात व नैराश्यात स्वतःला मी हरवूनही घेतलं. एके काळची कॉलेज जीवनापासूनरची माझी वैभवशाली विकसनशील वाटचाल, 'डिजिटेक सॉफ्टवेअर कंपनी'त लागल्यावर अधिकच बहरू लागली. नंतरची सात-आठ वर्षे तर माझ्या जीवनाचा आलेख सदैव उंचावतच होता. रोज नव नव्या चैतन्यातून येणारी शक्ती, माझ्या नसा नसातून वहात आहे, असे मला वाटायचे. मी गर्वाने फुलून गेलो होतो आणि बेफिकीरीने बहकलोही होतो. क्रोधिष्ठता, आक्रस्ताळेपणा, चिडचिड, काहीसा उद्धटपणा तसेच आपण म्हणू तेच खरं करण्याचा हेका...अशा एक ना अनेक गोष्टींचे साम्राज्य माझ्या संपूर्ण मनात पसरत चाललेले होते. यात माझ्या सीईओचे माझ्यावरचे राज्य मला, माझ्या अहंपणाला छेदत होते. मन बंड करायचे. पण यातून बाहेर कसे पडावे हेच कळायचे नाही.

वस्तुतः इतरांवरच काय पण स्वतःचे नेतृत्त्व करायला मी पुरेसा परिपक्व नव्हतो. आपल्यातच कितीतरी दोष व दुर्गुण भरलेले आहेत, हे मला 'डिजिटेक' मधून काढल्यानंतरच्या भयाण शांततेत प्रकर्षाने जाणवायला लागले. खरे तर त्या काळोखापासून पळण्यासाठी मी पार शहराच्या दुसऱ्या टोकापर्यंत, स्टेशनपर्यंत चालत जायचो. मनात मोठी दिवास्वप्ने असायची आणि मी फिरून आल्यावर, पुन्हा ती खोलीतल्या अंधारात विरायची. परत परत काळोखाचे साम्राज्य, मनात व मनाबाहेर वाढायचे.

अशातच एके क्षणी मित्राचा फोन येतो काय आणि आम्ही दोघे 'ग्लोबल व्ह्यू सॉफ्टवेअर' सुरू करतो काय....मी काय करतो आहे हेच

मला कळत नव्हतं. पुन्हा तेच पाढे आणि तीच चढती-उतरती कळा. एका छोट्याशा रूममधून आम्ही पार जागतिक स्तरांवर गेलो. जवळजवळ अडीच हजार कर्मचारी आणि वैभवशील वाटचाल..!

पण उत्कर्षाचा परमोच्च बिंदू हा अधःपतनाचा काही वेळेला प्रारंभ असतो असे म्हणतात. खरे तर इतक्या मोठ्या जागतिक स्तरांवरील सॉफ्टवेअर कंपनीचे नेतृत्त्व करण्यासाठी आवश्यक असणारी तत्त्वप्रणाली व गुणवत्ता माझ्याकडे खरे तर पुरेशी नव्हती, असे आज मला चांगलेच उमजले. तेही केवळ तुझ्याच मुळे. कारण सगळा कारभार व जागतिक स्तरांवरील स्पर्धात्मक व्यवसाय, मला माझ्या खांद्यावर पेलवतच नव्हता! मग काय...पुन्हा चिडचिड, ताणतणावाची मालिका आणि तेच ते अंधाराचे साम्राज्य ! अंधार, काळोख घेऊन येणारा व वेदना ठेवून जाणारा! मी कामाच्या ताणातच सदैव वावरायचो. सॅमंता, माझा पार्टनर या दोघांनी कधीच आपले अंग काढून घेतले होते. मग रोजच्या जीवनाचे संकटग्रस्त तुकडे, रोजच्या रोज गोळा करणं आणि दररोजचा पराभव स्वीकारत पुढच्या दिवसाकडे फरफटत जात रहाणं, हीच माझ्या रोजच्या जीवनाची रीत बनून राहिली होती. बाहेरून वैभवशाली वाटणारी ही काचेची तावदाने तू खऱ्या अर्थाने फोडलीस आणि मला जागे केलेस.

आता बाह्य जगात व आंतरिक विश्वात मी कसा जगतो आहे हे माझे मलाच हळूहळू कळू लागले आहे. रोगाचे निदान तर झाले पण उपाय ? हा अंधार-काळोख दूर कसा करायचा ? अडीच हजार लोकांचे नेतृत्त्व करीत मोठ्या आत्मविश्वासासह पुढे वाटचाल कशी करायची ? पुन्हा कंपनीला गेलेले वैभवाचे दिवस दिसतील ?...असे एक ना अनेक प्रश्नच प्रश्न ! खरे तर समस्या नेतृत्त्वाची व परिपूर्ण प्रज्ञाशील व्यक्तीमनाचीच आहे. आता तूच मला या काळोखाच्या गर्तेतून बाहेर काढत खऱ्या, जाणत्या नेतृत्त्वाचे दर्शन घडवायला हवेस ! तर आणि तरच मी पुन्हा वैभवाप्रत येऊ शकेन व एका नव्या उमेदीत गोल्फही खेळू शकेन !'

'पीटर, तू आतून जागा झालास हे फारच उत्तम झाले. यालाच आपण आत्मभान म्हणू या. खरे तर या आत्मभानातूनच तू तुझ्या भूतकाळातील चढ–उतारांचा तसेच यशापयशाचा जो वेध घेतला, तो मला फारच महत्त्वाचा वाटतो. स्वतःच स्वतःचे असणे म्हणजेच स्वतःचे नेतृत्त्व करणे होय. स्वतःशी रोज नव्याने नाते जोडत, स्वतःला सर्वार्थाने प्रोत्साहित करीत, मोठ्या सकारात्मकतेने व सश्रमतेने पुढे जात आपले स्वकर्म निभावणे हाच अटळ भाग आहे आयुष्याचा. मग प्रवासाच्या वाटेवरून जाताना प्रत्येक वळणावर, आपल्या आयुष्याच्या, मनाच्या मागण्या सतत तपासत राहणे आणि स्वतःला शुद्ध करीत मार्गक्रमण करीत राहणे, हीच आपली नियती असते.

अलौकिक आयुष्य हे नेहमीच यश आणि आपल्याला महत्त्वाच्या वाटणाऱ्या गोष्टी यांनी भरलेले आहे. जीवनाचा मतितार्थ हा या दोहोंच्या समतोलतेत सामावलेला आहे. तसे जर झाले तर आपली प्रत्येक अर्थपूर्ण कृती आपल्यातील सृजनतेला मुक्त करीत राहिल. एकूणच यश ही एक सृजनशील कृती आहे. आयुष्यात महत्त्वाच्या वाटणाऱ्या गोष्टी केल्याने आनंदाला प्रोत्साहन मिळते आणि यश आपल्यातला चैतन्यानंद बाहेर काढतो.

माणूस अखंड सावधान अपमत्त असल्याखेरीज, त्याला स्वतःतल्या व पर्यायाने कंपनीतल्या अवाढव्य खळवळीला तोंड देणे अगदी अशक्यच होऊन जाते. एक लक्षात ठेव पीटर, कोणत्याही संघटनेत संघर्ष, सत्तेच्या खेळ्या, फाटाफुटी, ताणलेले संबंध हे असणारच आहेत. खरे नेतृत्त्व हे नेहमीच मॅनेजमेंट आणि कर्मचारी, कामगार यांच्या एकमेकांवरील पूर्ण विश्वासाला व संबंधाला अग्रक्रम देते. सदस्यांच्या एकजूटीतून व सहकार्यांनी प्रोजेक्टचे काम पुढे कसे जात राहिल, याची सर्वाधिक काळजी नेतृत्त्वच घेते. यातही अपुरेपणाची जाणीव मनात बाळगून नेतृत्त्वाने कधी काम करायचे नसते. एकूणच सर्व कामांत व संबंधात आपला 'मी' कुठेही येता

कामा नये. अन्यथा आपण आपल्याइथलेच वातावरण प्रदूषित करून टाकूद्य खरे नेतृत्त्व आपल्यातील उन्नत, प्रबुद्ध जाणीव विकसित करीत जीवन हेतूला–प्रयोजनला योग्य विचारांची दिशा व दृष्टी देत जगते. मोठ्या नेत्यांच्या प्रत्येक कृती–उक्तीतून एका सनातन सत्याचा एक नवा सौंदर्यपूर्ण पैलू स्पष्ट होत असतो. आपल्याला देखील सर्वच अंधुक किंवा स्पष्ट दिसणाऱ्या गोष्टींमधील सृजन सौंदर्याला एक नवा आनंददायक अर्थ प्राप्त करून द्यायचा आहे !

'किती छान, नेमकं बोलतोस तू. सगळा अर्कच.'

'पीटर, शब्दांचा अर्थ तो जगतानाच कळतो. त्यामुळे आपल्याला झालेले आकलन आपण जेव्हा त्वरित अंमलात आणू लागतो, तेव्हा आपल्यात एक अपरिमित शक्ती कळतनकळत उदयास येते. एक लक्षात ठेव पीटर, कुठलीही लीडरशीप किंवा नेतृत्त्व ही जन्मजात देगणी नसते तर आपल्याच हातानी आपले नेतृत्त्व जीवनाच्या कॅनव्हासवर मोठ्या कल्पकतेने व कष्टपूर्वक रेखाटायला लागते. एक डोळा भविष्याकडे ठेवत आपले नेतृत्त्वकौशल्य सातत्याने विकसित करीत राहणे महत्त्वाचे आहे. महान नेते हे नेहमीच वर्तमानातला प्रत्येक क्षण संपूर्णपणे जगत असताना, भविष्याची नियोजनपूर्वक आखणी करतात. इतकेच नव्हे तर त्यानुसार सातत्याने व कष्टपूर्वक आपले नेतृत्त्वकौशल्य पणाला लावतात. नेतृत्त्व कौशल्यात तीन गोष्टी महत्त्वाच्या असतात : पहिली ही की सदैव वर्तमानात जगणं, दुसर, उत्पादनाच्या गुणवत्तेला सर्वाधिक प्राधान्य देणं आणि तिसरं म्हणजे ग्राहकांची सेवा व विकसित होत जाणारा अनुबंध. या सर्वातून प्रत्येक नेतृत्त्व एक भला मोठा आशयसंपन्न (भविष्यात साकार होईल असा) वैभवशाली मार्ग रेखाटतो. या प्रवासात त्याची स्वप्ने जसजशी प्रत्यक्षात साकार होऊ लागतात, तसतशी त्या नेतृत्त्वाला प्रसिद्धी व वैभवशीलता (अगदी जागतिक स्तरांवरदेखील) प्राप्त होऊ लागते. योगी रामनने हेच

निखळ सत्य माझ्या तळहातावर ठेवले आहे. ते म्हणतात, 'द्रष्टे नेतृत्त्व सदैव वर्तमानात असते पण त्याची एक नजर शिखराच्या टोकापाशी रेंगाळत असते.' पीटर तुला मी काल दिलेले ते लाकडी पझल्स आणि त्यावरची अक्षरे तू वाचलीस का ?'

'अर्थातच. पण त्याचा अर्थ मला नीट उमजला नाही.'

पीटर, योगी रामन म्हणत असत, 'प्रवासात आपला हेतू आणि जीवनाची मागणी सदैव अंतर्मुखतेने पारखत रहा.' एकूणच हेतूपूर्ण समर्पित जगण्याला प्राधान्य द्या !

संकेतप्रणाली पहिली

हेतूपूर्ण समर्पित जगण्याला
प्राधान्य द्या !

प्रकरण ५ वे

वैभवशाली भविष्याचा आचारवेध

प्रतिकूल परिस्थितीवर मात करीत जेव्हा आपण एका यशबिंदूपासून दुसऱ्या यशोरेखेकडे वळतो, तेव्हा मिळणारा आनंद क्षणभरच टिकतो. नव्या आशा-आकांक्षा आकाराला येतात आणि त्या आशा-आकांक्षातूनच पूर्ण समाधान मिळेल असे आपल्याला वाटत असते. पण वस्तुतः या नव्या रस्त्यावरही अपार कष्ट करावेच लागतात. कधी निराशेने आपण घेरले जातो पण तरीही मोठ्या आशेने पुढे जात रहावेच लागते आणि यातच खरा आनंद व साफल्य आहे.

सॅम्युअल जॉन्सन

बोलत बोलत मी आणि जूलियन, आम्ही दोघे क्लबच्या व्हरांड्यात आलो. खरं तर संध्याकाळ होत आलेली पण वातावरणात अतिशय गर्मी होती आणि आम्हा सर्वांनाच विलक्षण उकडत होतं. मी शेवटी अंगातला कोट काढून हातात घेतला आणि शर्टाची वरची बटनं सैल केली. सहज माझं लक्ष जूलियनकडे गेलं. त्याने तो पायघोळ भगवी झगा घातला होता, तो फारच जाडजूड असल्याने त्याच्या अंगांतून घामाच्या

धारा निघत होत्या. मी त्याला झग्यावरील बाह्य आवरण काढायला सांगितलं. त्यावर तो हसला आणि त्यानं मला ठाम नकार दिला. वर मला म्हणाला, 'मी ठीक आहे पीटर, माझी काळजी करू नकोस. कडाक्याची थंडी असो वा उकाडा, आता मला या कपड्यांची चांगलीच सवय झाली आहे.'

मी त्याला विचारलं, 'थंडगार पाणी तरी घेशील ना ?'

'अर्थातच !'

मग मी जूलियनसाठी थंडगार पाणी मागवले. ते पाणी प्यायल्यानंतर जूलियननी क्षणभर डोळे मिटले. स्वतःला जाणिवपूर्वक शांत केलं आणि माझ्याकडे पहात त्याने एक छान स्मित केलं.

मी कळतनकळत त्याच्याकडे वेड्यासारखा पहातच राहिलो. राहून राहून माझ्या मनात सारखं येत होतं, ते जूलियनचे पूर्वायुष्य आणि त्याच्या विविध प्रतिमा. त्याचे ते बेफिकिर, बेभान, बेछूट तसेच बेशिस्त जगणे, त्याचे दारूच्या आहारी जाणे इतकंच नव्हे तर त्याने क्लबमध्ये केलेल्या मारामाऱ्या, त्याचे ते मैत्रीणींसमवेत गाड्या उडवणे आणि पैशांची उधळण..अशा एक ना अनेक गोष्टी माझ्या डोळ्यासमोर तरळायला लागल्या. आणि आताचे हे सर्वार्थाने परिवर्तित रूप...केवढा बदल !

'पीटर, बघ तू पुन्हा विचारात हरवलास. इकडं लक्ष दे. या कार्पोरेट जगतात अनेक मॅनेजमेंट गुरू आहेत. त्यातही अनेकांच्या कार्यशाळा व मॅनेजमेंट स्कूल्स आहेत, तर काहींची प्रसिद्ध पुस्तके. त्यातली सगळीच पुस्तके वा व्यक्ती या वाईट आहेत वा निरुपयोगी आहेत, असे मला म्हणायचं नाही. पण माझ्या माहितीत काही मॅनेजमेंट गुरू असे आहेत की जे खरोखरीच अभ्यासू आणि स्वतःची अशी काही वैचारिक सूत्रे बाळगणारी आहेत. पण समस्या ही आहे पीटर की ती *विचारसूत्रे प्रत्यक्ष शॉप फ्लोअरवर अवतरत नाहीत. कागदावरच राहतात. एकूणच विचार आणि प्रत्यक्ष कृती यात नेहमीच अंतर पडते.* काही दिवसांनी हे अंतर वाढीस लागते आणि

मग ताणतणावही वाढत जातो. एक दिवस हे ताण–तणाव आपल्या आयुष्याचा कब्जा घेतात.'

'म्हणजे विचारानुसार तत्काळ कृतीचा अभाव, हे सर्व रोगाचे मूळ आहे, असे म्हण ना ?'

'अर्थातच पीटर. *आपल्या सर्वोत्कृष्ठ क्षमतेनुसार एका असामान्यत्त्वाकडे झेपावण्यासाठी किंवा जागतिक स्तरांवर मोठे यश संपादन करण्यासाठी, योग्य विचारांनुसार तत्काळ कृती ही अत्यावश्यकच नव्हे तर अपरिहार्य आहे.* तर आणि तरच खऱ्याखुऱ्या आनंदासह जीवनसाफल्याची दिशा गवसते. *अनेकदा आपल्या जे मनात असते किंवा आपण ज्या कामाचे कागदावर नियोजन केलेले असते, त्याकडे दैनंदिन जीवनचक्रात दुर्लक्ष होते आणि आपण लहानमोठ्या समस्यांकडेच लक्ष देत राहतो.* किंबहुना त्या समस्या सोडविण्यातच आपला बरासचा वेळ जातो. त्यामुळे आपल्याला जे काही करायचे असते ते मग मनातच राहते. यातूनच आपली चिडचिड होते. मग आपण संकल्पित काम उद्यावर ढकलत जातो आणि मनाचे समाधान करून घेतो. वस्तुतः या मानसिक कालाला तसा अर्थ नसतो. आपल्याला सर्व अडथळे, अडचणी दिसल्या पाहिजेत. ते जाणणे, वस्तुस्थितीचा झालेला संपर्क आपल्याला संवेदनशील बनवतो. आपणाजवळ धैर्य नाही, दृढ निश्चय नाही. महत्त्वाचे म्हणजे आपण एकटे उभे राहू शकत नाही हे जाणणे, आपल्याजवळ तत्काळ कृती करण्याची क्षमता नाही, हे सर्वार्थाने ओळखणे, आपल्याला क्षमता देते.

अत्याधुनिक यंत्रप्रणाली व महा–संगणकाचा कलात्मक वापर या गोष्टी आपल्यास सहाय्यभूत आहेत, यात शंकाच नाही. पण गरज आहे ती प्रत्यक्ष निर्णयाक कृतीची.'

'जूलियन तू म्हणतोस ते अगदी खरे आहे. काही गोष्टी मनाला कळतात पण वळत नाहीत. दैनंदिन कार्य–चक्रात जे मुख्य करायचे आहे

तेच राहून जाते. त्यामुळे समस्या अधिकच बिकट होते, हे मला आता कळू लागले आहे. जूलियन, आपल्याला करावयाच्या आणि राहून गेलेल्या गोष्टींची यादी पुढे पुढे खूप मोठी होते. तसंच माझं झालं असावं !'

'अगदी बरोबर. चूक उमजणे आणि ती सुधारून त्याची तत्काळ अंमलबजावणीही तितकीच महत्त्वाची आहे. कशाचेही आकलन करून घेण्याची क्षमता ही काळाने अंगी येत नसते, तत्काल होणाऱ्या स्पष्ट दर्शनामुळे वा कृतीमुळेच ती येत असते. हिरोडोटस म्हणतो, 'आयुष्यात खूप काही माहिती असूनही, त्यानुसार तत्काळ कृती न करण्यानेच कित्येक जीव आज असंतुष्ट आणि असमाधानी जीवन जगत आहेत.'

'जूलियन, नेतृत्त्वाचे शहाणपण मला लाभू शकेल ?'

'का नाही, नेतृत्त्वाच्या शहाणपणासाठी तूही आपला हक्क प्रस्थापित करू शकतो. यासाठी स्वतःला, एका अंतर्बाह्य शिस्तीतून प्रवाहित कर आणि एका प्रवाहित वृत्तीने वर्तमानातील प्रत्येक क्षण संपूर्णपणे जगत चल. यातूनच स्वतःसह भविष्यकालाची आखणी शक्य आहे. सर्वात महत्त्वाचे म्हणजे कुशल आणि सामर्थ्यशील नेतृत्त्वासंबंधी तूही स्वप्ने बघू शकतोस, पीटर.'

'तू असा मोघम बोलू नकोस, मला उदाहरणासह स्पष्ट व स्वच्छ साग. जेणेकरून माझ्यात काही प्रकाश पडेल.'

'पीटर, तू अगदी लहान मुलासारखा आहेस. या लहान मुलावरून आठवलं. आमच्या इथे शिवानात, प्रत्येक जण भल्या पहाटे, अगदी चार-पाच वाजता उठायचा आणि आपल्या जीवनकार्यास प्रारभ करायचा! एक-दोन दिवस नाही तर संपूर्ण आयुष्यभरासाठी त्यांनी ती सवय आपल्याला लावून घेतली होती. जणू काही जीवनाचा अविभाज्य भागच. आपण मात्र दुपारी लंचच्या वेळी व्यायाम करतो आणि रात्री उशीरापर्यंत पार्टीवरून परततो किंवा बराच वेळ वाचत बसतो. पहाटे लवकर उठण्यातून आपण आपली कितीतरी कार्यशक्ती मोठ्या चैतन्यासह प्रवाहित करू शकतो.'

'जूलियन, माझ्या कंपनीतला एक मॅनेजर, तोही पहाटे अगदी लवकर उठतो आणि ही सवय त्याने अगदी लहानपणापासून लावून घेतली आहे. फक्त आता मला ही सवय आपल्या महत्त्वाच्या सहकाऱ्यात संक्रान्त करायला हवी एवढे मात्र निश्चित !'

'काही वेळा मला असे वाटते की आपले बाह्य आयुष्य हे आपल्या आंतरिक आयुष्यावर प्रभाव टाकीत असते. बाह्य गोष्टींचे आपल्या आंतरिक जीवनावर पडणारे प्रतिबिंब आपण सहज विसरतो. म्हणूनच आपण अंतःस्थ जीवनमान उंचावण्यासाठी, स्वतःशीच आत्मसंवाद साधण्यासाठी पहाटे लवकर उठणे हे आवश्यकच नव्हे तर अपरिहार्य आहे. तुमच्यात जर चैतन्य नसेल तर तुमच्या अवतीभोवतींसाठी चैतन्याचा स्रोत तुम्ही कसा बनणार ? तुमच्यातील उत्तमातील सर्वोत्त्कृष्ठाशी तुम्ही जोडले गेलेले नसाल तर इतरांमधील चांगले तुम्ही कसे विकसित करणार ? म्हणूनच एक लीडर म्हणून आपण स्वतः पहाटे लवकर उठणे आणि आपल्या आंतरिक शक्तींवर लक्ष केंद्रित करणे आवश्यक आहे. यातून विचारांची व्यापकता व सर्वंकषता सहज आपल्या अंगी येऊ शकेल आणि ती आपल्या आतील नेतृत्त्वाला बहरू द्यायला मदत करील. एकूणच आपण आपल्या मूल्यांचे व अंतरंगाचे परिक्षण सतत करीत राहू आणि अधिकाधिक वैभवशाली बनत राहू.'

'खरं आहे जूलियन. आत्ता या क्षणापासून मला या संदर्भात गंभीरतेने व मोठ्या काळजीने तरल सावधानपूर्वक जगण्यास आणि भल्या पहाटे उठण्यास प्रारंभ करायला हवा ! वर्तमानातील प्रत्येक क्षणाचा एक लीडर म्हणून मला फायदा घेता येईल. केवळ माझ्यासाठीच नव्हे तर माझ्या कार्पोरेट जगतासाठी मला माझे कर्म शंभर टक्के करता येईल.'

'आता खऱ्या अर्थाने, योगी रामन यांनी माझ्या तळहातावर जे मौलिक आठ अध्याय किंवा आठ सर्वोत्कृष्ट नेतृत्व संकेतप्रणाली ठेवली ती मी तुला कथन करतो. ती तू काळजीपूर्वक श्रवण कर आणि एका

कर्मयोग्याप्रमाणे त्यानुसार आचरण करण्याचा प्रयत्न कर ! हे आठ अध्याय हे कमालीच्या यशस्वी (अगदी जागतिक स्तरांवरही) ठरलेल्या महान लीडर्सच्या आचार-विचारांचा, वैयक्तिक सराव व सवयींचा गाभा आहेत. ते तुझ्यासह तुझ्या कंपनीला महानतेच्या दिशेने वेगाने सहज घेऊन जातील. पीटर, हे आठ संकेत हे सर्वोत्कृष्ट परफॉर्मन्ससाठी निश्चित क्रांतिकारक युक्त्या आहेत. दुसऱ्या भाषेत स्वकर्म आणि प्रत्यक्ष कार्यप्रवाह यांतील संतुलनप्रवाह म्हण ना !

या आठ संकेतांचे अनोखे वेगळेपण व दिशादिग्दर्शन तुला आता आत्मसात करणे अत्यावश्यक आहे. यातून तू वैयक्तिक व व्यवस्थापनात्मक स्तरांवर महान नेतृत्त्वशीलतेने विश्वविख्यात होऊ शकशील. एकूणच ही आठ अध्यायांची संकेतप्रणाली ही मैत्रभावदर्शक, तत्त्वदर्शक तसेच दिशादर्शकही आहे एवढे मात्र निश्चित !'

'जूलियन तू मला काल लाकडी पझल्स दिले होतेस. त्यावर लिहिले होते : हेतूपूर्ण समर्पित जगण्याला प्राधान्य द्या !'

'पीटर, आपल्या जीवना प्रवासात आपला हेतू आणि जीवनाची मागणी सदैव अंतर्मुखतेने पारखत रहा, असाच त्याचा अन्वयार्थ होतो.'

'जूलियन, हेच योगी रामन यांनी सांगितलेले नेतृत्त्व शहाणपणाचे पहिले सूत्र नसेल ? तोच त्यांचा पहिला अध्याय आहे ना ?'

'अगदी बरोबर ओळखलस. आता मी काय सांगतो ते नीट ऐक. केवळ साध्या साध्या गोष्टीच नव्हे तर कार्पोरेट जगतातल्या अनेक गुंतागुंतीच्या गोष्टींचा खऱ्या नेतृत्त्वाला नेहमीच बोध होत असतो. कालाच्या आणि कंपनीच्या प्रवाहासमवेत वाटचाल करीत, खरा द्रष्टा लीडर हा मोठ्या संवेदनशीलतने व तरल सावधानतेने सतत कृती करीत राहतो आणि तसे प्रोत्साहन तो इतरांना देतो. इतकंच नव्हे तर आपल्या संपूर्ण कार्यप्रणालीचे भान राखत तो एका वैभवशाली शिखराकडे पावलापावलांनी पुढे सरकत असतो. अर्थातच सर्वांना सोबत घेत. एकप्रकारे आघाताभिमुख, ग्रहणसुलभ

व सर्वार्थाने विमुक्त असे हे कर्म असते आणि कंपनीतला प्रत्येक जण आपल्या संपूर्ण शक्तीनिशी या प्रवाहात सामिल होत, अखंड जागते अवधान ठेवतो, त्याप्रमाणे प्रत्यक्ष कृती करतो. तेव्हा आणि तेव्हाच द्रष्ट्या लीडरचे स्वप्न पुरे होऊ शकते.

केवळ मोठमोठ्या कल्पना वा वल्गना केल्याने काही साधत नाही, हे खरा लीडर ओळखून असतो. यामुळेच अनेकदा अपयश येऊनही वा मनासारख्या काही गोष्टी न घडूनही, खरे नेतृत्त्व हे आपल्या स्वतःवर तसेच आपण सर्वार्थाने स्वीकारलेल्या मार्गावर दृढ श्रद्धा ठेवून असते. अर्थात त्यासाठी सुरक्षित स्थान सोडावे लागते. कारण आपल्या ध्येय-स्वप्नांचा पाठलाग करताना असुरिक्षिततेसह अनेक धोक्यांचा स्वीकार हा करावाच लागतो. स्वतःला झोकून हे द्यावेच लागते. यातही पीटर, आपण आपल्या जीवनप्रवासात जसजसे धोके पत्करायला प्रारंभ करू, तसतशी खेळात अधिक रंगत येत जाते. कदाचित काही ठिकाणी आपल्याला अपयश येईल पण यश आणि साफल्याचे अनेक क्षण आपल्याला वारंवार भेटतील येवढे मात्र निश्चित !'

'जगण्याची ही कला ही सगळ्यात महत्त्वाची अशी कला आहे असे म्हण की. एकूणच आपल्या आयुष्याच्या पलीकडे जात, मोठ्या व्यापक विश्वाचा वा समुद्राचा भाग होण्यासाठी व्यक्तीला उद्युक्त करणे हे खऱ्या लीडरचे कर्तव्य आहे, असे दिसते.'

'अगदी बरोबर पीटर. यातही प्रत्येकाचा जिव्हाळ्याचा, आदराचा-आवडीचा व चिंतनाचा प्रान्त हा वेगवेगळा असतो. त्या प्रान्ताचा नेमका शोध लागण्यासाठी म्हणजे तो जिवंत झरा मिळविण्यासाठी, स्वतःलाच पूर्णपणे जाणून घेतले पाहिजे. त्यासाठी स्वतःच्या संगतीत राहिले पाहिजे. आपले अंतरंग, जडणघडण, जीवनाची गतिमानता आणि आपली प्रकृती व स्वभाव हे सारे सारे ज्ञात होणे फार आवश्यक आहे. अन्यथा आपण आयुष्यात असेच भरकटत राहू. किंबहुना आपल्या

जिव्हाळ्याचा प्रान्त आपल्याला कळणे आणि त्यानुसार प्रत्यक्ष विहिरीत उतरून सातत्याने काही वर्षे वाटचाल करीत राहणे म्हणूनच महत्त्वाचे आहे. कारण आपली ही सततची निरपेक्ष कृती आपल्याला वैभव शिखराप्रत घेऊन तर जाईलच पण जीवनातील खऱ्या आनंदाची आपल्याला ओळखही करून देईल. खरा लीडर, असा एक नवा जिव्हाळ्याचा प्रवास वा मोठे व काहीसे अशक्यप्राय वाटणारे यशशिखर, आपल्या साथीदारांना दर्शवतो. मग त्या आवाहानात्मक प्रवासातले कष्ट व सौंदर्य केवळ आपल्याच जीवनाला नव्हे तर संपूर्ण कंपनीला व कार्पोरेट जगताला, एका नव्या बिंदूपाशी घेऊन जाते. असे सौंदर्यशक्तीचे स्थान व ऊर्जास्त्रोत प्रत्येक लीडरने विकसित करायला हवे आणि आपल्या सहकार्यांच्या तळहातावर ठेवायला हवे एवढे मात्र निश्चित !'

'पीटर, तू आता मला तुझे, वर्तमानातले-सध्याचे कार्पोरेट मिशन काय आहे ते सांग ?'

'जूलियन, या मिशन संबंधी मी कित्येक ठिकाणी, आमच्या कर्मचार्यात, मुलाखतीत इतके वेळा बोललो आहे की मला आता त्यावर पुन्हा बोलण्याचा अगदी कंटाळा आलाय !'

'तरी देखील तुझ्या कार्पोरेट मिशन पासून म्हणजेच तुझ्या ध्येयरेखेपासून आपण खऱ्या अर्थाने संवादाला पारंभ करू. पीटर तुझी जीवनाची, समस्येची समज ही अधिकाधिक प्रगल्भ व्हायला हवी ! कारण जीवनाचे हे शहाणपणच शेवटी आपल्याला समस्येच्या सर्वांग-परिपूर्ण आकलनाला मदत करते. म्हणूनच आपल्या ध्येय प्रवासरेखेची निश्चिती फार महत्त्वाची आहे, पीटर. यातही या प्रवासाचे आजचे व उद्याचे स्वरूप, दिशा व दृष्टी ही स्वतःला समजणे आणि त्याचे महत्त्व इतरांना पटवून देत त्यांना या प्रवासात सहयोगी व संवादी करणे ही त्याच्या पुढची पायरी. यातून तुला एक नवी संस्कृतीरीत घडवायची आहे. जीवनातील घटनातून योग्य बोध घेणे आणि स्वतःच्या जखमांचे सूज्ञपणात - शहाणपणात

रूपांतर करणे फार आवश्यक आहे. पीटर कुठलीही चूक ही दोनदा केली तर ती चूकच ठरते.'

'महान सर्वोत्त्कृष्ट गुणवत्तेची निर्मिती आणि येत्या पाच वर्षात कंपनीचा पाच बिलियन डॉलर्सपर्यंतचा विकास !'

'पीटर, आपण तुझ्या या मिशन स्टेटमेंटचा काळजीपूर्वक आणि मोठ्या गांभिर्याने विचार करू. तुला असे वाटते की तुझा हा ध्येय-कार्पोरेट प्रवास हा कंपनीतील एखाद्या कर्मचाऱ्याला वा सहकाऱ्याला प्रेरणादायी ठरेल ? या तुझ्या स्वप्नाने लोकांना सकाळी लवकर उठून कामावर येण्याचे निमित्त मिळेल असे तुला वाटते ? मला वाटतं की या ध्येयाविषयी तूच एकमेव उत्साहित असशील. हो ना ? एक लक्षात ठेव पीटर तुझ्या या कार्पोरेट मिशनचा सर्वसाधारण कामगारावर वैचारिक तर सोडच पण भावनिक प्रभाव थेंबभर देखील पडत नाही. हे तुझ्या लक्षात आले आहे का ?'

'मग मी काय करावं अशी तुझी अपेक्षा आहे.'

'पीटर, आपण तुझे हे कार्पोरेट मिशनचे रचनांकन एका वेगळ्या पद्धतीने पण उद्दात्त हेतूंसह करू या.'

'म्हणजे ?'

'तुझ्या सॉफ्टवेअरचे सर्वसाधारण मार्केट व त्याचे साक्षात उपयोजन करणारा सर्वसाधारण ग्राहक कोण आहे ? '

'छोटे-मोठे दवाखाने, हॉस्पिटल्स, सर्जन, नर्सेस...असे अनेक लोक माझ्या सॉफ्टवेअरचा सतत वापर करतात. तेही अगदी यशस्वीपणे.'

'आता मला तू एक सांग की तुझे ते सॉफ्टवेअर नेमके कशासाठी आणि कसे वापरतात ?'

'अनेक रोगी-पेशन्ट्स, अत्यावस्थ व गंभीर आजाराने व रोगाने ग्रासलेले नानाविध प्रकारचे लोक. गेल्या लाईफ नियतकालिकाने जेव्हा सर्वांचा सर्च रिपोर्ट तयार केला, तेव्हा त्यांनी असा निष्कर्ष नोंदवला की जवळ जवळ एक लाख लोकांच्या स्वास्थ्याचे नियोजन, आमच्या सॉफ्टवेअर

कंपनीने केले आहे. इतकंच नव्हे तर सॉफ्टवेअरमधील निष्कर्ष-निरीक्षणातून अनेकांचे प्राणही वाचवणे डॉक्टरांना शक्य झाले.'

'हेच पीटर मला अपेक्षित होतं. आपण ह्यावरच खऱ्या अर्थाने जोर द्यायला हवा कारण तेच आपले खरे स्वकर्म आहे.'

'मी समजलो नाही ?'

'अगदी सोपं आहे, तू तुझे कार्पोरेट मिशन या पद्धतीने प्रदर्शित कर : ग्लोबल व्ह्यू ही अबाल-वृद्ध स्त्री-पुरुषांसाठी, दवाखान्यात-हॉस्पिटलमध्ये दाखल होणाऱ्या प्रत्येक रूग्णासाठी, मोठे वरदान ठरणार आहे. विविध प्रकारचे किरकोळ व गंभीर रोग लक्षणे व निदाने यांची आम्ही काळजीपूर्वक (नेमके निदान करण्यासाठी) नोंद घेतो. या सॉफ्टवेअरच्या काळजीपूर्वक नोंदी-निरीक्षणातून कित्येक पेशन्ट्सचे जीव वाचण्यासाठी आम्ही अनेक दिशांनी सहाय्यभूत ठरत आहोत. येत्या पाच वर्षात पाच कोटी रुग्णांची आयुष्ये वाचवण्याचा कंपनीचा संकल्प आहे. एकूणच संपूर्ण हेल्थ केअर उद्योग समूहांस सर्वार्थाने सहाय्यभूत ठरणारा, आमचा हा मेगा प्रकल्प आहे, जो आम्ही नुकताच संशोधित करून अद्ययावत स्थिती-गतीत ठेवला आहे.'

'जूलियन, तू तर कमाल केलीस यार ! माझेच मिशन तू खूपच प्रभावी आणि परिणामसुंदर रीतीने सर्वांसमोर मांडले. यातून निश्चितच प्रत्येक जण, मग तो साक्षात कंपनीतला असो वा एखाद्या हॉस्पिटलचा डॉक्टर, तो या महान कार्याचा एक भाग होईल.'

'पीटर, खऱ्या लीडरला वाटेतील सर्व अडथळे-अडचणी दिसतात. वस्तुस्थितीचा खरा स्पर्श झालेला लीडर हा नेहमीच संवेदनशील आयुष्य जगत असतो. एकूणच मुक्त झालेल्या मनाने तो समस्येला-वास्तवाला प्रतिसाद देतो. वास्तवातून जगाकडे पाहण्याची त्याची स्वतःची अशी एक पद्धत असते आणि ती तो काळजीपूर्वक व पूर्ण जाणतेपणाने वापरतो. भलेपणा-चांगुलपणा यांचा एक प्रचंड साठा नेत्याकडे असावा लागतो.

अशा लीडरला हे पक्के ठाऊक असते की समस्येच्या अंतर्भागात सर्वार्थाने विकसित होण्याची संधी दडलेली असते. समस्येला टाळणे म्हणजे एक प्रकारे विकास-प्रगतीला टाळण्यासारखेच आहे. पीटर, समस्या आपल्यातील तेज खऱ्या अर्थाने प्रकट करतात. एकूणच लीडर हा त्याच्या जीवनदृष्टीचे वहन असतो. तो समानमनस्क-जिज्ञासू लोकांना आपल्या बरोबर आपल्या ध्येयरेखवरून घेऊन जातो. ध्येय प्रवासाची ही ज्योत सतत तेवत ठेवायला हवी, पेटायला हवी. आपल्या सहकार्यांशी चर्चा करणे आणि आपली स्फुरणे सतत आपल्या सहकार्यांना सांगत पुढे जात राहणे महत्त्वाचे आहे. अस्तित्त्व, चेतना, आस्था आणि वेळ यासह प्रत्येकाला आपले कार्पोरेट मिशन समजावून सांगत त्यांना आंतरिक उत्साहाने सहभागी करून घेणे हे प्रत्येक लीडरचे स्वकर्म आहे. सहकाऱ्याच्या खोल अंतरंगाला, भावनेला एक सखोल स्पर्श करण्याची ताकदही नेतृत्त्वाने बाळगायला हवी. आपले अंतरंग-कार्पोरेट मिशन जर सुव्यवस्थित व मूल्यवान असेल तर बहिरंगही तसेच सहेतूक, सकारण, विशिष्ट दिशा घेऊन केलेली खरी क्रिया होते. एकूणच खोल अंतरंगात असलेल्या ध्येयरेखेशी सदैव बांधिल रहा. अर्थात आपल्या हेतूसह कार्याची बांधिलकी व जबाबदारी स्वीकारताना यश-फलापेक्षा आपल्या स्वकर्मावर अधिक जाणतेपणाने लक्ष केंद्रित करणे हे अत्यंत आवश्यक आहे.'

'मी समजलो नाही ?'

'तुला समजेल अशा भाषेत बोलतो. योगी रामनने मला एक सुंदर बोधकथा ऐकवली होती. ती मी तुला सांगतो. आध्यात्मिक गुरुच्या शोधात एक तरुण अनेक दिवस भटकत होता. त्याचे जीवनातले उद्दिष्ट एकच होतं आणि ते म्हणजे या भूतलावरील सर्वात ज्ञानी-शहाणा माणूस बनण्याचे. अनेक वर्षांच्या भ्रमंतीनंतर एक जंगलात त्याला एक प्रज्ञाशील साधू भेटतो. तो त्याला आपला शिष्य करुन घ्यायला तयार होतो. तो तरुण त्या साधूला विचारतो की 'जीवनातले खरे ज्ञान वा शहाणपण येण्यासाठी

मला किती वर्षे विद्याभ्यास करावा लागेल.' तो साधू म्हणतो, 'पाच वर्षे.' ती पाच वर्षे फारच मोठी असल्याची तक्रार तो तरुण करतो. तो त्या साधूला म्हणतो की 'समजा मी रात्रंदिवस मेहनत केली तर ?' साधू त्याला म्हणतो, 'दहा वर्षे.' त्या तरुणाला विलक्षण आश्चर्य वाटते. तेव्हा साधू त्याला खुलासा करतो आणि म्हणतो, 'ज्ञान संपादन करताना तुझा एक डोळा यशफलावर केंद्रित आहे तर दुसरा आपल्या हेतूवर.'

वस्तुतः कसल्याही यशाचा किंवा कर्मफलाचा शोध करीत राहणे म्हणजे स्वतःला संकुचित बनवून टाकणे होय. पीटर मिळण्याची प्रक्रिया म्हणजे संपुष्टात येण्याचीच प्रक्रिया असते. कुठे तरी पोचून तेथेच विसावत राहणे म्हणजे आपला मृत्यू घडवून आणणेच होय. म्हणूनच साक्षात अनुभवणे हे मात्र अक्षय, अनंत असते. अखेरीस मुक्कामापेक्षा या प्रवासातच या प्रवासाची खरी सांगता असते. पीटर तू सर्वार्थाने स्वीकारलेल्या कार्पोरेट मिशनची गती आणि प्रवासच मला फार महत्त्वाचा वाटतो.

दक्षिण–पश्चिम एअरलाईन्सचा यशोतिहास तुला ठाऊकच असेल. त्यांना आपली ऐअर लाईन्स ही जगातील सर्वोत्तम आणि ग्राहकांच्या नजरेत पूर्ण समाधानी अशी एअर लाईन्स करायची होती. त्यांनी त्यानुसार खूप प्रयत्न केले पण ते सर्व अपयशी ठरले. पण त्यांचा एक कल्पक आणि अत्यंत हुशार लीडर हर्ब केल्हरनी एक नवी कल्पना आपल्या एअर लाईन्स तर्फे राबविली. त्याने सर्वांना दक्षिण–पश्चिम एअरलाईन्सचे महत्त्व तर पटवून दिलेच पण त्यातही ज्येष्ठ नागरिकांसाठी त्यानी काही सवलती जाहीर केल्या. जे ज्येष्ठ दक्षिण–पश्चिम असा प्रवास वारंवार करतात, त्यांच्यासाठी तर ती एक उत्तम संधी होती. आपापतः त्या मंडळींचे नातू–मुलंही कळतनकळत त्यात सामील होत गेली आणि बघता बघता त्या एअर लाईन्सने कल्पनेपलीकडे यश संपादन केले. पीटर मला सांगायचा मुद्दा हाच आहे आणि तो म्हणजे एक यशस्वी–शोधक लीडर म्हणून सर्वसामान्यांच्या भावनांना तुम्हाला आवाहन करता आले पाहिजे.

एकूणच *आपल्या जीवन प्रवासात आपला हेतू आणि जीवनाची मागणी सदैव अंतर्मुखतेने पारखत रहा. पीटर, खऱ्या नेतृत्त्वाला तुम्ही किती पैसा कमावता किंवा तुम्ही कुठले कपडे परिधान करता याच्याशी काही कर्तव्य नसते. नेतृत्त्व ही एक तत्त्वप्रणाली आहे, ती एक दृष्टी आहे. मनाची अवस्था आणि काम करण्याची पद्धतीही. मुख्य म्हणजे प्रत्येकासाठी ती उपलब्ध असते. नेतृत्त्व म्हणजे संघटनेच्या–कंपनीच्या किंवा आपल्या सहकार्यांच्या कल्याणाकरिता, वाढ–विकासाकरिता पूर्ण जबाबदारी स्वीकारणे आणि आहे त्यापेक्षा कितीतरी पटीने चांगला बदल घडवून आणणे. नेतृत्त्वात नुसती प्रतिष्ठा नसते तर आपल्या रोजच्या कामातून व कामावर येण्यातून, सर्वसाधारण कर्मचार्याला मानसिक व आत्मिक प्रतिष्ठा कशी मिळेल हे पाहणे होय. तसे जर झाले तर अवतीभोवतीचा प्रत्येक जण तुमच्या मिशनमध्ये मोठ्या जबाबदारीने व बांधिलकीने सामील होऊ शकेल.* आपापतः तुमचे मिशन स्टेटमेंट सर्वार्थाने पूर्णत्त्वास जाईलच आणि प्रत्येक जण तुमच्या आनंदातही सहभागी होईल.

पीटर, तुला दुसऱ्या महायुद्धाच्या वेळची एक गोष्ट सांगतो. आपत्तीकाळात विमानातून बाहेर पडत, आपला जीव वाचवण्यासाठी आपण पॅरेशूटचा वापर करतो. या पॅरेशूट बनविणाऱ्या कंपनीत तेच ते पॅरेशूट विणण्याचे काम करून लोकं विलक्षण कंटाळली होती आणि कामात तसेच वेळेत चालढकल करीत होती. युद्धाच्या पर्यावरणात पॅरेशूटला असणारी प्रचंड मागणी आणि त्याचे अल्प उत्पादन या ताणातून जात असताना, त्या कंपनीच्या लीडरने सर्वांना एकदा एकत्र बोलावले आणि सर्वांना समजाऊन सांगितले की, 'प्रत्येक युद्धावर जाणाऱ्या सैनिकाला आपला जीव वाचविण्यासाठी पॅरेशूटची नितांत गरज आहे. आपण एक पॅरेशूट तयार करतो म्हणजे एक जीव वाचवून आपल्या देशाची एक प्रकारे सेवाच करतो. या पॅरेशूटच्या निमित्ताने आपल्या देशसेवेची एक उत्तम संधी व मागणी या दुसऱ्या युद्धाने दाराशी आणून ठेवली आहे.'

मग काय, लीडरच्या त्या मिशन स्टेटमेंट नुसार मोठ्या जबाबदारीने व बांधिलकीने, आत्मसमर्पणाने प्रत्येक जण युद्धपातळीवर कामाला लागला. यातून कपंनीची दोन्ही उद्दिष्ट्ये साध्य झाली.

पीटर, माझ्या हातात जे मासिक आहे, त्याचे हे मुखपृष्ठ पहा. पृथ्वीवरून अवकाशात झेप घेणारे नासाचे हे यान आहे. आपण जेव्हा अतिशय बारकाईने त्याकडे पाहू तेव्हा हे चित्र अनेक बिंदूंपासून बनलेले आपल्याला दिसेल. आपल्यालाही पीटर आपल्या कार्पोरेट मिशनचे चित्र असेच पुरे करायचे आहे.'

'जूलियन, हे तू म्हणतो आहेस ते ऐकायला छान वाटते पण तू माझ्या कंपनीतल्या लोकांना जवळून पाहिलं नाहीस. आपल्या कल्पना त्यांच्या गळी उतरवणं ही फार कठीण गोष्ट आहे. मग टार्गेट-मिशनची गोष्टच काढायला नको.'

'तो तुझ्या नेतृत्त्वाचा दोष आहे असे समज !'

'जूलियन, तू काय बोलतो आहेस हे तुला कळते आहे का ?'

'चांगलेच पीटर, तू त्यांना जे आवाहन करतो आहेस किंवा तुझे जे कार्पोरेट मिशन आहे, त्याचे महत्त्व तू त्यांना पटवून देण्यात अयशस्वी होतो आहेस. त्यासाठी अंतर्मुखतेने आत्मशोध घेण्याची गरज आहे. एक लक्षात ठेव पीटर, *तुमचे अनुयायीच, तुमची तत्त्वे व तुमचे नेतृत्त्व हे सर्वार्थाने सिद्ध करीत असतात.*'

वस्तुतः जूलियन म्हणत होता ते खरे होते. आत्मविश्वासाचा अभाव, अधूनमधून येणारा क्रोधाचा झटका, लोकांना असुरक्षिततेची वाटणारी भीती, भविष्याविषयीची धुसर चित्रे....अशी किती तरी कारणे देता येतील. खूपच आहेत. सर्वात महत्त्वाचे म्हणजे हे आजवर आपल्याला कोणी जाणवू दिलं नाही. अर्थात तशी आपल्याकडे इतके मॅनेजमेंट गुरू येऊन गेले. काही कार्यशाळांचेही आपण आयोजन केले पण....?

'पीटर, असा स्वतःलाच कोसू नकोस. आपल्या भाव-भावनांची

जाण असणे, त्याविषयी सदैव जागृत असणे आणि त्या विचार-भावनांना निरोगीत्वाकडे वळवणे हा आपल्या प्रज्ञाशील जीवनाचा प्रकाशमय भाग आहे. म्हणूनच आपल्या भाव-भावनेच्या संदर्भात तरल सावधानतेची मोठी गरज आहे.

पीटर, ज्यावेळी तू कंपनीतल्या सामान्यातल्या सामान्या कामगारात, कमचार्यात रस घेशील, तेव्हा तेही तुझ्या जीवनध्येयात रस घेतील आणि आपले सर्वस्व तुला अर्पण करतील. पण त्यांना हे पटले पाहिजे की आपला लीडरची प्रत्येक कृती वा विचार हा आपल्या हिताचा व चांगुलपणाकडे जाणाराच आहे व असणार आहे. अनेकदा नफ्याच्या कागदी हिशोबापेक्षा, आपण जेव्हा त्यांच्या भाव-भावनेला आवाहन करतो तेव्हा खऱ्या अर्थाने ते तुझ्यासमवेत सहयोगी व सहप्रवासी बनतील. त्यासाठी त्यांचा विश्वास तुला संपादन करावा लागेल. फायदा-तोटा यांच्यावरील विश्वासापेक्षा तुला त्यांच्या बद्दल अधिक विश्वास व काळजी वाटली पाहिजे. तसे जर झाले तर हा सगळा प्रवाहच नदी बनून जाईल.'

जूलियनसोबतच्या संवादात मी इतका हरवलो होतो की रात्रीचे दहा कधी वाजले हे आम्हा दोघांनाही कळलेच नाही. भोवतालचा अंधार जरी वाढत असला तरी आमचा संवाद अधिकाधिक रंगत जात होता. एके क्षणी मला वाटले की जूलियनला घेऊन आपल्या घरी जावे आणि तिथेच गप्पा मारत बसावे. पण मी तो विचार मनातून काढून टाकला. सहज माझं लक्ष आकाशाकडे गेलं. संपूर्ण आकाश चांदण्यांनी खच्चून भरलेलं होतं. अवतीभोवतीच्या गाढ, नीरव शांततेकडे, त्या चांदण्यांकडे मी असा प्रथमच संवेदनशीलतेने पहात होतो. दिवसाचा कोलाहाल जवळजवळ नाहिसा झाला होता. जीवनाच्या इतक्या गतीत माझं या सौंदर्याकडे कधी लक्षच गेलं नव्हतं. खरं तर जूलियनच्या सहवासात मी, स्वतःलाच उलगडत होतो. त्यामुळे भोवताली अंधारी रात्र असूनही मला तो काळोख अधिक उबदार आणि स्नेहमयी वाटला.

अखेरीस संवाद हा आवश्यक असतो. कारण तो संपर्काचा एक प्रकार आहे. त्यात प्रश्न आणि उत्तरे सारखी चालू असतात. खरं तर या संवादाची सारी प्रक्रिया किती गतिशील आहे. संवादातून अवलोकन आणि अवलोकनातून खोली, शक्ती आणि चेतना आपल्याला मिळत जाते.

योगी रामन बरोबरच्या संवादात नवनव्या प्रज्ञाजागृतीसह जीवनाला एक आंतरिक बळ आणि धार मिळत गेली, असे जूलियन म्हणतो. जूलियनबरोबरच्या संवादात माझाही शोध, उत्कटता व खोली एका परमोच्च अवस्थेला पोचली होती.

पडलेल्या व उभे राहिलेल्या प्रश्नांना जूलियनबरोबरच्या संवादात आपोआप गती मिळत होती. दैनदिन जीवनाच्या व कार्पोरेट विश्वाच्या संदर्भातले सत्य, मर्म जाणणे ही माझी मोठी निकड होती. या करिताच चर्चा, विचारमंथन, संवाद आवश्यक होऊन होते. योगी रामनच्या सहवासात उमगलेले नवनवे अर्थ व नेतृत्त्व संकल्पनेचे अन्वयार्थ या विषयी जूलियन भरभरून बोलत होता. खरं तर हे बालणे इतके रंगात आले होते की त्यासाठी अख्खी रात्रही पुरली नसती.

'जूलियन, तुला एक विचारू ?'

'अरे विचार की त्याची अनुमती कशाला विचारतोस ?'

'माझे कार्पोरेट मिशन स्टेटमेंट आपल्या सहकाऱ्यांच्या गळी कसे उतरावे, या विषयी मी जरा साशंक आहे.'

'पीटर कार्पोरेट जगतात काम करताना, व्यक्ती-व्यक्तीतील संबंध आणि संस्कृतीच्या वृद्धीचा प्रश्न हा अधिक महत्त्वाचा असतो. यातून संपर्काला प्रोत्साहन मिळते. कारण या संपर्क-संवादातून सशक्त व सुदृढ अनुबंध अधिक वेगाने कार्यरत होऊ शकतो. मग यशही हमखास मिळते. प्रथम लोकांच्या कामाला वा कृतीला तू दाद द्यायला शिक. त्यांना उत्तेजन दे. बघ, ते अधिक चमकतील. मोठ्या सकारात्मकतेची तुला गरज आहे पीटर. नेहमी स्पष्ट, प्रांजळ रहा. दिलेली वेळ पाळत जा. लोकांना फार

आश्वासने देऊ नको पण प्रत्यक्ष कृतीतून खूप काही दे. तुझे वर्तन नेहमीच मैत्रीपूर्ण व सौहार्दमय ठेव. सर्वात महत्त्वाचे म्हणजे प्रथम उत्तम श्रोता हो. सहकार्यांच्या सुख-दुःखात अधिकाधिक रस दाखव. पीटर, *कुणाला तरी 'आपले' म्हणण्याची प्रत्येक व्यक्तीची एक आंतरिक गरज असते.* तू तुझा मार्ग बदल, विचार बदल. मग बघ, तुझे अवघे आयुष्य बदलून जाईल. तू इतरांचा जेवढा आदर करशील तितकाच तो तुलाही मिळेल.'

एक लक्षात घे पीटर, *द्रष्टे नेतृत्त्व हे नेहमीच आपले कार्पोरेट मिशन भिंतीवर टांगण्यापेक्षा लोकांच्या हृदयात उतरवते, तेही त्यांच्या नकळत.* ते आता तुला करायचे आहे.

'त्यासाठी मी काय करावे अशी तुझी अपेक्षा आहे ?'

'पीटर, सर्वोत्कृष्ट दर्जा आणि उद्दिष्टे यासंबंधी आपल्या टीमला वा सहकार्यांना आपल्या कार्पोरेट मिशनमध्ये सामील करून घेण्यासाठी संवाद ही प्राथमिक अट आहे. यातही संवादासाठी आपण जे शब्द उपयोजतो त्या बाबात पुरेशी सावधानता वापरणे आवश्यक आहे. कारण तुम्ही ज्या पद्धतीने जीवन जगता वा विचार करता, त्या नुसारच तुमचे शब्द आकाराला येतात. एकूणच शब्द वापरताना प्रत्येक नेतृत्त्वाला अतिशय काळजी घ्यावी लागते. जाणतेपणान शब्द वापरणे व त्या विषयी अतिशय संवेदनशील असणे महत्त्वाचे आहे.

दुसरं म्हणजे *नेतृत्त्व वाढीला तुला वेग द्यावा लागेल. यातही स्पर्धेच्या वेगापेक्षा नेत्यांच्या वाढीची संख्या वाढवणे, तशी क्षमता निर्माण करणे हे अत्यावश्यक आहे.* नेतृत्त्व संस्कृतीचा विकास तुला करावा लागेल. आता तू म्हणशील की नेतृत्त्व संस्कृती म्हणजे काय ? तुझ्या कंपनीतल्या प्रत्येकाला असे वाटायला हवे की मीच या कंपनीचा मालक असून ही कंपनी माझी आहे. मग बघ प्रत्येक जण हा एखाद्या सीईओ किंवा मॅनेजरप्रमाणे काम करेल. याचाच अर्थ समस्येपेक्षा त्याच्या उत्तराकडे आपल्याला अधिक लक्ष द्यायला हवे. यातही प्रत्येक लीडर हा आपल्या

ग्राहकाची काळजी घेत असतो, इतकंच नव्हे तर तो आनंदी व संतुष्ट कसा राहिल याची व्यवस्थाही तो करतो. कारण प्रत्येक जण आपली वैयक्तिक जबाबदारी उचलतो आणि ती पार पाडण्याचा प्रयत्न करतो, तेव्हा कंपनी अधिकाधिक पुढे जात राहते.

खरे नेतृत्त्व हे योग्य विचारांना नेहमीच अग्रक्रम देते. अर्थात योग्य विचार करण्यासाठी तुम्ही स्वतःला जाणले पाहिजे. तुम्हाला स्वतःचेच ज्ञान नसेल तर तुमच्या जवळ विचारांचा पायाच नाही असे होईल. तुम्ही जगापासून वेगळे नसता आणि म्हणूनच जगाचा/कंपनीचा प्रश्न हा तुमचा प्रश्न असतो. लीडरची आचार - विचार प्रक्रिया ही त्याच्या साऱ्या टीममधील सर्व लोकांची प्रक्रिया असते. एक प्रकारचा तो एक उत्स्फुर्त प्रतिसाद असतो. पीटर योग्य विचार हा स्थिर व स्थितीशील असतो तर योग्य विचार करण्याची पद्धत ही गतिमान व लवचिक असते.

यातही ज्या गोष्टी तुला वेड्यासारख्या त्रस्त करतात त्या गोष्टींना मोठी संधी माना. ज्या गोष्टी ज्या समस्या तुझा रागाचा पारा चढवतील त्या गोष्टी-समस्या ही तुमच्यासाठी एक भेट आहे, असे समजा. एकूणच क्षोभजन्य गोष्टींवर प्रेम करायला शिकले पाहिजे पीटर.

जी लोक किंवा परिस्थिती तुम्हाला शक्तीहीन करते त्याना असामान्य महत्त्व असते हे लक्षात घ्या. कारण त्यातून तुमच्या विचारांच्या वा कृतीच्या मर्यादा, तुमची भीती तसेच तुमच्या खोट्या समजूती लगेचच निदर्शनास येतात. जगप्रसिद्ध मानसशास्त्रज्ञ कार्ल युंग यांनी एके ठिकाणी म्हटले आहे की *इतरांच्या ज्या गोष्टी तुम्हाला क्षोभजन्य वाटतात त्या तुम्हाला स्वतःकडे समजूतीने पाहायला भाग पाडतात.*

योगी रामन नेहमी म्हणत असत की *समस्या आपल्यातील प्रतिभा वा तेज प्रदर्शित करतात.* जगातील मोठमोठ्या कंपनींमध्ये समस्यांकडे/ /अडथळ्यांकडे विकासाची वा प्रगतीची संधी म्हणून पाहिजे जाते. तशीच संस्कृतीरीत तिथे स्थिर झालीय. या संस्कृतीरीतीला आत्मसात करा. त्यातून

योग्य तो बोध घ्या आणि पुढील आयुष्याकडे वळा. एक लक्षात घ्या की नेतृत्त्व करणारे स्वतःच्या जखमांचे सूज्ञपणात/शहाणपणात रूपांतर करतात. यशाकडे जाण्यासाठी या सर्वांची एक शिडी करतात. एकूणच काय तर ते समस्या पहात नाहीत तर त्यातून उभ्या राहू पाहणाऱ्या इतर अनेक शक्यता वा पर्याय पाहतात. ह्या गोष्टी त्यांना खऱ्या नेतृत्वाकडे नेतात, थोर बनवतात.

एक लक्षात ठेव पीटर, आपण जे काही करतो त्याबद्दल आपल्याला प्रेम हवे एवढे मात्र निश्चित ! ते नसते म्हणून प्रसिद्धी, पैसा, प्रतिष्ठा याच्यामागे आपण लागतो. वस्तुतः *भरपूर ज्ञान आणि अनुभव असावा – जीवनाचे सारे वैभव व सौंदर्य, त्यातील झगडे, विपत्ती, हास्य आणि अश्रू हे सगळे जाणावे – आणि तरीही तुमचे मन साधे, अक्रिय ठेवावे ही एक मोठी कला आहे. नेतृत्त्वाचे आपल्या कामावर, आपल्या लोकांवर, आपल्या कंपनीवर विलक्षण प्रेम असते. म्हणूनच खरे नेतृत्त्व करणारा हा आतून अगदी साधा असतो.*

लोकांना त्यांचा जिव्हाळ्याचा-प्रेमाचा प्रान्त कुठला आहे यांची ओळख करून द्या आणि त्या स्वकर्मात त्यांना मुक्तपणे काम करू द्या. मग बघा काय चमत्कार होतो ते. वाटेतले अडथळे पहा आणि त्याचा बिनशर्त स्वीकार करा. सदैव कार्यरत रहा. नवनवीन गोष्टी व कल्पना यांना आपलेसे करा आणि त्या कल्पना वा विचार अंमलात आणण्याचा प्रयत्न करा. हे आणताना काहीवेळा अपयश येण्याची शक्यता आहे. पण लक्षात ठेवा *अपयश हा यशाकडे जाण्याचा राजमार्ग असतो. दोन गोष्टी जीवाला आणि ह्रदयाला नेहमीच घातक असतात. एक म्हणजे टेकडीवर जोरात पळत जाणे आणि उंच टेकडीवरून खाली पळत येणे,* असे बर्नार्ड गिंम्बल म्हणत असे आणि ते खरेही आहे.

पीटर लोकांच्या चैतन्याला तुला आवाहन करायचे आहे. त्यांच्यात खूप चैतन्य दडलेले आहे. वस्तुतः याची जाणिवच त्यांना नसते. ती त्यांना करू देणे आणि त्यातील चैतन्याला एक मोकळी वाट करून देणे म्हणूनच

महत्त्वाचे आहे. अब्राहिम मास्लो म्हणतो की, *आज पर्यावरणात सगळीकडे एक सूस्त, नैराश्यजनक व असंतुष्ट वातावरण पसरले आहे, याचे कारण दुसरे तिसरे काही नसून ती लोक आपल्या संपूर्ण चैतन्यानिशी–क्षमतेनिशी स्वतःला व्यक्त करीत नाहीत म्हणून.*

या संदर्भात योगी रामन यांनी मला भारतीय संस्कृतीत प्रचलित असलेली एक पुराणकथा ऐकवली होती. प्रारंभी माणसाकडे देवाइतकीच चेतना व दैवीशक्ती होती. पण सत्ता, संप्पत्ती, प्रसिद्धी व सुखाच्या अविरत लालसेत त्याने आपल्यातील चैतन्याचा दुरूपयोग करावयास प्रारंभ केला. तेव्हा बह्माने मानवातील शक्ती व चैतन्य काढून घ्यायचे ठरवले आणि तसे केलेही. पण हे काढून घेतलेले चैतन्य ठेवायचे कोठे हा प्रश्न होताच. काहींनी सांगितले की पाताळात ती शक्ती दडवून ठेवा, नाहीतर हिमालयाच्या शिखरावर. अखेरीस ब्रह्माने ती चैतन्यशक्ती, माणसाच्या आतच दडवून ठेवली आणि ती त्याला प्रत्यक्षात दिसू नये पण जाणवावी अशी सोय करून ठेवली. त्यामुळे कस्तुरीप्रमाणे आपल्या आत किती चैतन्य दडलेले आहे यासाठी स्वतःचाच आत्मशोध घेणे अपरिहार्य होऊन बसले.

पीटर, *तुझ्या सहकार्यांच्या आत खोलवर दडलेल्या चैतन्याच्या मूलस्त्रोतून त्यांना चैतन्यासह मुक्त करणे हे खऱ्या नेतृत्त्वाचे खरे कार्य आहे.* तुझ्या कर्मचार्यांना चांगले वागवा, मग ते आपल्या ग्राहकांशी चांगले वर्तन करतील आणि हे अगदी सहज स्वाभाविक नाही काय ! खरे तर हे एक सामाजिक मूल्य आहे आणि ते मी शेवटपर्यंत पाळणार आहे, अशी शपथच प्रत्येक नेतृत्त्वाने घायला हवी. समोरच्यातले उत्तमच पहा आणि अतिशय करुणापूर्वक वर्तन करा. अर्थात उदार असणे हा कमकुवतपणा नसतो. *असामान्य लीडरशीप म्हणजे करूणा–दयार्द्रता आणि कठोरता यातला समतोल साधणेच असते.* यात एक गोष्ट फार महत्त्वाची आहे पीटर, *खरा लीडर हा लोकांना काय आवडते ते करीत नाही तर तो त्याला जे सत्य जाणवते, तोच ते करतो.*

ज्यावेळी *तुम्ही न्यायीपणा, सत्य, सौंदर्य आणि सुव्यवस्थेसाठी आग्रही असता, तेव्हा तुमच्यावर टीका करणारेही भेटतील. पण त्यांची फारशी काळजी करू नका.* असे टीका करणारे लोक हे मोठ्या लोकांच्या अंत्ययात्रेलासुद्धा कधी गेलेले मला दिसले नाहीत.'

'जूलियन तूझं हे सगळं मला पटतय पण तू मला एक सांग की हे जे यश आहे ते आपण कसं मोजणार?'

'कुठल्याही यशात अधिकाधिक विकसित होत जाणारा नफा हा गृहित असतोच. पण एकूणच निर्मिती, ग्राहकांची संतुष्टता आणि सर्वोत्तम गुणवत्ता अशा एक ना अनेक गोष्टींचा अंतर्भाव यशात होतो एवढे मात्र खरे. त्याही पेक्षा महत्त्वाचे म्हणजे आपल्या लोकांचे सर्वार्थाने सधन व साफल्यमय होणे यात खरे यश दडलेले आहे. अनेकदा काय होतं की आपले योग्य विचार, आपले कार्पोरेट मिशन आणि त्या दिशेने कार्यरत होणारी लोकांची कार्यक्षमता, या गोष्टीच यशाला आपल्याकडे खेचून आणतात. पीटर, आपल्या कार्पोरेट मिशन स्टेटमेंटनुसार जेव्हा आपल्या अवतीभोवतीच्या सहकाऱ्यांसमवेत जगायला आपण प्रारंभ करतो, तेव्हा आपले जीवन हे अधिक आवेगपूर्व व स्वच्छ-स्पष्ट होते. आपल्याला मिळणारे यश हे एकप्रकारे आपल्या अस्तित्त्वाचे, व्यक्तिमत्त्वाचे, आपल्या कष्टप्रवासाचे मूल्यांकन करीत अधिक परिपूर्णतेकडे व सफलतेकडे सरकू लागते. या प्रवासात निखळ आनंद असतो, यात शंकाच नाही पण एका श्रीमंत अनुभवविश्वासह आत्मसुख व शांतीही आपल्याला याच प्रवासात गवसते. पीटर, यशाची मोजपाप ही नेहमीच तुझ्या कंपनीतल्या लोकांच्या प्रत्यक्षाप्रत्यक्ष जीवनात व कर्मगतीत होणाऱ्या परिवर्तनातून मोजता येणे शक्य आहे. कारण अवतीभोवतीच्या कर्मचार्यात व सहकार्यात होणाऱ्या मूलभूत परिवर्तनातूनच तुला यश मोजता येईल.'

'मग?'

'मग काय, तुम्ही तुमचे सगळे मॅनेजर्स एकमेकांशी सतत संवाद

साधत रहा आणि आपल्या कार्पोरेट मिशन स्टेटमेंटच्या दिशेने कार्यरत रहा. भविष्याची तुम्ही केलेली आखणी ही सर्वांच्याच कशी हिताची आहे हे सर्वांना पटवून द्या आणि बघा, लोक कसे तुमच्या खांद्याला खांदा लावून काम करतात ते. तू त्या सर्वांचे जीवन तुझ्या भविष्यकालीन आखणीने व उत्तम संपर्काने बदलू शकतोस. अर्थात तुमची कल्पना ही सर्वार्थाने योग्य व भविष्यवेधी व सृजनशील असेल तर ! लोकांची चिकाटी व सहनशीलता तसेच तीव्र इच्छाशक्ती आणि तुझी प्रेरणा, यातून तू अशक्यप्राय गोष्टी शक्य करू शकशील. एकूणच तुमचे कष्ट आणि तुमच्या आत्म्याचे चैतन्य आजच उज्वल उद्यासाठी पेरा आणि त्या दिशेने कार्यरत रहा. मग बघ चमत्कार काय होतो ते. अब्राहिम लिंकन, महात्मा गांधी तसेच मदर तेरेसा यांनी हेच केले आहे.'

'तू त्यांच्याशी माझी तुलना करू नकोस जूलियन. मी माझ्या परीने प्रांजल आहे हे निश्चित ! तू म्हणतोस तसे चांगल्या-योग्य गोष्टींवर आपण जर लक्ष केंद्रित केले, तर सगळेच चित्र बदलून जाईल हे अगदी खरे आहे. पण अनेकदा काय होते जूलियन, या सगळ्या कार्यप्रवाहात लोक कंपनीतील त्यांची सुरक्षितता, त्यांना मिळणारा पगार, तसेच इतर सुविधा यांचा आवश्यकतेपेक्षा अधिक विचार करतात.'

'तू म्हणतो आहेस ते खरे आहे पीटर. यासाठीच तुला त्यांच्याशी संवाद साधत, तुझ्या कार्यात त्यांना सहभागी करून घेतले पाहिजेस आणि त्यांच्या खांद्याला खांदा लावत अहोरात्र काम केले पाहिजेस. अनेकदा लोक नकारात्मकतेने जगत असतात. अशांना तू अधिक सकारात्मक करीत प्रेरणादायी ठरले पाहिजेस. पीटर, बाह्य विश्वातील यश हे आंतरिक यशापासून सुरू होत असते. बाह्य व्यवस्थेतील व्यवस्थापन हे आपल्या स्वतःच्या आंतरिक जगताच्या व्यवस्थापनानेच सुरू होते हे सुद्धा तू लक्षात ठेवायला हवेस. अर्थात या व्यवस्थापनाचा मूल घटक तुम्हा सर्वांची तीव्रतम इच्छाशक्ती आणि अंतर-बाह्य शिस्त हीच आहे एवढे मात्र निश्चित ! तुला हे मनोबल

प्रत्यक्षात आणायचे आहे हे लक्षात ठेव.

कशाचे यथार्थ आकलन होण्यासाठी अक्रिय-तरल सावधानतेची मोठी आवश्यकता असते. कारण हे निःस्तब्ध निरीक्षणच वास्तवाचे तुम्हाला यथार्थ दर्शन घडवते आणि स्पष्ट दर्शन हेच सत्य दर्शन असते. जेव्हा तुम्हाला असत्यातले सत्य उमजते तेव्हाच तुमच्यात परिवर्तन घडवून येते. एकूणच ही तरल- अक्रिय सावधानतेची, तुलाच नव्हे तर तुझ्या प्रत्येक सहचार्याला आवश्यकता आहे. अर्थात ह्या सावधानतेचा सुगंध हा वर्तमानातील प्रत्येक क्षण संपूर्ण जगण्यातून येतो. पीटर, ह्या क्षणातच मोठा चमत्कार दडलेला आहे, त्यातील अर्थ व शहाणपण टिपणे आणि तो क्षण संपूर्ण जगणे म्हणूनच महत्त्वाचे आहे. स्वतःला ह्या क्षणी उपस्थित ठेवा आणि मग काय होते ते पहा.'

'यातून काय होईल ?'

'एक लक्षात ठेव पीटर, वास्तवाचे दर्शन हेच आपल्याला विमुक्तता देत असते. कुठलीही साधने किंवा कुठल्याही साधना ही विमुक्तता देऊ शकत नाहीत. शांत व निःशब्द निरीक्षणानेच यथार्थ आकलन होईल. असे आकलन जेव्हा आपल्याला होते, तेव्हा आपण स्वतःला वा इतरांना दुषणे देत नाही. इतकंच नव्हे तर समर्थन करण्याच्या प्रवृत्तीपासूनही आपण मुक्त होऊन जातो. मला एवढंच म्हणायचं आहे की एखादे संकट किंवा प्रतिकूल परिस्थिती जेव्हा अचानक आपल्यापुढे उभी राहते, तेव्हा या संकटातून आपण मुक्त कसे होऊ असा प्रश्न तू कोणाला विचारणार नाहीस. वस्तुस्थिती अशी आहे की आपली तरल-अक्रिय सावधानताच सगळं काही तुम्हांला मिळवून देईल.

सर्वसामान्य माणसे ग्राहकांसाठी गरजेपुरताच वेळ देतात. त्यापेक्षा अधिक काही देऊ करण्याचे कष्ट ते घेत नाहीत. म्हणूनच त्यांचा विकास होत नाही आणि ते सर्वसामान्यच राहतात. पीटर, आपले नेतेपण व मोठेपण हे आपण देऊ केलेल्या सवेपेक्षा पुढे जाऊन अधिक काही देतो

तेव्हाच सुरू होते. मग यश आपोआप आपल्या दारी चालत येते. या कल्पनेवर अंतर्मुखतेने विचार करण्याची गरज आहे. माझ्या दृष्टीने तर याला खूपच महत्त्व आहे. आपल्यातील काही जणांना आश्चर्यकारक यश आणि मानसन्मान मिळतो तो केवळ यामुळेच. कारण ते नेहमीपेक्षा अधिक वेळ आणि ऊर्जा आपल्या ग्राहकांसाठी देतात. सर्वसामान्य मात्र असं काही करीत नाहीत. पण तसे जर तू केलेस पीटर तर तू कुणी सर्वसामान्य राहणार नाहीस.

पीटर जेव्हा आपले विचार स्वच्छ असतात आणि आपले कार्पोरेट मिशन विषयी आपल्या स्पष्ट व भविष्यवेधी, सुनियोजित आखीव असेल तर बऱ्याच गोष्टींची आपली तडफड कमी होते बघ. अर्थात त्यासाठी तत्काल झालेले आकलन अमलांत आणण्याची गरज आहे. तसे जर आपण केले तर आवश्यक ती क्षमताही आपल्या अंगी आपोआप येते. कंपनीतल्या अनेक गुंतागुंतीच्या प्रश्नांची तपासणी करायची असेल तर कुठल्याही विशिष्ठ पद्धतीत तुला अडकून चालायचे नाही. यातही कशाचेही आकलन करून घेण्याची क्षमता ही काळाने (मानसिक काळ) अंगी येत नसते, तत्काल होणाऱ्या वास्तवदर्शनाने किंवा जे आहे ते पाहण्यानेच ते उत्पन्न होते. एकूणच परफॉर्मन्स गॅप राहू न देणे महत्त्वाचे आहे. भविष्यवेधी कृती करताना संपूर्ण वर्तमानाला महत्त्व येत असते. कारण कृती करणे म्हणजे वर्तमानात क्रिया करणेच असते. द्रष्ट्या लीडर्सना या समस्या उत्पन्न करणाऱ्या प्रक्रियांचे व अडथळ्याचे नेमके भान असते, असायला हवे !

प्रज्ञा कुणी कुणाल बहाल करीत नाही ती मनाच्या अखंड सावधानतेतून आणि निवडरहित जगण्यातून जागृत करता येते. अनेकदा भविष्याविषयी वाटणारी चिंता प्रज्ञाजागृतीच्या आड येते एवढे मात्र निश्चित !

द्रष्टे लीडर हे नेहमीच कृतीशील असतात, म्हणजेच संपूर्ण वर्तमानात जगत असतात. तुला लॉ ऑफ डीमिनीशिंग माहितच असेल ?'

'नाही.'

'नीट समजून घे. एक लक्षात घे पीटर, आपल्याला समजलेली विचारसूत्रे जेव्हा आपण प्रत्यक्ष शॉप फ्लोअरवर उतरवत नाही, तेव्हा खरी समस्या निर्माण होते. आपले विचार कागदावरच राहतात. एकूणच विचार आणि प्रत्यक्ष कृती यात नेहमीच अंतर पडते. काही दिवसांनी हे अंतर वाढीस लागते आणि मग ताणतणावही वाढत जातो. एक दिवस हे ताण-तणाव आपल्या आयुष्याचा कब्जा घेतात.'

'म्हणजेच विचारानुसार तत्काळ कृतीचा अभाव, याची अत्यंत गरज आहे, असे म्हण ना ?'

'अर्थातच पीटर. आपल्या सर्वोत्कृष्ठ क्षमतेनुसार एका असामान्यत्त्वाकडे झेपावण्यासाठी किंवा जागतिक स्तरांवर मोठे यश संपादन करण्यासाठी, योग्य विचारांनुसार तत्काळ कृती ही अत्यावश्यकच नव्हे तर अपरिहार्य आहे. तर आणि तरच खऱ्याखुऱ्या आनंदासह जीवनसाफल्याची दिशा गवसेल. अनेकदा आपल्या जे मनात असते किंवा आपण ज्या कामाचे कागदावर नियोजन केलेले असते, त्याकडे दैनंदिन जीवनचक्रात दुर्लक्ष होते आणि आपण लहानमोठ्या समस्यांकडेच लक्ष देत राहतो. किंबहुना त्या समस्या सोडविण्यातच आपला बरासचा वेळ जातो. त्यामुळे आपल्याला जे काही करायचे असते ते मग मनातच राहते. यातूनच आपली चिडचिड होते. मग आपण संकल्पित काम उद्यावर ढकलत जातो आणि मनाचे समाधान करून घेतो. वस्तुतः या मानसिक कालाला तसा अर्थ नसतो. आपल्याला सर्व अडथळे, अडचणी दिसल्या पाहिजेत. ते जाणणे, वस्तुस्थितीचा झालेला संपर्क आपल्याला संवेदनशील बनवतो. आपणाजवळ धैर्य नाही, दृढ निश्चय नाही. महत्त्वाचे म्हणजे आपण एकटे उभे राहू शकत नाही हे जाणणे, आपल्याजवळ तत्काळ कृती करण्याची क्षमता नाही, हे सर्वार्थाने ओळखणे, आपल्याला क्षमता देते.

यातही अनेकदा इतर समस्या सोडविण्यामध्ये आपण इतके गर्क होतो की आपल्या विचारानुसार तत्काळ कृती करण्यास आपल्याला

विलंब होतो आणि त्यातील उत्स्फर्ततताही संपून जाते. हे घातक आहे. एका जर्मन तत्त्ववेत्याने म्हटले आहे की *तुम्हाला जे काही करायचे आहे किंवा तुमच्या जे स्वप्नात आहे, त्यानुसार कृती करण्यासाठी आत्ताच प्रारंभ करा.* वास्तवाला तत्काळ सामोरे जाण्याच्या व कृती करण्याच्या पद्धतीतून तुम्हाला लोक प्रतिभावान, सत्त्वशील समजायला लागतील. कारण तुमची सतर्कताच सगळी जादुई-किमया घडवून आणेल.

यातही मघाशी म्हटले तसे की *ग्राहकांना जे लोक आवडतात, विश्वासार्ह व सच्चे वाटतात, त्यांच्याशीच ते व्यवहार करतात. हेच आपण अनेकदा विसरून जातो.* आपण विक्रीनंतरही दीर्घ काळ पूर्ण सेवा देत राहिलो तर नक्कीच चमत्कार घडेल, तुला नाही असं वाटत ?'

'अगदी खरे आहे जूलियन. आता मला तू म्हणतो आहेस, त्या प्रमाणे तत्काळ, योग्य भविष्यवेधी विचारानुसार कृती करणे किती गरजेचे आहे, हे माझ्या चांगलेच लक्षात आले आहे. मला आता माझ्या अलिशान केबीनच्या बाहेर पडून प्रत्यक्ष लोकात मिसळले पाहिजे आणि त्यांच्याशी संवाद साधला पाहिजे. माझ्यातल्या चांगुलपणाचे, सदभावाचे दर्शन त्यांना घडविले पाहिजे. सर्वात महत्त्वाचे म्हणजे त्यांच्यात परिवर्तन घडवून आणण्यासाठी त्यांची हृदये मला, माझ्या सहकार्यांना जिंकायला हवीत एवढे मात्र निश्चित !'

'अगदी खरं आहे पीटर. मग तुला प्रकर्षाने जाणवेल की कुठलाही व्यवसाय हा देखील एक नातेसंबंधच असतो. या परस्पर संबंधात प्रेम आणि जीवाचे मैत्र जपणे म्हणूनच महत्त्वाचे आहे. हा स्नेहप्रकाश आणि तुझी एक नेता म्हणून असणारी भविष्यवेधी दृष्टी यामुळेच महत्त्वाची ठरते. आता प्रकाशाचाच विषय निघाला म्हणून तुला दीपस्तंभाविषयीची एक लहानशी गोष्ट सांगतो.

काही बेटांच्या जंजाळात, समुद्राच्या अथांग सागरात, नेमकी दिशा दर्शविण्यासाठी एका अगदी छोट्याशा खडकाळ जमिनीवर दीपस्तंभाची

रचना केलेली असते. यातून लोकांच्या प्रवासाला दिशा मिळावी आणि प्रवाशांनी पुढे मार्गक्रमण व्हावे अशी साधी योजना. अर्थात त्यासाठी एका माणसाची दिव्याला तेल घालण्यासाठी योजना केलेली. दीपस्तंभाला लागणारे तेलही मयादितच असणार. त्या छोट्याशा जमिनीवरच्या तुकड्यावरचा तो दीप प्रज्वलित करणाऱ्या माणसाकडे गरजू थोडेसे तेल मागायचे. हा काही वेळा त्यांच्या गरिबीकडे पाहून मदत करायचा. एकदा त्याने अशीच काहींना मदत केली आणि प्रत्यक्ष दीपासाठी तेलच उरले नाही. आपापतः दीपस्तंभावरचा दिवाच विझला. पर्यायाने अंधाराचे साम्राज्य सगळीकडे पसरले आणि दिशाहिन झालेल्या होड्या, त्या खडकाच्या मातीत रूतून बसल्या. दोन होड्या खडकावर आपटून उलट्या झाल्या आणि त्यातील काही प्रवासी मरण पावले.

मला सांगायचा मुद्दा हाच आहे पीटर, की आपल्या भविष्यवेधी आरेखनानुसार वाटचाल करताना अनेकदा आपल्याला कुठल्या गोष्टीला प्राधान्य द्यायचे हे कळत नाही. काहीवेळेला चुकीच्या गोष्टींना महत्त्व दिल्याने, त्याची किंमत आपल्याला चुकती करावीच लागते असे तुझ्या लक्षात येईल पीटर.'

जूलियन म्हणत होता ते अगदी खरं होतं. आयुष्यातल्या चुकांना आपल्याला फार मोठी किंमत चुकवावी लागलेली आहे. अर्थात हे कबूलच करायला हवे. आयुष्यात ज्या गोष्टींना फारसे महत्त्व नव्हते त्याकडे आपण अधिकाधिक लक्ष पुरवत गेलो आणि चिखलात रुतावे त्याप्रमाणे रूतत गेलो. आता त्याचे परिणाम हे आपल्याला भोगावे लागत आहेत.

जूलियन, आता मला एका वेगळ्या जातकुळीचा, घडणीचा वाटायला लागला. सर्वसामान्य जाणिवांच्या पलीकडे पोचलेला. हे भान त्याच्या बरोबरच्या संवादात मला येत होते. काही तरी मनोव्यापारांच्या पलीकडे असलेल्या दिशेने जाण्याची मला एक दिशा व दृष्टी दिसू लागली. आता वैयक्तिक व व्यवस्थापनात्मक कौशल्यावर, नेतृत्त्वावर मला बऱ्याच

अंशी प्रभुत्त्व मिळविणे शक्य होते. आपल्या सर्वोत्कृष्ठ क्षमतेनुसार एका असामान्यत्वाकडे झेपावण्यासाठी जूलियनची, पर्यायाने यागी रामन यांची विचारसूत्रे मला खूप उपयोगी पडणार होती.

'जूलियन तुझ्याविषयी मला विलक्षण कृतज्ञता वाटते. आता माझ्या ग्लोबल व्ह्यू सॉफ्टवेअरचे नुसते रंगरूप, माझ्यासह अंतर्बाह्य पालटणार आहे एवढे मात्र निश्‍चित. अर्थात त्यासाठी मोठ्या धैर्याने या विचारसूत्रांची तत्काल अंमलबजावणी करायला हवी. खरं तर ही संध्याकाळ मी माझ्या आयुष्यात विसरणार नाही. कारण या सायंकाळी मला एक नवीन आत्मिक चैतन्याचा व चांदण्यांचा स्नेहप्रकाश मिळला होता. त्याची प्रभाव-परिणामसुंदरता विलक्षण होती यात शंका नाही. मोठ्या कुतुहलाने न्याहाळलेल्या तेजाचा शोध घेण्याची माझी अनेक दिवसांची इच्छा, जुलियन तुझ्या सहवासात पूर्ण होते आहे. या प्राणभूत दिशा आणि तिच्या विविध क्षमता प्रत्यक्षात अवतरल्यानंतर खूप काही मूलभूत परिवर्तन घडणार आहे, याचा मलाच आता विलक्षण विश्‍वास वाटायला लागला आहे. मला तर असं वाटतंय की तुला तुझी लाडकी फेरारी भेट द्यावी.'

'नको रे बाबा ! पीटर, मी माझे बाह्य कपडेच केवळ नाही तर माझे संपूर्ण अंतरंगच बदलले आहे. माझी सगळी संपत्ती, फेरारी, यश, पैसा, प्रसिद्धी...या सगळ्या गोष्टी कधीच मी सोडून आलो आहे. अगदी शेकडो कासे दूर आलो आहे. आता तर मी इतका पुढे आलो आहे की त्या सर्वांची मला थेंबभर देखील आठवण येत नाही.'

खरोखरीच जूलियननी अगदी बोलल्या प्रमाणे आपली वस्त्रेच नव्हे तर पुर्वीचे अवघे जीवनच आमूलाग्र बदलले होते. इतके की त्या सर्वांचा मागमूसही राहू नये. आम्ही दोघं बोलत बोलत क्लबच्या मोठ्या हॉलमध्ये आलो. तिथे मोठा स्क्रीन असलेला टीव्ही होता. जूलियनने पुढे येऊन त्याचा रिमोट हातात घेतला आणि त्याने टीव्हीवर बातम्या लावल्या.

'मी त्याला विचारलं, 'तू आता बातम्या ऐकणार आहेस का?'

तो माझ्याकडे पाहून मिस्किलपणे हसला. माझं सहज लक्ष टीव्ही कडे गेलं. स्क्रीनवर बातम्या दिसत होत्या आणि स्पीकर मधून भारतीय शास्त्रीय संगीताचा नाद ऐकू यायला लागला. मला विलक्षण आश्चर्य वाटलं. मी म्हटलं, 'जूलियन तू काय करतो आहेस ?'

'सॉरी, पण काही विचित्र वाटतंय का ?'

'विचित्र नाही तर काय ! पडद्यावरचे चित्र आणि त्याचा साऊंड मॅच तरी होतो आहे का ?'

'अगदी बरोबर. मलाही हेच म्हणायचं आहे. तुला विचित्र वाटलं ना ? कारण तू काळजीपूर्वक बघितलंस म्हणून. असाच काळजीपूर्वक तू तुझ्या कंपनीतल्या व्यवस्थापनाकडे बघितलं पाहिजेस. म्हणजे मग तिथं असलेली विसंगती तुला खऱ्या अर्थाने जाणवायला लागेल. आपल्याकडे औद्योगिक विश्वातले लीडर, असे विसंगतीने बोलताना व वर्तन करताना आढळतात. ते ग्राहकांना आश्वासन देतात एक आणि वेगळेच वागतात. असं नाही तुला वाटत ? ते आपल्याच कर्मचार्यांना आर्थिक निर्बंधात ठेवतात, तर दुसऱ्या बाजूला त्यांची स्तुती करतात. एक लक्षात ठेव पीटर, तुला तुझ्या कंपनीतल्या लोकांविषयी विलक्षण प्रेम वाटले पाहिजे. तेही अगदी आतून. तरच तुमच्या दोघांत जीवाचे मैत्र जुळेल. मग त्यात असेल फक्त उत्कट, आंतरिक उत्साह. आपल्या अंगीकृत कार्यातून व स्वकर्मातून आपले प्रेम-जिव्हाळा हा प्रत्यक्षाप्रत्यक्ष प्रकट व्हायला हवा एवढे मात्र निश्चित. अर्थात त्यात कृत्रिमता वा औपचारिकता नसावी. बाहेरच्या भपकेदार व प्रदर्शनीय दिखावटीपेक्षा, आपल्या कर्मचार्‍यांना अधिक सवलती द्याव्यात. पीटर, जिथे प्रेम, जिव्हाळा असतो तिथे सगळेच भावबंध सुंदर आणि पवित्र होऊन जातात. प्रेम करणे आणि करवून घेणे ही आपली मूलभूत गरज असते पीटर. योगी रामन नेहमी म्हणत असत की *भलेपणाची क्रिया सतत चालू राहिली पाहिजे, आपण त्या भलाईला सहेतूक, सकारण, विशिष्ट दिशा घेऊन केलेली क्रिया म्हणू या.* सर्वात महत्त्वाचे म्हणजे

भलेपणा हा मूल्यविचारांच्या अतीत आहे. माणसांच्या हृदयाला, मनाला चांगुलपणासह स्पर्श करण्याची एक मोठी उत्सुकता तुझ्या ठिकाणी असली पाहिजे.'

द्रष्ट्या नेत्यांकडे भलेपणाचा एक मोठा साठा स्थित असतो. तुझ्या सारखा एखादा लीडर जर गोल्फ खेळण्यासाठी एक संध्याकाळ राखून ठेवत असेल तर त्याने आपल्या लोकांच्या मनोरंजनासाठीही एक संध्याकाळ मुद्दाम मुक्त ठेवायला हवी. त्यावेळेत त्यांना विलक्षण मुक्ततेत जगता यावे व जीवनातील सौंदर्याचा, मनोरंजनाचा आस्वाद घेता यायला हवा. अर्थात त्यासाठी खरा लीडर काही तरतूद नेहमीच करून ठेवतो.

आपण समजतो तेवढे लोकं मुर्ख नसतात पीटर. त्यांचे आपल्या लीडरकडे अगदी बारकाईने लक्ष असते. तो कामावर, मिटिंगला येतो कधी, जातो कधी...अगदी बारीक-सारीक गोष्टींकडे लोकांचे लक्ष असते. अनेकदा ते तुमचे अनुकरण करतात. समजा तू मिटींगला उशीरा येत असशील तर ते त्याचेही अनुकरण करतात. म्हणूनच आपल्याला काळजीपूर्वक वर्तन करायला हवे. सर्वात महत्त्वाचे म्हणजे तुमच्या विचारात व वर्तनात एकसंधता असावी आणि विलक्षण पारदर्शकताही. तुला एक महानायक म्हणून अवती भोवतींच्या जीवनावर कायम स्वरूपी ठसा उमटायला हवा. *भावी पिढ्यांच्या मनात व हृदयात चिरंतन स्मरणात राहील असे जगणे म्हणजे एक प्रकारे मृत्यूवर मात करणेच असते.* यातही तुम्ही ज्या निर्भयतेने आणि स्वागतशीलतेने कंपनीतल्या प्रत्येक समस्येला व घटनेला सामारे जाता, त्याचा परिणाम हा इतरांवर पडणारच हे लक्षात ठेव.

तुला काही मूल्यांकरिता जीवनात ठामपणे उभे रहायचे आहे आणि ती मूल्ये प्रत्यक्ष आचरणात आणण्यासाठी निकराचा प्रयत्न करावयाचा आहे. एकूणच आपल्या जीवनाची जी आपण दिशा व दृष्टी स्वीकारतो ती केवळ चार पैसे जादा मिळावेत यासाठी नाही तर स्वतःसह अवतीभोवतीच्या लोकांचे जीवनमान चेतनागर्भ होण्यासाठी, उंचावण्यासाठी.

एकूणच लीडरने खाराखिरीने सावधानतेने प्रयत्न करायला हवा. आत्मगौरव, सत्ता, उच्चपदाची व प्रतिष्ठेची अभिलाषा, आपल्या पदाचा अहम तसेच यशाबरोबरच चोर पावलांनी सोबत येणारा गर्व यांचे अंकूर आपण प्रारंभीच छाटायला हवेत. अन्यथा त्यांचा वृक्ष कधी झाला हे आपल्याला कळणारही नाही. कारण या सगळ्या प्रवृत्ती माणसाचे मन दुषित, भ्रष्ट करतात. हे भ्रष्टतेचे बीज काढून टाकत आपले शील, चारित्र्य, आपली प्रांजलता तसेच आपले बोलणे आणि त्यानुसारची प्रत्यक्ष कृती याकडे प्रत्येक लीडरने अतिशय गंभीर राहिले पाहिजे.

पीटर आपली तत्त्वे ही एखाद्या मोठ्या वृक्षासारखी असतात. वादळवाऱ्यात तसेच पावसापाण्यात वृक्षावर कितीही मारा झाला तरी जमिनीत घट्ट रुतलेली मुळे इतकी घट्ट असतात की ती वृक्षाला काही एक धक्का लावू शकत नाहीत. या संदर्भात महात्मा गांधी मला विलक्षण आदरणीय व आदर्श वाटतात.

महात्माजींचे संपूर्ण जीवन-चरित्र, त्यांचे नेतृत्त्व आणि त्यांचे भारताच्या स्वातंत्र लढ्यातले योगदान योगी रामन यांनाच केवळ नव्हे तर मला विलक्षण स्फुर्तीदायी-प्रेरणादायी वाटते. योगी रामन यालाच *गांधीजी फॅक्टर* असे संबोधतात. रामन यांच्या मते, कार्पोरेट विश्वातील नेतृत्त्वाने आजच्या २१व्या शतकातही गांधीजींचाच आदर्श ठेवायला हवा. त्यांची विचारसरणी व जीवनशैली आत्मसात केल्याशिवाय आपल्याला आपल्या लोकांत व कंपनीत (पर्यायाने कार्पोरेट विश्वात) मूलभूत परिवर्तन घडवून आणणे शक्य होणार नाही. माणसाचे वैभव त्याच्याजवळच्या संपत्तीत नसून त्याच्या गुणवत्तेत आहे. मानवजातीचे कल्याण, स्वार्थत्याग, वैयक्तिक सदाचार, संघर्षातही संवाद-सहयोगाचा मार्ग, जनसंपर्क, कमालीची प्रांजलता, सत्यतेची कास, अहिंसा, नैतिक मूल्यांचा आग्रह...अशा एक ना अनेक गोष्टी महात्माजींकडे होत्या आणि त्यातूनच या महान नेतृत्वाने परिवर्तनाचा एक सर्जक मार्ग अवघ्या जगताला दाखवला.

'पण मी हा गांधीजीचा आदर्श माझ्या कंपनीमध्ये कसा आणू शकतो जूलियन ?'

'गांधीजींची जीवनशैली व विचारसरणी यांनी दर्शवलेल्या मूल्यांचा बिनशर्त स्वीकार करूनच. तुला तुझ्यातच मूलभूत परिवर्तन घडवून आणायचे आहे पीटर. तुला स्वतःलाच बदलायचे आहे. तू जर बदललास तर ग्लोबल व्ह्यू सॉफ्टवेअर मधील अवतीभोवतीच्या लोकांच्यातही आपोआप बदल होत जातील. त्यासाठी तुलाच आदर्श बनायला हवे. तर आणि तरच इतर लोक तुझ्या कार्पोरेट मिशनच्या स्टेटमेंटनुसार, सर्वार्थाने व सर्व दिशांनी काम करतील आणि तुला खऱ्या अर्थाने सहाय्यभूत ठरतील.'

जूलियन बोलत होता आणि मी ऐकत होतो. खरं तर हे सत्य पचवणं मला अवघडच होतं. कारण जूलियनची माझ्याकडून जी अपेक्षा होती, त्याच्या तीन चतुर्थांश गुण सुद्धा माझ्यात असतील की नाही कोण जाणे. त्याच्या त्या बोलण्याने माझ्यातल्याच विसंगती मला प्रकर्षाने जाणवू लागल्या. माझी आत्मकेंद्रितता, क्षीण श्रवणशक्ती, माझ्या बोलण्यातली व कृतीतील विसंगतता, माझे शीघ्र कोपीत्त्व, माझा बेफिकिरपणा, बेशिस्तता तसेच बेताल वर्तन.... अशा एक ना अनेक गोष्टी मलाच कळतनकळत जाणवू लागल्या. या माझ्या अवगुणांकडे प्रथम मला लक्ष देणे भाग होते. मी आजवर इतरांना दोष देत होतो पण आता मला तसे करता येणार नव्हते. आता मोठ्या आत्मभानाने व आत्मशोधक वृत्तीने तसेच विलक्षण तरल सावधानतेने मला लीडरशीप करायची होती. पण आपल्याला हे सर्व जमेल का, याविषयी खरं तर मीच फार साशंक होतो.

माझ्या चेहऱ्यावरील गोंधळ बहुधा जूलियनच्या लक्षात आला असावा. तो समजुतीच्या सुरात मला म्हणाला, 'पीटर असा गोंधळू नकोस. मला माहित आहे की मी तुझ्याकडून फार मोठी अपेक्षा करतो आहे. पण मी तुला असा सल्ला देतो की तू छोट्या छोट्या गोष्टींपासून प्रारंभ कर. अक्रिय-तरल सावधानताच तुझ्यात विलक्षण परिवर्तन घडवून आणेल.'

‘तुला खात्री वाटते जूलियन ?’

‘अगदी शंभर टक्के. फक्त मी तुला अंगुलीनिर्देश केला, परिवर्तन हे तुझे तुलाच करायचे आहे. त्यासाठी एका आंतरर्बाह्य शिस्तीची तुला गरज आहे तसेच आंतरिक इच्छेचीही. या बाबतीत मी तुला एक मोठे मजेशीर उदाहरण सांगतो.

माझ्या पहाण्यात अशी एक कंपनी आहे की एके काळी त्या कंपनीच्या शॉप फ्लोअरवर पाऊल ठेवणे अशक्यप्राय वाटावे असे वातावरण असायचे. भिंतीवर नानाविध उपरोधात्मक चित्रे काढलेली. अनेक वस्तु, हत्यारे तसेच कंपनीचे मूल्यवान प्रॉडक्ट इतस्तः विखुरलेले असायचे. कित्येक लाखांचे नुकसान व्हायचे. एकमेकांत संवादच नसायचा. सगळीकडे गबाळेपणा आणि बेशिस्त. यातच कंपनीला मिळालेली एक मोठी ऑर्डर त्यांना वेळेत पूर्ण करता आली नाही. एका ऑर्डरमधील तर बराच माल रिजेक्ट होऊन परत आला होता. अशा वातावरणात *तिच्या* नेतृत्वाचे आगमन झाले आणि सगळा कायापालट झाला. पीटर, तू विचारशील असं काय केलं तिनं आणि तिच्या नेतृत्त्वानं. तर तिने सकाळच्या शॉप फ्लोअरच्या राऊंडमध्ये असताना इतस्ततः विखुरलेल्या सगळ्या वस्तू वेचायला सुरवात केली. अवतीभोवतीचे कामगार हे सगळं पहात होते. मग तिने एके क्षणी तिथल्या सुपरवाईझरालाच शॉप फ्लोअरवर अधिकाधिक उजेड येईल, असा कोणता रंग देऊ हे विचारले. हळूहळू प्रत्येक जण तिच्या कार्यात सामील होऊ लागला. भिंतींना रंग लागला आणि भोवतालच्या पर्यावरणातच नव्हे तर लोकांच्या आचार-विचारात बदल घडू लागला.

एकूणच जनसंवाद आणि लोकांत जाऊन प्रत्यक्ष काम करणे, कधी आवश्यकता वाटली तर हात मशीनवर काम करून काळे करणे, थोडासा संयम, हसतमुखता, संवाद आणि प्रत्यक्ष सहभाग-सहयोग यातून खूप काही नवे घडू शकते पीटर. *अखेरीस तुमचा जीवनाचा वा कंपनीचा हेतू हा खूप महत्त्वाचा भाग असतो आणि तोच सर्व काही घडवून आणतो.*’

तुमची सकारात्मकता व सृजनशीलता ही देखील अनेकदा तुमच्या सहाय्यास येते. लोकांसमोर तुम्हीच आदर्श असता आणि एक प्रकारे त्यांचे कर्तेही तुम्हीच असता. म्हणूनच या नेतृत्त्वाला स्वतःच्या वर्तनाबाबत अतिशय सावधान रहावे लागते. तुला आता लोकांत मिसळून त्यांच्या समवेत काम करावे लागेल. त्यांची स्वप्ने आणि त्यांची दुःखेही तुला समजून घ्यावी लागतील. महत्त्वाचे म्हणजे तुझ्या छोट्या छोट्या कृतीतून मूलभूत परिवर्तन घडणार आहे, हे तू कधीही विसरू नकोस. योगी रामन म्हणत असत की 'प्रत्येक मासा हा आपण कुठल्या पाण्यात पोहोत आहे हे अनेकदा उसळी मारून बघत असतो. चल, बोलता बोलता बरीच रात्र झाली. निघू या आपण.'

'खरंच की खूप रात्र झाली. पुन्हा कधी भेटायचं आपण ?'

'पुढल्या शुक्रवारी. पण इथे नाही. सिटी हॉलच्या मागे असलेल्या मोठ्या बागेत आपण संध्याकाळी सहा वाजता भेटू या. तोपर्यंत हे नवे लाकडी पझल्स घे. अगदी मागच्या प्रमाणेच आहेत हे. फक्त यावर जरा वेगळी अक्षरे कोरली आहेत. एक नवा संकेत, एक नवा, दुसरा अध्याय. *मनाचे नियमन आणि ह्रदयाचा पुढाकार.*'

प्रकरण ५ वे : ज्ञानाचे समग्र अवतरण : जूलियनचे शहाणपण

संकेतप्रणाली

हेतूपूर्ण जीवनाशी नेहमीच अनुबंधित रहा.

प्रकरणाचे सार वैभवशाली भविष्याचा आचारवेध

शहाणपण

* हेतू-उद्देश ही जगातील मोठी प्रेरणादायी गोष्ट आहे.
* आपण अवतीभोवतीच्या लोकांचे जीवन अधिकाधिक सुखी-समृद्ध करीत जीवनाची बांधिलकी स्वीकारू.
* तुमचे सहकारी-कामगार यांच्याविषयी तुमच्या मनात जिव्हाळा आहे, हे त्यांना प्रकर्षाने जाणवू द्या.
* लोकांच्या आत दडलेली चैतन्यशक्ती मुक्त करा. द्रष्टे लोक नेहमीच या विषयी विलक्षण दक्ष असतात.
* प्रांजलता, चारित्र्यशीलता व धैर्य यांसह नेतृत्त्व करा.

सरावासाठी

* तुमचा सकारात्मक हेतू हा साक्षात कृतीत आविष्कृत करणे हीच खरी वैभवशाली कृती आहे
* लोकांच्या हृदयाशी संवाद साधण्यासाठी आपल्या हेतूशी नेहमीच अनुबंधित रहा.
* तुमचे विचार आणि प्रत्यक्ष कृती यात थेट नाते ठेवा.

सुभाषित्मकता जीवनाचा अंतिम हेतू हा आयुष्याला खऱ्या अर्थाने अस्मिता व स्वत्त्व मिळवून देण्यात आहे. तुमच्या सहकार्यांच्या आत दडलेल्या चैतन्याला त्यांच्या कृतीतूनच आविष्कृत होण्यास सर्वतोपरी सहाय्य व्हा !

द् मंक हू सोल्ड हिज फेरारी

संकेतप्रणाली २ री

मनाचे नियमन
आणि
हृदयाचा पुढाकार

प्रकरण ६ थे

परस्परसंबंधातील संकेत-सिद्धान्त प्रणाली

व्यक्ती जेव्हा आपल्या सहकाऱ्यांशी खऱ्या अर्थाने संवाद साधत नाही, त्याच्या सुख-दुःखात रस घेत नाही, तेव्हा त्या व्यक्तीच्या जीवनात समस्या, या पाऊल ठेवायला उत्सुक असतात. अशी व्यक्ती आपल्या वैयक्तिक जीवनात समस्या निर्माण करतेच पण इतरांना कमालीची त्रासदायक ठरते. खरे तर आपण सर्व जण अशा व्यक्तींच्या संबंधातच अडकलेलो असल्याने, आपल्या सर्वांच्या वाट्याला एकच ऋतू येतो आणि तो म्हणजे अपयशाचा वसंतऋतू.

अल्फ्रेड ॲडलर

जूलियनला निरोप दिल्यानंतर मी माझी गाडी घराकडे वळवली तरी मन मात्र मागेच, जूलियनबरोबरच्या संवादातच रेंगाळत होते. त्याच्याबरोबर झालेला संवाद, त्यातील शब्द न शब्द मला आठवत होता. जूलियनला माझ्या विषयी वाटणारी आस्था आणि त्याचा सदभाव हा आभारापलीकडचा होता. आपल्या संवादातून जूलियन आपली जीवनदृष्टी मला दोन्ही हातांनी भरभरून देत होता. यातून एक सुयोग क्रियाच उदयास येणार होती. ती थोडीच वैयक्तिक क्रिया होती तर त्या वैचारिक मंथनातून

व त्या मूल्यांच्या बिनशर्त स्वीकारातून खूप काही सकारात्मक व भरीव घडणार होते एवढे मात्र निश्चित ! आता मला ग्लोबल व्ह्यू सॉफ्टवेअर विषयी चिंता करण्याचे कारण नव्हते. एक लीडर म्हणून मला संपूर्ण न्यायाने व योग्य विचारांनी वागायचे होते. पूर्ण समतेने, सहयोगाने तसेच उत्तम संपर्क-संवाद-सहप्रवास यातून खूप काही मला घडवायचे होते. इथे आणि आता अवलोकन करण्याची आणि आकलन झालेले प्रत्यक्ष अंमलात आणण्याची विलक्षण गरज होती.

शोध ही गोष्टच अशी आहे की ती सातत्याने चालू असणारी प्रक्रिया असते. आणि ती जशीच्या तशी पुन्हा घडवता येत नाही. वाहत्या प्रवाहाचा ओघ कधी तोच नसतो. पण तरीही मला वाटत होते की जूलियन जर यापूर्वीच मला भेटला असता तर माझ्या कंपनीची एवढी पडझड झाली नसती. आता योग्य विचारांच्या दिशेने मी एवढा संपन्न झालो होतो की त्या विचारांच्या सहाय्याने मी माझ्या ग्लोबल व्ह्यू सॉफ्टवेअर कंपनीला पुन्हा एकदा जागतिक स्तरांवर उच्चतम स्थानावर नेऊ शकतो. मला तसा विश्वास वाटत होता. या विश्वासाचे प्रतीक म्हणून की काय माझ्या चेहऱ्यावर कळत नकळत स्मित झळकायला लागले.

जोनास साक यांनी एके ठिकाणी म्हटले आहे की, *मी स्वप्ने पाहतो आणि मला दुःस्वप्नेही पडतात पण मी माझ्या त्या दुःस्वप्नांवर माझी स्वप्ने ही नेहमीच मात करतात.* खरे तर जगातल्या सगळ्या यशस्वी व सर्वोत्कृष्ठ उद्योजकांची स्वप्नेही तेवढीच महान होती. आपल्या मूल्यांविषयीचा ठाम आग्रह, सखोल व समृद्ध चिंतनशीलता आणि मोठी संवेदनशीलता यांच्यासह मोठ्या धैर्याने हे उद्योजक जीवनाच्या युद्धात उतरले होते. ज्यावेळी ग्लोबल व्ह्यू सॉफ्टवेअर मध्ये नव्याने दाखल होणारे कर्मचारी उत्साहाने जीवनाचा शोध घेत शॉप फ्लोअरवर वावरत होते तेव्हा आपण ढेपाळले होतो. आता मात्र तसे करून चालणार नव्हते. आता मला स्वतःला काय करायचे आहे आणि मागच्या चुका टाळून पुढे कसे जायचे आहे, हे कळले होते. प्रत्यक्ष

कृतीची ही वेळ होती. जूलियनबरोबरच्या संवादातून मला विलक्षण चैतन्य, जिवंतपणाला लाभला होता. एकूणच त्या संवादाने मला स्वतःतच अलगद उलगडत नेले होते.

मी गाडी पार्क करून माझ्या बेडरूम मधून अभ्यासिकेत आलो. माझ्या टेबलावर काही पुस्तके, अनेक कागदपत्रे, करारनामे पसरले होते. मी सगळे टेबल शांतपणे आवरले आणि काही क्षण तसाच शांतपणे खूर्चीत बसून राहिलो. मग खूर्ची पुढे करीत मी माझ्या डायरीत काही नोंदी करू लागलो. जूलियन बरोबर झालेला संवाद आठवून, त्यातले महत्त्वाचे मुद्दे वा विचार लिहिणे मला फार महत्त्वाचे वाटत होते. अन्यथा त्यातील काही मुद्दे विसरण्याची शक्यता होती. मी भराभर खूप काही नोंदी केल्या. आता आकाशातले काळ्या ढगांचे मळभ दूर झाले होते. *'प्रवासात आपला हेतू आणि जीवनाची मागणी सदैव अंतर्मुखतेने पारखत रहा.'* *हेतूपूर्ण समर्पित जगण्याला प्राधान्य द्या* : जूलियनचे शब्द माझ्या कानात निनादत होते. जूलियन बरोबरच्या संवादात एक गोष्ट मात्र मला चांगली कळली होती आणि ती म्हणजे नेतृत्त्व करणे ही एक मौलिक अशी जबाबदारीची जाणीव तर आहेच. पण त्यात मोठी बांधिलकी व आत्मसमर्पणही आवश्यक आहे. आता आपण जे जे काही करू त्यात आपण असे पाऊल उचलले पाहिजे की मी जबाबदार आहे. ह्या मूलभूत जाणिवेच शहाणपण मला आले होते. या विशाल जाणिवेतून मला एक सम्यक जाणीव उमजायला लागली होती. आता ही दुसरी नेतृत्त्व संकेत-सिद्धान्त प्रणाली जूलियनने मला दिली होती : *मनाचे नियमन आणि ह्रदयाचा पुढाकार.'*

आता नव्याने जीवनाला व कार्याला सुरवात करताना मी जूलियनच्या संवादातले काही मुद्दे पुनः पुन्हा आठवू लागलो आणि डायरीत लिहू लागलो. प्रारंभी संवादात *परफॉर्मन्स गॅपवर* जूलियनने भर दिला होता. जूलियन म्हणत होता ते बरोबर आहे. आपली अनेक *विचारसूत्रे प्रत्यक्ष शॉप फ्लोअरवर अवतरत नाहीत. कागदावरच राहतात. एकूणच*

विचार आणि प्रत्यक्ष कृती यात नेहमीच अंतर पडते. काही दिवसांनी हे अंतर वाढीस लागते आणि मग ताणतणावही वाढत जातो. एक दिवस हे ताण-तणाव आपल्या आयुष्याचा कब्जा घेतात.'

आपल्या सर्वोत्कृष्ठ क्षमतेनुसार एका असामान्यत्त्वाकडे झेपावण्यासाठी किंवा जागतिक स्तरांवर मोठे यश संपादन करण्यासाठी, योग्य विचारांनुसार तत्काळ कृती ही अत्यावश्यकच नव्हे तर अपरिहार्य आहे. तर आणि तरच खऱ्याखुऱ्या आनंदासह जीवनसाफल्याची दिशा गवसेल. मलाही आता लहानमोठ्या समस्यांकडे लक्ष न देता माझी विचारसूत्रे प्रत्यक्ष कृतीत कशी उतरतील याकडे लक्ष द्यायला हवे.

जूलियननी *आंतर-बाह्य शिस्त आणि वेळेचे महत्त्व* यावर विलक्षण भर दिला होता. यातही *सकारात्मकतेचा बिनशर्त स्वीकार* मला विकसित करायचा होता. एकूणच मला *शांत आणि आरामदायी मनस्थितीत* रहायला लागणार होते. *चिवट आणि सहनशीलही.* अखेरीस आपण नकारात्मक अनुभवाला प्रतिसाद कसा देतो तेही महत्त्वाचे आहे. एका अक्रिय सावधानतेने शॉप फ्लोअरवर घडणाऱ्या घटनांकडे पहात, स्वतःतच परिवर्तन घडवून आणायचे होते.

जूलियन म्हणतो ते बरोबर आहे : *एकदा गेलेला वेळ काही पुन्हा येणार नाही. एकूणच वेळेचा चांगला आणि काळजीपूर्वक वापर करायला हवा.* तेही आंतरबाह्य शिस्तीसह. कारण या वेळेच्या सहाय्याने आपण अनेक दिशांनी, आपल्या जीवनाला व कंपनीच्या विकासाला एक नवी दिशा देऊ शकतो. *उतावीळपणा हा आपल्या वेळेचा व कामाचे संयोजन-नियोजन तसेच कृती या सर्वांवर ताबा नसल्याचेच लक्षण आहे,* जूलियन म्हणतो ते अगदी खरं आहे. सारांश, एका उत्स्फुर्ततेने आणि एका खेळकर मुक्ततेतून तसेच मोठ्या जागरूकतेने वाटचाल करायची होती. एकमेकांविषयी मैत्र आणि सहयोग यांच्या आधारावर स्थिर झालेला बंध अपेक्षित होता.

आता मी जागतिक स्तरांवरील यशवैभवाच्या दिशेने मार्गस्थ

होण्यासाठी अधिकाधिक विचार करू लागलो आणि काही करावयाच्या गोष्टींची मी यादी करायला सुरवात केली. *स्वतंत्र पण सहजीवन* हे माझे आता नवे धोरण होते. लोकांना त्यांची जबाबदारीही कळावी आणि प्रत्येकाने आपल्या पदाचे, कंपनीचे नेतृत्त्वही निभवावे अशी ही कल्पना. अर्थात त्या दिशेने मी पावले टाकायला सुरवात केली. प्रारंभी मी त्यांच्या छोट्या छोट्या चुकांकडे दुर्लक्ष करायला प्रारंभ केला आणि जूलियनचे विचार मी हळूहळू प्रसगांप्रसंगाने त्यांच्यापर्यंत पोहचू लागलो. माझे त्यांच्यावरचे बॉसिंगही जवळजवळ नाहिसे झाले होते. स्वतःला अधिकाधिक शुद्ध करीत मी प्रांजलतेसह मैत्रीला अधिक जवळ करीत गेलो. मुख्य म्हणजे माझ्यात होत असलेला बदल त्यांना आवडायला लागला होता.

आता मी पूर्वीसारखा लोकांवर खेकसत नव्हतो किंवा त्यांच्या पाठीमागे त्यांच्यावर दोषारोपही करीत नव्हतो. इतकेच नव्हे तर कुठलीही समस्या आली तरी मी त्यांना संधी मानून (न चिडता) सामोरे जात होतो. जूलियन म्हणतो त्याप्रमाणे मला काही मूल्यासाठी ठाम उभे राहायला लागणार होते आणि माझा तसा मनापासून प्रयत्न चालला होता. माझे मन स्वतःसाठी सुयोग्य असा मार्ग सापडवत होते. सातत्याने दक्षता व उद्योगशीलता, आंतरिक सुव्यवस्था तसेच निखळ प्रामाणिकपणा या गोष्टी मी प्रत्यक्ष आचरणात आणू लागलो. मुक्ती आणि शुचितासंपन्न जीवनाची फलश्रुती मला समोरच्यांच्या नजरेत दिसत होती. लोकांचा हा प्रतिसाद मी जूलियनच्या कानावर कधी घालतो, असे मला झाले होते. जूलियनचे विचार साक्षात अनुभविण्यातले सौंदर्य मला खूप काही शहाणपण देऊन जात होते. एकमेकांविषयी पूर्ण विश्वास-समजूतदारपणा आमच्या कंपनीत आकाराला येत होता. जूलियनचे विचार, त्यातला बोध आणि माझे शुद्धिकरण या सगळ्या क्रिया या एकाच वेळेला सुरू होत्या.

एकूणच जूलियनची मैत्रभावदर्शक, तत्त्वदर्शक तसेच दिशादर्शक तत्त्वे जेव्हा मी प्रत्यक्षात अंमलात आणू लागलो तेव्हा त्यातील साक्षात

अनुभवाने आम्ही सगळेच विकासाच्या दिशेने वेगाने सरकू लागलो. जूलियनच्या सल्यानुसार मी अधिकाधिक (माझ्याही नकळत) मोकळा, अधिक प्रांजल तसेच प्रत्येक गोष्टीत रस घेणारा बनू लागलो. आता माझे सहकारीच माझ्याशी संवाद साधतात आणि मला आपल्या कल्पना कथन करतात. त्यातील चांगल्या कल्पनांना मी त्वरित बक्षीस देऊन प्रोत्साहित करतो आणि त्वरित स्वीकारत त्याचे उपयोजनही करतो. मी त्यांची काळजी घेतोय हे जेव्हा त्यांच्या लक्षात आले तेव्हा तेही माझी, माझ्या उत्पादनाची, ऑर्डरची तसेच कंपनीची ते काळजी घेऊ लागले.

माझी सेक्रेटरी तर मिस्किलपणे मला म्हणाली, 'त्या परग्रहावरच्या संन्याशाने आमच्या बॉसला चांगलेच बदलवले.' ती सहज बोलता बोलता मला हेही म्हणाली की 'सर, तुमच्यात इतका आमूलाग्र बदल होईल असे आम्हाला स्वप्नातही वाटले नाही. ग्लोबल व्ह्यू सॉफ्टवेअरच्या इतिहासात कधी घडले नव्हते ते आता घडते आहे. सगळे जण कमालीच्या उत्साहाने काम करीत आहेत आणि आपले सर्वस्व प्राण पणाला लावून कंपनीसाठी स्वकर्म निभावत आहेत. मला अभिमान वाटतो तुमचा !'

'जे पाहिजे ते मिळवताना जे आहे त्यावर प्रेम करा', असे जूलियन म्हणाला होता. नेल्सन मंडेला म्हणाले होते की 'एखादी उंच, मोठी टेकडी चढून शिखरावर पोहोचल्यावर आपल्याला समजते की सभोवती असलेल्या अनेक टेकड्यांवर अजून जायचे आहे. इथे मी एका क्षणाची विश्रांती घेतो आणि भोवतालच्या भव्यदिव्य दृश्यावरून एक कटाक्ष टाकतो. इतकंच नव्हे तर मी आत्तापर्यंत पार केलेल्या अंतराचा मागोवा घेतो. खरे तर मी एका क्षणासाठी थांबलोय. वस्तुतः या क्षणाच्या स्वातंत्र्याबरोबरच जबाबदारी येते. त्यामुळेच मी इथे रेंगाळण्याचे धाडस करीत नाही. कारण मला जाणीव आहे की माझी लांबलचक (दीर्घ) वाटचाल अजूनही संपलेली नाही.'

खरंच असे संतुलन आपल्याला राखता आले पाहिजे. यात एक गोष्ट खरी की आपण जेवढे मोठे स्वप्न पाहू व गाठण्याचा प्रयत्न करू तेवढे

वैयक्तिक जीवनमान निश्चितच उंचावत जाईल. जूलियन तर म्हणतो अशा जिगरबाज विजेत्यांनीच हे जग घडविले आहे.

अखेर ज्याची मी आतुरतेने वाट पहात होतो तो शुक्रवार उगवला. मी सीटी हॉलच्या मागे असलेल्या मोठ्या प्रशस्त बागेत जूलियनला भेटलो. खरे तर मागच्या वेळी जूलियननी मला दुसरे लाकडी पझल्स दिले होते आणि त्यावर लिहिले होते : *मनाचे नियंत्रण आणि हृदयाचा पुढाकार!* मला या बद्दल जूलियनकडून खूप काही जाणून घ्यायचे होते.

आजही जूलियन पुर्वीच्या आपल्या संन्याशाच्या वेशात आला होता. तेच त्याचे मनमोकळे हास्य. फरक इतकाच की त्याने आज उन्हामुळे डोळ्याला गॉगल लावला होता.

जूलियन मला म्हणाला, *'जिथे शिष्य असतात तिथे गुरूची पावले आपेआप वळतात.'*

मग मी त्याला माझ्या कंपनीचा सगळा वृतांत ऐकवला. ते तो सगळं मन लावून ऐकत होता. खरं तर *श्रवणाची ही कला* त्याच्याकडून आपल्याला शिकायला हवी असे माझ्या मनात आले. आता मला कळलं होतं की *लीडरशीप हे केवळ शोभेचे पद नसून समूहासह आपल्या कृतीने विकासाच्या दिशेने वेगाने जाणेच होय.* केवळ मीच नव्हे तर कंपनीतला प्रत्येक जण लीडरशीपच्या दिशेने जात असल्याचे, मी जूलियनला सांगितले. त्याला हेही सांगितले की आता प्रत्येकाला आपल्या कंपनीचा अभिमान वाटतो आहे आणि प्रत्येक जण *ही माझी, आपली कंपनी आहे,* असे समजून मोठ्या जबाबदारीने, बांधिलकीने व आत्मसमर्पणाने काम करतोय. 'खरंच, जूलियन हा चमत्कार केवळ तुझ्यामुळे झाला.'

'पीटर, अरे मी फक्त निमित्तमात्र होतो. पण खरा लीडर तू आहेस. आता तर कुठे प्रवास सुरू झालेला आहे आणि या प्रवासातच आहे या प्रवासाची सांगता.'

जूलियन तुझ्याकडून मी त्या रात्री घरी गेलो. फ्रेश झालो आणि

सरळ अभ्यासिकेत गेलो. तिथे तुझ्याशी संवाद केलेले सगळे क्षण आठवत बसलो. इतकंच नव्हे तर तुझ्या विचारसूत्रांबरोबरच मी माझ्यातील गुण-अवगुणही वेचले आणि पुढे कसं जायचे, याची लगेचच आखणी केली. दुसऱ्या दिवसांपासून मी प्रत्यक्षात या सगळ्यांची अंमलबजावणी करायला हळूहळू प्रारंभ केला. मी बदलत होतो आणि माझ्या बरोबर माझ्या अवतीभोतवीचे वातावरणही बदलत गेले. मग मी हळूहळू माझी कृतीरेखा ठरवीत गेलो. प्रथम मी शोध संकल्पना आणि त्याचे प्रत्यक्ष अवतरण यासाठी एकेक हजार डॉलर्स प्रत्येकाला जाहीर केले. वैयक्तिक आणि व्यावसायिक स्तरांवर, प्रत्यक्ष शॉप फ्लोअरवर काम करताना प्रत्येकाला येणाऱ्या अडचणींसाठीही ते त्या पैशांचा विनियोग करू शकतात हेही जाहीर केले. काहींनी पुस्तके घेतली तर काहींनी प्लॅनिंग टूल्स. काहींनी तर शैक्षणिक कॉम्प्युटर संबंधातल्या काही सीडीज विकत घेतल्या. शॉप फ्लोअरवर एक जण बुटका असल्याने त्याला प्रत्येक वेळेला काम करताना फार अडचण यायची. त्याने तर त्या पैशातून एक छोटे पाय-स्टूल विकत घेतले. आता माझे उत्पादन गेल्या आठवड्याच्या तुलनेत जवळ जवळ दुप्पट झाले आहे. खरंच जूलियन प्रत्येक जण विलक्षण उत्साहात आहे आणि चैतन्यदायीही. जूलियन तू दिलेले नेतृत्वाचे शहाणपण आम्हा सर्वांना अधिकाधिक सृजनशीलही करीत आहे आणि कमालीचे आनंदी-समाधानीही. जूलियन आता मी हळूहळू धोके पत्करायला प्रारंभ करणार आहे. नवनवीन शोध आणि उत्पादन यांच्या संदर्भात आता हे सगळं करायलाच हवे.'

'अगदी खरे आहे पीटर, अनेक वेळा खूप मोठा चढ चढताना पडण्याची भीती असते, पण एकदा डोंगर चढून गेल्यानंतर मात्र सगळ्या श्रमांचे साफल्य होते. महत्त्वाचे म्हणजे सृजनशील सौख्यही मिळते. अनेकदा आपण भयाने समस्येला सामोरे जातच नाही. आता तुला कमालीच्या शांत-स्थिर आणि चिंतामुक्त मनःस्थितीत काम करायला हवे. मग बघ तू खऱ्या अर्थाने निर्मितीक्षम राहशील आणि कमालीचा आनंदीही.'

‘तुला एक गोष्ट सांगायची राहिली होती. मी मध्यंतरी एके ठिकाणी वाचले होते की एका सिंगापूरच्या कंपनीत महिन्याचा शेवटचा शुक्रवार हा कंपनीच्या साफसफाईसाठी, कोळ्यांची जाळी काढण्यासाठी दिला जातो. या साफसफाईच्या निमित्ताने सगळे एकत्र येऊन काम करतात. एकमेंकाच्या अडचणी सांगतात. यातूनच एका सृजनशील दिशेकडे वळतात. अगदी हेच मी माझ्या कंपनीत केले. माझे सगळे उच्चतम अधिकारी तर यावर बेहद्द खुष आहेत. इतकंच नव्हे तर एक छोटेसे ग्रंथालयही मी इथे उघडले असून त्यात मॅनेजमेंट संदर्भात नवीन व अद्ययावत पुस्तके, काही अनुवाद मी उपलब्ध करून देतो आहे. माझ्या या संकल्पनेचे सर्वत्र स्वागतच होते आहे.’

‘फारच चांगली कल्पना आहे पीटर, हे सर्व जर तू सातत्याने दीर्घकाळ करीत राहिलास तर खूप काही नवीन निर्माण करशील आणि या सर्वातून अनेकांच्या जीवनात सुख-प्रकाशाचे दिवे प्रज्वलित होतील. आता आपण दुसऱ्या नेतृत्व संकेत-सिद्धान्त प्रणालीबद्दल बोलू या.’

‘मी तर फारच उत्सुक आहे हे सर्व ऐकायला. *मनाचे नियमन आणि हृदयाचा पुढाकार* हेच शीर्षक आहे ना त्याचे ?’

‘केवळ वैयक्तिक जीवनातच नव्हे तर कार्पोरेट-औद्योगिक जगतात माणसां-माणसांतील संबंधांकडे काळजीपूर्वक आणि मोठ्या गंभीरतेने पाहण्याची गरज आहे. जर आपल्याला खरंच आपल्या उद्योगाची, कार्पोरेट मिशन स्टेटमेंटची (जीवनासह) चिंता असेल तर आपण संबंधातील अनुबंधाची काळजी घेऊ. आपल्याला दुसऱ्याबरोबर असलेल्या परस्परसंबंधाचे आकलन झाले पाहिजे. आपल्याकडून नवसमाजाची निर्मिती होईल. मग आपण खऱ्या अर्थाने सृजनशील सौख्यासह जगू शकू. योगी रामन यांना व्यक्ती आणि कार्पोरेट जगत, व्यक्ती आणि त्याचे सहकारी-सहयोगी इतकेच नव्हे तर व्यक्तीचे स्वतःच्या जीवनाशी असलेले संबंध जाणून घेणे, फार फार महत्त्वाचे वाटते. महत्त्वाचे म्हणजे कार्य-जीवन

प्रवाहातील पेच प्रसंग, संबंधातील समस्या, आपण कसे हाताळतो याला अपार महत्त्व आहे. ग्लोबल व्ह्यू सॉफ्टवेअरचा एक संचालक या नात्याने आपल्या लोकांशी, त्यांच्या समस्यांशी तसेच त्यांच्या कार्यपद्धतीशी तू जोडला गेला आहेस. दुसऱ्या व्यक्तीशी अनुबंधित असलेला आपला आदर तसेच प्रत्यक्ष गरजांचे आकलन तुला होणे आवश्यक वाटते.'

'खरंच जूलियन, मी परस्परसंबंधातील कोवळेपणा व ताण याकडे कधी बारकाईने पाहिलेच नाही. कंपनीतील सहकार्यांशी, कामगारवर्गाशी मला अगदी सखोल नाते जोडण्याची, नव्हे ते नाते प्रत्यक्ष कृतीत आणण्याची गरज आहे असे तू म्हणतोस.'

'कारण तसे जर तू करू शकलास पीटर, तर त्यांच्यातील चैतन्य, प्रीतीचा–मैत्रीचा सगळा अनुबंध तू प्रवाहित करू शकशील. इतकंच नव्हे तर त्यांना प्रेरणा देऊ शकशील. म्हणूनच तुला तुझ्या कंपनीतील लोकांशी असलेले तुझे व त्यांचे परस्परांतील संबंध यांच्या वृद्धीकडे काळजीपूर्वक व गंभीरतेने पाहिले पाहिजे. त्यांच्या हृदयाशी तुला मैत्री करावयाची आहे. *जेव्हा तू परस्परसंबधात विलक्षण श्रीमंती अनुभवतोस तेव्हा तू लीडर म्हणूनही अनेकार्थाने यशस्वी होतोस.*

पीटर, द्रष्टे लीडर लोकसंबंधांना अपार महत्त्व देतात, इतकंच नव्हे तर हे संबंध दिवसागणिक वृद्धिंगत करीत नेतात. त्यांचा एक डोळा केवळ कमी वेळात वा श्रमात जास्तीत जास्त नफा एवढाच असत नाही. द्रष्टे नेतृत्व नेहमीच खूप दूरवरचा विचार करीत असते. व्यवस्थेला चहुबाजूनी बळकट करण्यासाठी, परस्पर संबंधातील धागा न धागा बळकट करीत, आपल्या उद्योगाचे वस्त्र विणावे लागते पीटर. कारण या उभ्या आडव्या विणीतूनच तू महानतेकडे जाणार आहेस, अगदी जागतिक पातळीवरही.

कुठल्याही संबंधात व कार्यप्रवाहात सातत्य अनेकदा रहात नाही. व्यवस्थेमध्ये काही फटी राहतात. काही वेळेला माणसं थकतात, नैराश्याने ग्रासली जातात. अर्थात हे नैसर्गिक आहे. पण याची जाण हवी.

ते समोर लॉनवर बसलेले वृद्ध जाडपे बघितलेस. मी गेले काही आठवडे त्यांना नियमितपणे आपल्या नातवांना इथे या बागेत घेऊन येताना बघतोय. इथे आल्यावर ते इथल्या बदकांना खायला देतात. काही वेळेला तो गृहस्थ सायकलवर बागे भोवती फेरी मारतो. गेल्याच महिन्यात त्यांच्या लग्नाचा त्रेचाळीसावा वाढदिवस त्यांनी केक कापून साजरा केला. इथे या बागेतच. बागेतले येणारे नेहमीचे मित्र, सहयोगी आणि काही नवीन लोक यांना, त्यांनी आपल्या आनंदात सहभागी करून घेतलं. एकूणच संवाद, सहजीवन आणि सहप्रवास यांसह प्रेमाचा–मैत्रीचा सांगावा ते दोघं सर्वांना देत होते. पीटर, एकमेकांवरील दृढ विश्वास आणि प्रीती–जीवाचे मैत्र यातून त्यांचे संबंध आकाराला आले होते.

खरंच पीटर. दोघांचे एकमेकांवरील प्रेम, काळजी–आस्था अनेक दिशांनी व्यक्त होताना दिसत होती. पण अनेकदा आपण आपल्यातच एवढे हरवलेले असतो की इतरांच्या अनुबंधांकडे पुरेशा काळजीने आपण बघतच नाही. *अखेरीस विश्वास हा महत्त्वाचा. या प्रेम–विश्वासातून बांधिलकी व जबाबदारी यांचा उदय होतो आणि बांधिलकी–जबाबदारी नसेल तर कंपनीचीच काय पण कुठल्याही संबंधांची उभारणीच होऊ शकणार नाही.*'

'त्या जोडप्याचे असे कोणते विशेष तुला जाणवले की जे मी, माझ्या प्रत्यक्ष जीवनात व कार्यप्रवाहात अंगीकृत करावेत असे तुला वाटते ?'

'पीटर, *शब्द–वचन पाळणे, सखोल श्रवणता, कमालीचा जिव्हाळा तसेच प्रेम –करुणेसह प्रांजलता या चार गोष्टींचे महत्त्व* त्या वृद्ध जोडप्यांनी नुसतेच जाणले नाही तर त्याचा बिनशर्त स्वीकार केला. ते आचरणात आणले. खरं तर या चार घटकातूनच संबंधांची इमारत उभी रहात असते.'

'जूलियन हे चार घटक तुला इतके महत्त्वाचे वाटतात ?'

'शब्द–वचन पाळणे, सखोल श्रवणता, कमालीचा जिव्हाळा व

प्रेम आणि प्रांजलता ...या चार खांबावर संपूर्ण संबंधाची इमारत उभी असते असे योगी रामन म्हणत असत. ते अगदी खरं आहे पीटर. वर वर ऐकताना तुला हे चारही घटक अगदीच साधे वाटतील. पण तो योग्य विचार आहे. या योग्य विचारातून संबंध फुलवणे व विकसित करणे महत्त्वाचे आहे. एक दिवस नव्हे तर सातत्याने आणि तेही आयुष्यभर. तू हे असे करतोस ?'

'छे रे बाबा ! जूलियन, मी अनेकदा दिलेला शब्द, वायदे तोडले आहेत. त्यासाठी काही सबबीही सांगितल्या आहेत. काही वेळेला मला एखादी गोष्ट करावी लागू नये म्हणून मी काही मिटींगजला हेतूपुरस्सर गेलोही नाही. अनेकदा मी चतुरपणे विषयही बदलतो.'

'पीटर, एक तर एखाद्याला शब्द देऊ नये आणि शब्द दिला तर पाळणे अत्यंत आवश्यक आहे. पण जेव्हा तुम्ही एखाद्याला दिलेला शब्द वा वायदा मोडता, मग तो कितीही लहान वा मोठा वायदा असो, तेव्हा तुम्ही तुमच्याच चारित्र्याशी कळत-नकळत खेळता. त्याला धक्का पोचवता. *जेव्हा तुम्ही योग्य कृती वा वचन देण्याचे टाळता तेव्हा तुम्ही एका चुकीच्या दिशेने घसरत जाता.'*

'त्या जोडप्यांनी एकमेकांना अशी कोणती आश्वासने दिली होती ?'

'पीटर परस्परसंबंधांचे स्वरूप व रचना जाणून घेणे महत्त्वाचे असते. त्या वृद्ध जोडप्यांचे एकमेकांवरील असलेले प्रेम, जिव्हाळा हा अनेक अंगानी प्रकट होताना दिसतो. अनेकदा ऊन्हाची तीव्रता असते. तेव्हा तो बॅगेतून कॅप काढतो आणि हसत तिच्या डोक्यावर ठेवतो. पावसाच्या साचलेल्या पाण्यातून पलीकडे जाताना तो तिच्यासाठी थांबतो, तिला हात देतो. एकदा नवऱ्याला खाताना ठसका लागला, तेव्हा ती कासावीस झाली आणि तिने तातडीने हातातली डीश बाजूला ठेवत त्याला पाण्याचा ग्लास दिला. त्याच्या पाठीवरून हात फिरवला. खरंतर या किती छोट्या गोष्टी आहेत. पण यातूनच संबंधांची उभारणी होत असते.'

'तू मघाशी सखोल श्रवणतेविषयी बोलत होतास. त्याविषयी जरा मला जरा सविस्तर सांग ना ?'

'*सखोल श्रवणाची कला ही सर्वोत्तम कला आहे आणि त्याचा तुला बिनशर्त स्वीकार हा करायलाच हवा. द्रष्टे नेतृत्त्व आपल्या सखोल श्रवणातून समोरच्याच्या हृदयाला-मनाला सहज स्पर्श करते.* यातून संबंधांची प्रभाव-परिणामकारकता तर वाढतेच पण संवादातील योग्य प्रतिसादातून आपण खूप काही गोष्टी साधू शकतो. द्रष्टे लीडर हे नेहमीच उत्तम संवाद-संपर्क साधणारेच असतात. प्रत्येकालाच आपल्याला कोणीतरी समजून घ्यावे, आपल्यावर प्रेम करावे तसेच आपली दुःखे-वेदनाच नव्हे तर आपले विचार-कल्पना या इतरांनी ऐकाव्या असे तीव्रतेने वाटत असते. कारण ती प्रत्येकाची एक प्रकारे आंतरिक गरज आहे. तुला असं वाटतं ना पीटर की लोकांनी तुझ्यावर विश्वास ठेवावा ?'

'अर्थातच.'

'त्यांनी तुझ्याशी आदरपूर्वक वर्तन करीत तुझे सर्व काही ऐकावे अशी तुझी इच्छा असते ना ?'

'हो.'

'मग ती तशी त्यांची नसेल का ?'

'अरे हो की, हे मी तर विसरूनच गेलो होतो.'

'आत्ता माझ्या लक्षात येतंय की मी फक्त बोलणाराच होतो. इतरांचं मी कधीच ऐकण्याचा प्रयत्न केला नाही. विशेषतः तो जर विचार प्रॉडक्शन संबधी नसेल तर मी फारसं कधी मनावरच घेतलं नाही. सदैव चालढकल करीत राहिलो.'

'जेव्हा खरोखरीच आपल्याला श्रवण करायचे असेल तेव्हा आपण आपले सर्व पूर्वग्रह व आधीपासून बनवलेली मते ही सोडून दिली पाहिजेत. श्रवण करणे ही कला आहे. यातही दुसऱ्याचे खऱ्या अर्थाने ऐकणे म्हणजे त्याचा एक प्रकारे आदर करणेच असते. एकूणच पीटर तुम्ही श्रवण कसे

करता याला खूप महत्त्व असते. योगी रामन श्रवणावरच भर देत असत.'

'समोरचा विचार करताना तू विचारांच्या हालचालींशिवाय त्याचे ऐकतोस ? बोलताना तू किती वेळा मधे मधे बोलतोस ?'

'अनेक वेळेला. सर्व साधारण पणे मी नेहीमच बोलत असतो इतर माझे ऐकत असतात. कारण मी त्यांचा बॉस आहे. पण आता मला तुझ्याशी बोलताना कळलंय की आपणही त्यांचे ऐकलं पाहिजे.'

'अगदी खरं आहे. *तुमच्या सर्वस्वानिशी, अस्तित्वानिशी, अगदी मनापासून एखाद्याचे बोल श्रवण करणे म्हणजे त्या व्यक्तीचा एक प्रकारे आदर करणेच असते. या श्रवणातूनच सखोल नाते निर्माण होते.* मला सांग पीटर, समोरचा बोलत असताना, उत्तरादाखल मान डोलवत तू बोलतोस ?'

'माझं अनेकदा असं होतं.'

'याही पुढचं म्हणजे समोरचा जे बोलतो आहे ते आपल्या सर्वस्वानिशी, अस्तित्त्वानिशी आणि मनापासून श्रवण करता आले पाहिजे. समोरच्याला तुला हे अप्रत्यक्षपणे सांगता आले पाहिजे की तुम्ही जे बोलत आहात ते मी पूर्ण आदराने व सौजन्याने ऐकतो आहे. असे फार थोडे लीडर आहेत.'

'जूलियन, असं माझ्या बाबतीत कधी घडलंच नाही. उलट अनेकदा अती बोलण्याच्या नादात मी साधी विचारपूस करण्याचा शिष्ठाचार पाळलेला नसतो. आता माझ्या लक्षात येतंय.'

'एक लीडर, एक सच्चा माणूस तसेच एक व्यावसायिक म्हणून तुम्ही जेवढे बोलाल त्याच्या दुप्पट ऐका. अखेरीस जगातील उत्तम श्रोता होणे महत्त्वाचे आहे. इतर काय बोलत आहेत या बद्दल उत्सुकता दाखवा. रस घ्या आणि मग बघा समोरच्याचा प्रतिसाद. तो चक्क तुमच्या प्रेमात पडेल. यात दुःखद गोष्ट अशी की समोरचा बोलत असताना आपण त्याला काय उत्तर देणार आहोत, याची आपण काहीवेळेला आपल्या मनात उजळणी करीत असतो, खरे आहे ना ?'

‘तू नेमकं ओळखलंस. अनेकदा जेव्हा एखादा कर्मचारी माझ्याशी संवाद साधायला येतो, तेव्हा माझ्या अगोदरच मनात येतं की हा तक्रार करायला आला आहे किंवा वेतनवाढीसंबंधी बोलायला. या पूर्वग्रहामुळे आमच्यात खरा संवाद होत नाही हे तू म्हटल्यामुळे माझ्या लक्षात आले.’

एखाद्याचे बालणे ऐकत असताना केवळ कानांनीच नाही तर संपूर्ण मनाने, प्रत्येक रक्तपेशींसह आपण समोरच्याचे ऐकले पाहिजे. योगी रामन म्हणत असत की *खरे श्रवण हे पूर्ण अवधानाच्या निस्तब्धतेच्या अवस्थेतच होत असते. त्यावेळी श्रवणाला अडथळा आणणाऱ्या गोष्टी म्हणजे आपली ठाम मते, पूर्वग्रह तसेच कल्पनाच नसतात. अशा परिस्थितीतच खरा संवाद घडू शकतो.* ८३% गोष्टी आपण आपल्या डोळ्याच्या-दृश्य माध्यमातून ग्रहण करतो. त्यामुळे अतिशय कमी प्रमाणात आपण दुसऱ्याचे ऐकतो असे आपल्याला लक्षात येईल.’

‘अनेकदा मला आठवतंय की पार्टीत किंवा मिटींगमध्ये माझी अनेकांशी ओळख होते. मी त्यांच्याशी हस्तांदोलन करतो. पण बोलण्याच्या ओघात काही वेळाने मला त्याचं साध नावही आठवत नाही.’

‘हे फार धोकादायक आहे पीटर. पण आता इथून पुढे या श्रवणातून तू लोकांना चांगल्या प्रकारे समजून घेऊ शकशील, त्यांच्या भावना-कल्पना- विचार तुला उत्तम रीतीने, एक लीडर या नात्याने जाणून घेता येतील. त्यासाठी सरावाची गरज असेल ना जूलियन. कारण इतक्या दिवसांची सवय ही एका दिवसांत कशी जाणार !’

‘अर्थातच. यासाठी मोठ्या तरल सावधानतेतून तुला ही श्रवणाची कला साध्य करायला हवी एवढे मात्र निश्चित ! या श्रवणातून उत्पादनाची गुणवत्ता, प्रत्यक्ष शॉफ फ्लोअरवर काम करताना येणाऱ्या अडचणीही तुला कळू शकतील. खरे तर या संवादातूनच तू एक उत्तम नेटवर्क उभे करू शकतोस. अर्थात त्यासाठी स्वच्छ मोकळ्या, निर्दोष रिक्त मनाची मोठी गरज आहे.’

'मोकळं मन, म्हणजे ?'

'स्वच्छ मोकळ्या मनाने आपल्याला समोरच्या व्यक्तीला पडसाद-प्रतिसाद देता आला पाहिजे. कारण संवादातून आदान-प्रदानच घडत असते. विचारांची देवघेव होते. म्हणूनच परस्परसंबंधाची क्षमता आणि आपला योग्य प्रतिसाद हा तितकाच महत्त्वाचा असतो. यातही प्रतिसाद देताना मुक्त प्रश्न तुला विचारता आले पाहिजेत. बंदिस्त नव्हेत.'

'उदाहरणार्थ ?'

'आपला जॉब अधिकाधिक गुणवान करण्यासाठी मी काही करू शकतो का ?'

'यातूनच पीटर, साद-पडसाद, आदान-प्रदान वाढते. एकमेकांचा आदर राखला जातो. महत्त्वाचे म्हणजे संवादाला गती मिळते. पर्यायाने आपल्या कार्यालाही. म्हणूनच ही संवाद प्रणाली आत्मसात करता आली पाहिजे. यातही संवादात तू, त्यांच्या अतिशय आस्थेने, गंभीरतेने समस्या समजून घेतो आहेस, हे समोरच्याच्या प्रकर्षाने निदर्शनास आले पाहिजे. तरच तुला हवा तसा प्रतिसाद मिळू शकेल.

मघाशी मी ज्या वृद्ध जोडप्यांविषयी बोलत होतो. त्यांच्यात उत्तम संवाद-संपर्क होता. केवळ शब्दांनीच नाही तर नजरेनही, एक हास्यातून, कपाळावरच्या आठीतूनही एकमेकांची आवड-निवड ते एकमेकांपर्यंत पोचवत होते. काही वेळेला वाद जरी झाला तरी दुसरा गप्प रहात असे. अशा वेळी आकाराला येणाऱ्या शांततेतही एकमेकांना कमालीचे सहकार्य होते. काळजी होती. आणखीन काय पाहिजे पीटर !'

'जूलियन, आज तू परस्परसंबंध, सखोल श्रवणता या विषयी इतका छान बोललास की माझी तब्येत एकदम खूष होऊन गेली. आजचे दुपारचे लंच माझ्यातर्फे.'

त्यावर जूलियन फक्त हसला. तो म्हणाला, 'मी फक्त दूध आणि काही फळे घेईन. फलाहार घेण्यापूर्वी त्यानं डोळे मिटले आणि प्रार्थना केली

आणि कमालीच्या शांतपणे व मोठ्या आस्वाद्य वृत्तीने तो एक एक घास खाऊ लागला. खरं तर मी संवादाला फार उत्सुक होतो. पण त्यावेळेत त्याने मौन धारण केले असावे.

अर्थात त्याबद्दल मी त्याला काही विचारले नाही. पण मी देखील शांतपणे आस्वाद घेत माझे लंच घेतले एवढे मात्र नक्की. मग आम्ही संपूर्ण बागेला एक मोठी चक्कर मारली आणि एका छोट्या झाडाच्या सावलीत आम्ही तसेच काही वेळ बसून होतो. मग हळूहळू जूलियन माझ्याशी बोलायला लागला.

'पीटर, आपले मन हे सवयीचे बनलेले असते. मला असे वाटते की आपण जे काही करतो तो क्षण संपूर्णपणे आपल्याला जगता आला पाहिजे. इतकंच नव्हे तर *पुढे जाण्याची घाई न करता त्या क्षणातच आपले सर्वस्व, आपले मन-हृदय ओतून आपण जगले पाहिजे एवढे मात्र खरे. तरच आपण समोरच्याचा आदर राखत एका सृजनशीलतेने जगू.* प्रत्येक द्रष्टा नेता हा मोठ्या करूणेने, मोठ्या औदार्याने, येणाऱ्या प्रत्येक क्षणाला वा समस्येला सामोरा जातो. कारण त्या शांत व स्थिर मनातून तो लीडर प्राप्त परिस्थितीला योग्य प्रतिसाद देऊ शकतो. समोरच्याला आहे तसे बिनशर्त स्वीकारणे म्हणूनच महत्त्वाचे ठरते. आपल्याला समोरच्या कृती-उक्तीला दादही देता आली पाहिजे. कारण ते एका अभिरुचीसंपन्न जीवनाचे प्रतीक आहे असे म्हटल्यास ते वावगे ठरू नये.

अनेकदा आपले शिष्टाचार, संकेत, संस्कार तसेच आपली आचार प्रणाली जेवढी आतून, *मनाच्या तळातून आली असेल, तशी व्यक्त करीत चल. त्यात सद्भाव ठेव. मग मोठ्या सकारात्मकतेसह 'जे आहे' त्याचा सन्मान कर ! तेही मोठ्या धैर्याने.'*

'म्हणजे जूलियन मी आयुष्यभर मवाळ धोरण ठेवावे काय ? अशाने सगळे कर्मचारी माझ्या डोक्यावर बसतील. तुझे हे मवाळ धोरण काही मला पटेनासे झाले आहे.'

'पीटर, मला एवढंच म्हणायचं आहे की *द्रष्टे नेतृत्त्व आपल्या औदार्याचे मोठ्या धैर्यात रूपांतर करतात.* अन्यथा आपल्या पदाचा एक मोठा तोरा बाळगत तू जर कामगारवर्गात वावरत राहिलास तर तुम्हा दोघांत नेहमीच अंतर राहिल. काहीवेळेला तुझ्या भीतीने ते तुला हवे तसे वर्तन करतील. टार्गेटही काही वेळेला पूर्ण हाईल. पण त्यात त्यांचे मन नसेल. माझ्या म्हणण्याचा उद्देश एवढाच आहे की तुझ्या बद्दल त्यांना भीती वाटता उपयोगाची नाही. भीती ही नेहमीच संवादामध्ये एक मोठी भिंत उभी करते. या भीतीचे प्रीतीत आपल्याला रूपांतर करता आले पाहिजे. *आपले सगळे शिष्टाचार–मॅनर्स हे एखाद्या वंगणासारखे असतात.* म्हणूनच *तू तुझ्या लोकांना प्रोत्साहित कर आणि त्यांना त्यांच्या पूर्ण चैतन्यानिशी काम करण्यासाठी मुक्त ठेव. म्हणजे ते सगळे तुला एकजूटीने साथसोबत करतील. अगदी प्रतिकूल परिस्थितीतही.* यासाठीच, त्यांच्या *छोट्या छोट्या गोष्टींना तू तुझ्या परीने प्रतिसाद दे, समजून घे,* एवढीच माझी अपेक्षा आहे.'

'मला नीट समजलं नाही जूलियन ?'

'माझ्या माहितीत एक सीईओ आहे, त्याने आपल्या लोकांना नववर्षाच्या शुभेच्छा स्वतःच्या सहीने पाठवल्या. रोज थोड्या थोड्या लोकांना तो ते पाठवत होता. काही वेळा हा सीईओ स्वतःचा फोन घ्यायचा आणि त्याला योग्य तो प्रतिसाद द्यायचा. यातून काय काय होतं पीटर, समोरच्याच्या लक्षात राहते ती आपली त्याच्या परी असणारी आस्था वा जिव्हाळा. तेवढा स्नेह अनेकदा पुरेसा असतो पीटर. मला माहित आहे की तू अनेकदा फार बिझी असतोस पण अशा छोट्या छोट्या गोष्टीतून तू कार्यप्रवाहात अनेकदा संपर्क साधू शकतोस. कधी सहज एखाद्या निवांत क्षणी समोरच्याच्या कुटुंबाविषयी, मुलांविषयी आस्थेने चौकशी करणेही पुरेसं असतं. एका झेरॉक्स कंपनीच्या सीईओने तर आपल्या सेल्समन बरोबर काढलेला एकत्रित फोटो त्याला वाढदिवसाच्या दिवशी भेट दिला. तेही लॅमिनेशन करून.

एकूणच पीटर, आपले आंतरिक जगत हे बाह्य जगताची जडणघडण करीत असते. म्हणूनच जर आपल्या आंतरिकतेत जर मुक्तता, निर्दोष रिक्तता असेल आणि आपण पुरेसे तरल सावधान असू तर खूप काही साधू शकतो. मुख्य म्हणजे आपल्या संवादातून, सखोल श्रवणातून तसेच संपर्कातून आपल्याला समोरच्याशी सखोल असे नाते जोडता आले पाहिजे आणि ते दर दिवशी नव्याने वाढवत नेले पाहिजे.

'तू म्हणतो आहेस ते मला हळूहळू पटते आहे. मी जरी कितीही बिझी असलो तरी अशा छोट्या छोट्या गोष्टीतून मी संवाद-संपर्क संस्कृती वाढवली पाहिजे. ज्यातून परस्परसंबंधांना एक भरीव आकार येईल.'

'अगदी खरं आहे पीटर. एक छोटसं उदाहरण सांगतो. मध्यंतरीच्या सुनामीत खूप लोक गेले. काही चक्रीवादळात देशोधडीला लागले. एका शास्त्रज्ञानी मात्र चक्रीवादळ, सुनामी आणि आपले समस्त प्राणीजीवन यांच्या वर्तन-अनुबंधाचा अभ्यास केला. अभ्यासान्ती त्याच्या असे लक्षात आले की चक्रवादळापूर्वी फुलपाखराच्या वर्तनात खूप फरक पडताना दिसत होता. यातून त्याने स्वतःचा *बटरफ्लाय इफेक्ट* सिद्धान्त सविस्तर उदाहरणासह मांडला. त्या फुलपाखरांच्या वर्तनातून चक्रीवादळाची चाहूल लागू शकते आणि अनेक जीव वाचू शकतात हे त्याने दाखवून दिले. म्हणून अनेकदा अनासक्ततेने आणि मोठ्या संवेदनशीलतेने कार्यरत राहणे गरजेचे आहे. यातही आपली संपर्कक्षमता दिवसेंदिवस वृद्धिंगत करावी लागते. अगदी तू समोरच्याशी कसे हस्तांदोलन करतो आहेस, यावर तुझ्या मनातील त्यासंबंधी असणाऱ्या भावना-विचार कळू शकतात. यासाठी आपल्या देहबोलीविषयी विलक्षण जागरूक असणे गरजेचे आहे.'

'तुझ्या दुसऱ्या नेतृत्त्व संकेत-सिद्धान्त प्रणालीत तू *हृदयाचा पुढाकार* असा शब्द प्रयोग केला आहेस. त्याविषयी जरा सांग ना ?'

'इतरांना दिलेला शब्द पाळणे, सखोल श्रवणता तसेच मोठे औदार्यपूर्ण स्वच्छ मनमोकळे वर्तन या विषयी आत्तापर्यंत मी तुझ्याशी

सविस्तरपणे बोलेलो. चौथी गोष्टही तितकीच महत्त्वाची आहे.'

'ती कोणती जूलियन ?'

'*कमालीची प्रांजलता व निखळ प्रामाणिकपणा.* प्रथम तुला तुझ्या *कर्मचाऱ्यांचा व सहकार्यांचा मोठा विश्वास संपादन करायचा आहे. प्रत्येकातील चैतन्याचे स्वरूप समजून घेणे आणि योग्य दिशेने व दृष्टीने त्या शक्तीचा विनियोग करणे म्हणजेच खरे नेतृत्त्व करणे होय.* इतकंच नव्हे तर हे नवे आकाराला येणारे चैतन्य टिकवून ते उत्तरोत्तर वृद्धिंगत कसे करावे हे तुला पहावे लागेल. आपल्या लोकांतील (पर्यायाने कंपनीतील) चैतन्यस्त्रोत स्वतंत्र व अखंडित कसा राहिल याची मोठी काळजी तुला घ्यायची आहे. अर्थात त्यासाठी तुला मोठ्या प्रांजलतेने व निखळ प्रामाणिकतेने त्यांच्याशी संपर्क-संवाद ठेवायला हवा. संथ जलाशयात टाकलेल्या खड्यामुळे जशा लाटा उठतात व पसरत जातात, तशी सर्वांची एकत्रित चैतन्यशक्ती तुझ्या कार्पोरेट मिशननुसार प्रवाहित व्हायला हवी, असे नाही तुला वाटत पीटर?'

'नक्कीच !'

'मग त्यासाठी सर्वांचा तुला विश्वास संपादन करावा लागेल. *शब्दांचा अर्थ कृतीतून पूर्ण होत असतो.* तुझ्याकडे असलेल्या माहितीचा व अद्ययावत ज्ञानाचे कृतीकरण त्वरित करणे अत्यावश्यक आहे. यातून तू खूप दूरवर जाऊ शकशील. प्रांजलतेच्या व सृजनशील कृतीच्या दिशेने उठणाऱ्या चैतन्य लाटा या तुझ्या कंपनीला एक अमर्याद कीर्ती बहाल करतील. अगदी जागतिक स्तरांवरही. एक लक्षात ठेव *खरे नेतृत्त्व हे नेहमीच भविष्यवेधी संकल्पांच्या दिशेने व दृष्टीने विकासमयी वाटचाल करीत असते. तीही भरीव वाटचाल. परस्पर संबंधांची गुणवत्ता ही या प्रांजलतेवर आणि माहितीच्या व संपर्काच्या आदान-प्रदानावर अवलंबून असते.* तसे जर झाले तर तुझे निर्णय आणि तुझा शब्द यांचा तुझे लोक नेहमीच हृदयापासून आदर करतील. असे जेव्हा घडते तेव्हा अशक्यप्राय गोष्टही सहज शक्य होऊन जाते.'

जूलियन जे म्हणत होता ते मला सगळं पटत होतं. तो बोलत होता आणि मी ऐकत होता. किती मनापासून बोलत होता तो. वर्तमानातल्या क्षणाला किती महत्त्व असते, नाही ! जूलियनचे स्थिर, निष्पाप मन मला जाणवत होते. असे मन विलक्षण दक्ष आणि निरीक्षणशील असते. त्याच्या संवादात मला खूप काही मिळत होते. माझ्या लक्षात आलं की शिकणं ही केवळ माहिती जमविण्याची प्रक्रिया नाही तर मनाच्या आवाक्याबाहेर असणाऱ्या अलौकिक वैभवाचा शोध आहे. असा शोध योगी रामन यांच्या सहवासात जूलियनने घेतला होता आणि मोठ्या जिव्हाळ्याने या आत्मशोधातून गवसलेले नेतृत्त्वाचे शहाणपण तो माझ्या तळहातावर ठेवत होता. मुख्य म्हणजे त्याचे हृदय जिव्हाळ्याने ओतप्रत भरलेले होते.

'कुठं हरवलास पीटर ?'

'इथंच तर आहे. तू बोल मी ऐकतो आहे.'

'पीटर एका कंपनीत एक मोठा कार्यक्षम एक्झिक्युटिव्ह राजिनामा देऊन दुसरीकडे गेला. खरे तर तो इतका कर्तबगार आणि हुशार होता की त्याच्या जाण्याने एक मोठी पोकळी सर्वत्र निर्माण झाली. सगळी कडे एक अफवा पसरली की आता हा विभाग बंद होणार आहे. कळतनकळत सगळीकडे अस्वस्थता पसरली. सदैवाने त्यांचा लीडर या बाबतीत विलक्षण चतुर होता. एका क्षणात त्याच्या लक्षात सगळी परिस्थिती आली. त्याने सगळ्या मॅनेजर्सची मिटींग बोलावली आणि त्याने सर्वांत हे समजून सांगितले की त्या एक्झिक्युटिव्हची पोस्ट हे तात्पुरती होती. तो काम चांगलं करीत होता पण त्याने एका चांगल्या संबंधात नोकरी सोडली आहे. आपण त्याला आनंदाने निरोप देऊ या. पीटर, त्या लीडरने सगळ्या कंपनीतले सगळे नकारात्मक वातावरण एकदम सकारात्मक करून टाकले. कारण त्याने एका वेगळ्या प्रकाशात सत्य कथन केले. लीडरने आपला प्रामाणिकपणा तर सोडला नाहीच पण पुढे जाणे कसे अटळ आहे हेही या निमित्ताने त्याने सर्वांना पटवून दिले.'

मला पीटर एवढंच तुला कथन करायचे आहे की कुठल्याही परिस्थितीत आपण कुठल्याही गोष्टीचा मोठा बाऊ करता कामा नये. कुठलाही इश्यू तयार न करता आहे त्या चौकटीत मोठ्या सकारात्मकतेने आपल्याला आपली समस्या सोडवता आली पाहिजे.

नकारात्मक आणि मर्यादाशील विचारांना फाटा देत आपल्याला सकारात्मकतेकडे वळता आले पाहिजे. अर्थात त्यासाठी आपल्या मनात उत्कट इच्छा हवी एवढे मात्र निश्चित. मग समस्येला संधी मानत आपण एका वेगळ्या सकारात्मक कृतीला प्रारंभ करायला हवा. एकूणच तुमचे विचार बदला मग तुमच्या जीवनात एक आमूलाग्र बदल घडून येईल. एक परिपूर्ण वैभवसंपन्न विचार मनात आणा आणि मोठ्या आत्मविश्वासाने तो आचरणात आणण्याचा प्रयत्न करा. प्रांजलता आणि कमालीचा विश्वास यातून स्फुरलेला विचार हा नेहमीच प्रभावी आणि परिणामकारक असतो.

पीटर मी तुला चार गोष्टी सांगितल्या : शब्द-वचन पाळणे, सखोल श्रवणता, कमालीचा जिव्हाळा व प्रेम आणि प्रांजलता या चार गोष्टींचे महत्त्व तुला बिनशर्त स्वीकारायला हवे. खरं तर या चार घटकातून आपल्या कार्पोरेट संबंधांची इमारत उभी असते. एवढं लक्षात ठेव. चल निघतो आता मी. अंधाराचे साम्राज्य हळूहळू या पृथ्वीतलावर पसरायला लागले आहे. पण या चांदण्याच्या स्नेहप्रकाशाचे एक वेगळे आश्वासन असते. त्या स्नेहप्रकाशाची मला प्रार्थना करायला हवी.'

असे म्हणत तो त्या अमित आकाशाकडे, त्या चांदण्यांच्या शारदीय चंद्रकळेकडे पाहून काही तरी स्वतःशी म्हणू लागला. वस्तुतः गोल्फ क्लबवरही त्याने हेच केले होते आणि मी त्या आकाशातील शांततेने झपाटून गेलेलो होतो. मनाच्या गाभाऱ्यात एक अनंत-अमित शक्ती सुप्त स्वरूपात (ज्वालामुखीप्रमाणे) स्थित असते. या चैतन्याला साक्षात त्या विश्वात्म्याचा स्पर्श घडवायचा असतो, असे मागच्या वेळी जूलियन मला म्हणाला होता. मौनाच्या अधिराज्यात किंवा नेणिवेच्या खोल गुहेत उतरायचे

असेल तर आपल्याला त्या अमित विश्वपसाऱ्यातील स्फटिकदिव्यांशी नाते जोडायलाच हवे. माझेही मन कळत नकळत त्या सौंदर्याने हरखून गेले. कळत नकळत मी त्या ग्लोबल व्ह्यू सॉफ्टवेअरच्या समस्येतून एका व्यापक विश्वाकडे झेपावलो. खरे तर जे झाले तरे कळत नकळत. जूलियन म्हणतो त्या प्रमाणे आपली आत्मिक जाणीव आणि सत्त्वसंपन्नता ही त्या विश्वाच्या पसाऱ्याशी नाते जोडूनच प्राप्त करून घ्यावी लागते.

जूलियन जायला निघाला आणि मी भानावर आलो. मी त्याला अडवून विचारलं की 'तू मला यावेळी नवीन लाकडी पझल्स देणार नाहीस का ?'

त्यावर तो फक्त हसला. मला काहीच बोध होईना. मग मी अधिरतेने त्याला विचारले की 'पुन्हा कधी भेट ?'

त्यावर त्यानं माझ्या हाता एका क्लबचे तिकिट ठेवले आणि म्हणाला, 'स्कायजंपर्सची बास्केट बॉलची मॅच आहे. ती आपण पाहू या आणि त्याची मजा लुटू या.'

'पण...'

'काळजी करू नकोस. आपण गेम संपल्यानंतर भरपूर बोलू', असे म्हणत तो दुसऱ्याच क्षणी दिसेनासा झाला. मी मात्र त्याच्या पाठमोऱ्या आकृतीकडे पहातच राहिलो.

मी पार्किंगकडे वळलो. माझ्या कारपाशी गेलो.

माझ्या कारच्या हँडिलला एक पाकिट लावलेले होते. त्यावर 'जूलियनकडून - ' असे लिहिले होते. मी अधिरतेने ते पाकिट उघडले. त्यात एक नवे लाकडी पझल्स होते. त्यावर लिहिले होते रिर्वाड रूटीनली ॲन्ड रेकगनाईज रिलेन्टलेसली.

प्रकरण ६ वे : ज्ञानाचे समग्र अवतरण : जूलियनचे शहाणपण

संकेतप्रणाली

मनाचे नियोजन
आणि हृदयाचा पुढाकार

प्रकरणाचे सार परस्परसंबंधांतील अनुबंधाची संकेतप्रणाली

शहाणपण

* द्रष्टे नेतृत्त्व हे नेहमीच अनुयायांशी अनुबंधित असते.
* लोकांनी आपल्याला समजून घ्यावे आणि प्रशंसित करावे, ही बहुतेक प्रत्येकाचीच भूक असते.
* मोठ्या औदार्याने व सन्मानाने नेहमीच समोरच्याशी व्यवहार करा.

सरावासाठी

* शब्दांचे महत्त्व ओळखा आणि शब्द पाळा.
* जगप्रसिद्ध श्रवणकर्ते व्हा !
* औदार्यपूर्ण व सौहार्द्रपूर्ण वर्तन ठेवा.
* प्रांजलता आणि सत्य यांची कास धरा.

सुभाषित्मकता द्रष्टा लीडर हा नेहमीच आपल्या अनुयायांशी सखोलतेने अनुबंधित असतो. त्याचे निर्णय त्यांच्या हिताचे तर असतातच पण आपल्या अनुयायांना कर्मप्रवाहित राहण्यास द्रष्टे नेतृत्त्व नेहमीच सहाय्यभूत ठरते. आपल्या आचार-विचारातून समोरच्याच्या हृदयाला स्पर्श करण्याची क्षमता व आविष्कारपद्धती ही खऱ्या नेतृत्त्वाची निशाणी आहे. परस्परसंबंधातील अनुबंध जेव्हा काळजीपूर्वक गुंफले जातात तेव्हा लीडरचे नेतृत्त्व हे खऱ्या अर्थाने आकाराला यायला लागते. मोठी वैभवशाली कृती यातूनच उभी रहात असते.

द् मंक हू सोल्ड हिज फेरारी

संकेतप्रणाली ३ री

पुरस्कार बहालता
आणि
समोरच्याला अथकपणे जाणणे

प्रकरण ७ वे

समूह मनाची एकतानता

लोकांच्या जास्तीत जास्त जवळ जा.
लोकांच्या समूहातच जगा.
त्यांच्याकडून खूप काही शिका.
त्यांच्यावर मनापासून प्रेम करा.
त्यांना जे माहित आहे, त्या बिंदूपासून कार्याला प्रारंभ करा.
जे काही आहे त्यातूनच एक नवी बांधणी करा.
अशा द्रष्ट्या नेतृत्त्वाचे कार्य जेव्हा संपते,
तेव्हा लोक बोलायला लागतात की,
जे काही घडले आहे ते आम्ही घडविले आहे.

पूर्वेकडचा एक प्राचीन मूनी

जेव्हा मी लहान होतो तेव्हा माझे वडील मला म्हणायचे, परमेश्वराने तुला एक तोंड आणि दोन कान दिले आहेत. तुम्ही जेवढे बोलता त्याच्या दुप्पट ऐका. खरंच किती छान कल्पना आहे, नाही ? सखोल श्रवणाचे महत्त्व मला जूलियनच्या दोन भेटीत पूर्ण पटले होते. या दोन्ही भेटीत मी माझे सगळे पूर्वग्रह, अनुभव व निष्कर्ष दूर सारत, त्यांचे मनापासून ऐकत

होतो. जूलियनही हेच म्हणत होता की *तुम्ही एक उत्तम श्रोता होणे महत्त्वाचे आहे.* खरं तर जूलियन बरोबर झालेले प्रदीर्घ संवाद मला चांगले आठवतात. आपण असं ऐकण्याचा प्रयत्न कधी केलाच नाही. आपण आजवर बोलत होतो आणि इतर फक्त ऐकत होते. कारण मी त्यांचा बॉस होतो, सर्वेसर्वा होतो. पण जूलियनच्या भेटी नंतर मात्र मी माझ्याशी संवाद करू इच्छिणाऱ्या व्यक्तीचे संपूर्ण म्हणणे, त्यातील आशय माझ्या सर्वस्वानिशी श्रवण करायला लागलो. जूलियन म्हणाला होता ते आता मला पटत होते. तो ही माझ्या वडिलांप्रमाणेच म्हणत होता : एक व्यावसायिक, सच्चा माणूस म्हणून, एक व्यावसायिक-कुटुंबप्रमुख म्हणून तुम्ही जेवढे बोलाल त्याच्या दुप्पट ऐका. समोरच्यांना देखील मी त्यांचे ऐकतो आहे, त्यांचा आदर करतो आहे हे कळत होते. मुख्य म्हणजे ते मला उत्तम प्रतिसाद देत होते आणि मनोमन खुष होत होते. मला ते त्यांच्या चेहऱ्यावर दिसत होतं, जाणवत होतं.

जूलियनची दुसरी संकेतप्रणाली-सिद्धान्त होता *मनाचे नियमन आणि हृदयाचा पुढाकार.* आता या प्रणालीप्रमाणे आचरण करण्याचा माझ्या परीने मी मनापासून प्रयत्न करीत होतो. जूलियनची कितीतरी विचारसूत्रे व चिंतने मला सहाय्यभूत ठरत होती. शब्दांचा अर्थ तो जगतानाच खरा कळतो असे म्हणतात, ते अगदी खरे आहे. वैयक्तिकच नव्हे तर संपूर्णपणे व्यवस्थापनीय स्तरांवर लीडर म्हणून यशस्वी होण्यासाठी जूलियनचा शब्द न शब्द मला उपयोगी ठरत होता. प्रथम स्वच्छ, मोकळ्या व्यवहारास मी प्रारंभ केला. कुठलीही लपवाछपवी नव्हती. होता फक्त पारदर्शक व्यवहार. इतकंच नव्हे तर अगदी लहानातल्या लहान गोष्टीच्या तक्रारीची मी गंभीरतेने घेत त्याची दखल घेत होतो, त्याला प्रतिसाद देत होतो. त्यांचा शब्द झेलत होतो. आपल्या शब्दांची, तक्रारीची, मागणीची नोंद होते आहे हे त्यांना कळत होते. मुख्य म्हणजे ते सुखावत होते. प्रथम प्रथम तर त्यांचा माझ्या वर्तनावर विश्वासच बसेना, मग हळूहळू माझ्यातील भलेपणा त्यांच्या निदर्शनास येऊ लागला. मग तेही अगदी सर्वस्व पणाला लावून काम करू

लागले. एकूणच मी त्यांच्या छोट्या छोट्या गोष्टींची काळजी घेत होतो. या खेरीज निखळ प्रांजलता व संपूर्ण पारदर्शी व्यवहार खूप काही चमत्कार घडवून आणत होता.

सर्वात महत्त्वाचे म्हणजे माझे ई-मेल्स मी लगेचच प्रत्युत्तरीत करीत होतो आणि ग्राहकांना दिलेल्या शब्दांपेक्षा अधिकाधिक सेवा कशी देता येईल, याचा आता मी विचार करू लागलो. इतकंच नव्हे तर त्या त्या प्रमाणे मी त्याची ऑर्डरही काढत होतो. यातही जूलियन म्हणत होता त्याप्रमाणे माझ्याकडे असलेली सर्व माहिती, ज्ञान तसेच आवश्यक तो तपशील मी त्यांना वेळोवेळी पुरवत होतो.

ग्लोबल व्ह्यू सॉफ्टवेअर मध्ये काही तरी चमत्कार घडतो आहे हे लोकांना दिसत होते. कामाचा, उत्पादनाचा, प्रतिसादाचा तर वेग वाढत होताच पण सृजनशीलतेसह प्रत्येक जण मनापासून आपले काम करीत होता. एकमेकांशी संवाद साधीत होता. काही जण स्वतःहून पुढे आले आणि प्रॉडक्शनच्या गुणवत्तेच्या वाढीसंबंधी आपली मते वा विचार कळवू लागले. त्यांतील सृजनशील कल्पनाशक्तीला मी लगेचच सर्वोत्तम कल्पक पुरस्कार देऊ लागलो. त्यांच्या पगारातही वृद्धी करीत गेलो. *सत्याला, वास्तवाला सर्वोच्च प्राधान्य व सन्मान* हे माझे आता धोरण होते. त्यामुळे सगळ्यांचे पाय घट्ट जमिनीवर होते. आम्ही पुढे जात होतो आणि विकास-प्रगती आमच्या हातात हात घालून आमच्या सोबत चालत होती. आता लोक अगदी उशीरापर्यंत काम करीत होते तर काही वेळा आपणहून लवकर येत होते. 'ही माझी, आपली कंपनी आहे', असे वर्तन सगळीकडून घडत होते. अर्थात हा सगळा चमत्कार हा जूलियनच्या शिकवणूकीचा होता.

कंपनीतील समस्यांकडे लोक संधी म्हणून पहात होते. यशाकडे जाण्यासाठी एक शिडी. एकूणच काय तर समस्या ते पहात नव्हते तर त्या समस्येतून उभ्या राहू पाहणाऱ्या शक्यता आता हळूहळू लोकांच्या लक्षात

यायला लागल्या होत्या. ते मोठ्या उत्साहाने व मोकळ्या अंतःरणापासून कामाला लागले होते.

अखेरीस ती रात्र उगवली. मला जूलियन बास्केटबॉलच्या मॅचला भेटणार होता. मी उत्सुकतेने आत गेलो आणि माझ्या सीटवर जाऊन बसलो खरं तर खेळ चालू व्हायला पाचच मिनिटे होती आणि जूलियनचा पत्ता नव्हता. मला काळजी वाटायला लागली. मनात आलं, हा येतोय की नाही! पण अखेर शेवटी तो क्षण उगवला. तो समोरून येताना मला दिसला. आता तो माझा केवळ मित्रच नव्हता तर एक मार्गदर्शक गुरू-गाईड आणि तत्त्वज्ञही होता. गेल्या दोन भेटीत त्याने जे नेतृत्त्वाचे शहाणपण माझ्या तळहातावर ठेवले होते ते अफलातून होते.

जूलियनच्या एका हातात टेलिस्कोप होता तर दुसऱ्या हातात हॉट डॉग्ज आणि त्याचा तो नेहमीचा संन्याशाचा पेहराव. प्रवेशद्वारातून येणाऱ्या लोकांत जूलियनच्या चेहऱ्यावरचे तेज अगदी उठून दिसत होते. तो झपझप पावले टाकत माझ्याकडेच आला आणि शेजारी सहजपणे व शांत मुद्रेने विराजमान झाला. माझ्यासाठी हॉट डॉग्ज आणल्यामुळे मी खूष झालो होतो. माझी आवड लक्षात ठेवून जूलियननी मुद्दाम तो आणला होता. इतकंच नव्हे तर उशीर झाल्याबद्दल त्याने माझी माफीही मागितली.

मी म्हटलं, ‘मॅच अजून सुरू व्हायची आहे. तू अगदी वेळेत आला आहेस. तू वेळेचा अगदी पक्का आहेस. मला ठाऊक आहे ते. पण तुझ्या हातात टेलिस्कोप पाहून मी आश्चर्यचकित झालो आहे.’

‘काळजी करू नकोस. वेळ येईल तेव्हा मी तुला सर्व काही दाखवेन आणि सांगेन. ते विश्वात्मक असेल आणि शांती-आत्मसुखमयीही.’

‘मला उत्सुकता आहे, या सगळ्या गोष्टींची. तुझ्याबरोबर संवाद साधायलाही मी कमालीचा अधीर झालो आहे.’

‘पीटर, वर्तमानात ये. हा क्षण, हा खेळ आपण संपूर्णपणे आनंदाने पाहू या आणि त्यातला अर्थ व शहाणपण वेचू या.’

'मला एक कळत नाही की तू मला इथे बास्केट बॉल पाहण्यासाठी का बोलवले आहेस ?'

त्यावर जूलियन छानपैकी हसला. किती छान हसत होता तो. अलीकडे आपण आपले हसणेच विसरलो आहोत. स्वच्छ व मनमोकळे हास्य हे आपले मन-हृदय मोकळे असल्याचे द्योतक आहे, जूलियन नेहमी म्हणतो. ते अगदी खरे आहे. अर्थात असे हसणे मुद्दाम थोडीच चेहऱ्यावर आणता येणार. जूलियनचे लक्ष सहजपणे मॅचकडे वळले आणि तो ते पाहण्यात गुंगूनही गेला. मॅचच्या प्रत्येक पॉइंटबरोबर तो लहान मुलासारखा उसळत होता, त्याचा आनंद घेत होता. खरं तर जूलियनचे हे रूप मी प्रथमच इतक्या जवळून बघत होतो. मी त्याला विचारलं, 'तू इथं मला मॅच पहायला बोलवले आहेस का ?'

'मॅचचे एक निमित्त आहे. पण नेतृत्त्वाची एक वेगळी तत्त्वप्रणाली मला तुला या खेळातून सांगायची आहे.'

'नेतृत्त्वाचा आणि खेळाचा काय संबंध ?'

'खूप काही आहे पीटर. आपण जीवनाकडे, खेळाकडे कसे पाहतो यावर सगळे अवलंबून आहे. आता समोरचा कोच बघितलास का ? तो एक प्रकारचा लीडरच आहे, नाही का ? तो कळत-नकळत नेतृत्त्वाचे शहाणपण आपल्याला देऊन जातो, हे लक्षात ठेव. हा कोच बसल्या जागेवरूनच आपल्या टीमच्या खेळाडून प्रोत्साहित करतो, मार्गदर्शन करतो, इतकंच नव्हे तर खेळाच्या बाहेर असल्याने, एका कलात्मक अलिप्ततेने त्यांना नवनवी दिशा व दृष्टी देतो. काही वेळी त्यांना परिस्थितीच्या विहिरीत ढकलूनही देतो. त्यातून ते आपोआप तरंगायला तर लागतातच पण शर्यतीत मोठ्या जिद्दिने यशस्वीतेकडे आगेकुछ करतात. *द्रष्टे लीडर हे एक प्रकारे उत्तम शिक्षकच असतात,* पीटर. तू खेळ चालू असताना तुझी एक नजर कोचकडे ठेव आणि दुसरी खेळावर.

सर्वसाधारणपणे दोन प्रकारचे लोक असतात. एक जे प्रत्यक्ष

खेळात भाग घेतात ते आणि दुसरे हे की जे बाहेरून खेळ पाहतात. बाहेरून पाहणारे खेळावर खूप टीका करतात, बरं बाईट बोलतात. पण कोच मात्र शरीराने जरी प्रत्यक्ष खेळात नसला तरी एका कलात्मक अलिप्ततेने परिस्थिती व पर्यावरण यांच्या कल्पनेसह खेळाला व जय-पराजयाला कसे सामोरे जायचे याचे नेमके धडे देऊ शकतो. कोचचा एखादा अनुभवाचा अर्क तुमचा खेळ बदलवू शकतो हे लक्षात ठेव. पीटर, तुलाही सर्वोत्तम कोच व्हायचे आहे.'

'मी बनू शकेन ?'

'का नाही ! लीडरला आवश्यक असणारे सगळे गुण तुझ्या आतच दडलेले आहेत. तुलाही या कोच प्रमाणे आपल्या टीमला कल्पनातीत प्रेरित करायचे आहे. अगदी क्षितिजापर्यंत पोचवायचे आहे. चांगला कोस हा नेहमीच आपल्या टीमची ऊर्जा, आव्हाने, विकासगती तसेच साधन-योजना यांना कार्यवाहित करीत असतो. तेही नेमक्या दिशेने व वैश्विक दृष्टीने. किंबहुना यातच त्याचे द्रष्टेपण दडलेले असते.

पीटर, आज तू जर कार्पोरेट जगतात पाहिलेस तर तुझ्या लक्षात येईल की बहुतेक ठिकाणी उत्तम लीडर नसल्याने सगळी मरगळ आलेली दिसेल. ही मरगळ सर्वार्थाने दूर करण्यासाठी एका उत्तम कोचची गरज आहे.'

'जूलियन मी माझ्या कंपनीतल्या लोकांना एखाद्या सर्वोत्तम कोचप्रमाणे प्रेरित करू शकेन ?'

'पीटर, स्वतःवरचा विश्वास कधीही गमावू नकोस. मी शिवानीतून, हिमालयातून एका आत्मजागृतीसह परतलो. कालप्रवाहाचे विशेषतः वर्तमानाचे फार मोठे भान मला आले. वर्तमानातल्या प्रत्येक क्षणातला सुगंध वेचत, सदैव-सदाबहार आनंदी कसे रहावे हे मला योगी रामन यांनी शिकवले होते. जीवनाच्या या खेळाचे व खेळातल्या त्या क्षणाचे महत्त्व मला पटले आहे. मुख्य म्हणजे मी सामान्यात असामान्यत्व पाहू शकतो. एकूणच वर्तमानातला

प्रत्येक क्षण संपूर्णपणे जगणे फार फार महत्त्वाचे आहे. सकारात्मक आणि पूर्णपणे संवेदनशील. यातही सर्वावधानता जीवनात खूप काही घेऊन येऊ शकते. सर्वावधानता म्हणजे संपूर्ण लक्ष. जिथे काहीही, म्हणजे एखादा घटकही दुर्लक्षित राहू शकत नाही. त्यामुळे माझे जेवढे दिवस शिल्लक आहेत ते मला पूर्णपणे, कण न कण उपभोगायचे आहेत आणि त्या क्षणातला आनंद उपभोगायचा आहे.

असा घाबरू नकोस पीटर, मी अजून खूप वर्षे जगणार आहे. पण जे माझे उर्वरित आयुष्य आहे ते मात्र मला योगी रामन यांनी दाखविलेल्या दिशेने व दृष्टीने भरभरून जगायचे आहे. माझ्याकडे जे ज्ञान व भान-शहाणपण आहे, ते मला या कार्पोरेट जगतातल्या लोकांच्या तळहातावर ठेवायचे आहे. माझ्या आयुष्यातले खरे वैभवशाली सृजनशील दिवस अजून यायचे आहेत आणि ते मला मनमुराद जगायचे आहेत. त्यातला आनंद मला वेचायचा आहे. एक सांगू पीटर, वेळ हा हातातून वाळू निसटावी तसा निसटत असतो. म्हणून त्या नास्तित्त्वाचे भान ठेवत आपल्याला जगले पाहिजे. तर आणि तरच आपण वर्तमानातील प्रत्येक क्षण संपूर्णपणे व मोठ्या संवेदनशीलतेने जगू शकू.'

'जूलियन, किती छान आणि वास्तवस्पर्शी बोलतो आहेस तू. आयुष्याच्या माझ्या या टप्प्यावर मला तुझी खरंच खूप गरज आहे. कारण नेतृत्त्वाचे हे शहाणपण मला या थडग्यातून बाहेर काढणार आहे. काही दिवसांपूर्वीचे जीवन मी जरी नुसते आठवले तरी माझ्या अंगावर शहारा येतो. कसा जगत होतो मी. चक्रात भरडत होतो. रात्र रात्र टक्क जागा असायचो मी. कंपनीचे व भविष्याचे ओझे खांद्यावर घेऊन जीवनाचे लोढणे मी ओढत होतो. पाठीवर मीच घेतलेले लोढणे ओढत भीतीच्या ऱ्हासगतीवर वेगाने मी घसरत होतो. मनाच्या एका कप्प्यात, आजवर कष्टाने मिळविलेले वैभव हातातून निसटणार तर नाही ना, याची हृदय गोठवून टाकणारी भीती दडलेली. शिवाय खूप काही ताण-तणाव तर

आयुष्यात होताच. सॅमंता, माझी मुलं माझ्या पासून कधीच दूर गेली होती. अनेकदा ती सगळी माझ्या काळजीने व्याकूळ व्हायची. त्यांच्या चेहऱ्यावरची चिंता-काळजी मला कळायची, जाणवायची पण मी हतबल होतो. माझ्या समोर उभ्या ठाकलेल्या समस्या कशा सोडवायच्या आणि या चक्रव्यूहातून बाहेर कसं पडायचं, हे मला कळतच नव्हतं. एके क्षणी तू माझ्या या रटरटीत उन्हाने चमकणाऱ्या काचेला फोडून टाकलंस आणि मला जाग आली. ते जागेपण आणि जाणतेपण मला तुझ्याकडून खऱ्या अर्थाने प्राप्त करून घ्यायचे आहे. खरंच जूलियन, तुझ्या विचारातील थोडी जरी सखोलता, समृद्धता आणि स्वतंत्रता माझ्यात आली तरी खूप झाले.'

'त्यासाठी तुला चार शब्दांचे भान ठेवावे लागेल.'

'कुठले चार शब्द ?'

'पुरस्कार बहालता आणि अथकपणे जाणणे'

'मी समजलो नाही ?'

'अगदी सोपे आहे. सगळ्यांना एकत्रित घेऊन आपल्याला जेव्हा काम करायचे असते तेव्हा त्यांच्या पाठीवर शाबासकी देणे आवश्यक आहे. कुठलाही द्रष्टा लीडर हेच करीत असतो. तो समोरचा कोच ज्याप्रमाणे आपल्या खेळाडूंना प्रोत्साहित करतो आहे, त्याप्रमाणे लीडरला करावे लागते. तो लोकांना चांगल्या कामाबद्दल नानाविध तऱ्हेने पारितोषिक देऊन प्रोत्साहित तर करतोच पण समोरच्या व्यक्तीतील चैतन्यशक्तीही जाणतो आणि त्याला खतपाणी घालतो. अर्थात या सर्व प्रकारात खरे कामसू लोक ओळखणे अत्यंत गरजेचे आहे.'

'पण जूलियन, ह्या सर्वांची सुरवात कशी करावी, हेच मला कळत नाहीये. पूर्वी मी कामावर असताना आमच्या सीईओचा एक कौतुककटाक्षही आम्हाला खूप काही चैतन्य देऊन जात होता. त्याची एक नजर सगळं काम करून जायची. मी अधिक उत्साहाने मग कामाला लागायचो. आता मला तू म्हणतोस त्या प्रमाणे समोरच्याला अथकपणे जाणणे आणि योग्य कामासाठी

व कल्पनेसाठी पुरस्कार बहाल करणे गरजेचे आहे. दुर्दैवाने तसे माझ्या कंपनीत काही घडत नाही ही वस्तुस्थिती आहे.'

'असा निराश होऊ नकोस पीटर. केवळ तुझ्याच नव्हे तर अनेक कंपन्यातूनही हेच चालते. काम करणारे लोक प्रौढ आणि समजूतदार आहेत, असे समजून मॅनेजमेंट त्यांना कुठलाच प्रतिसाद देत नाही. पण हे धोकादायक आहे. आपल्याकडे काय होतं पीटर, आपण समोरच्याच्या चुकाच फक्त पहात राहतो आणि त्या चुकांचा विलक्षण बाऊही करतो. खरे तर हे आपण टाळायला हवे. अनेकदा आपले ग्राहक त्यांची पसंती वा पोचपावती लगेचच कळवतात. खरे तर अशी प्रोत्साहक पत्रे आपण त्यांना दाखवायला हवीत. त्यातून ते कळतनकळत प्रेरित होणार नाहीत काय ?'

'नक्कीच होतील जूलियन. तू म्हणतो आहेस ते मला आता पटत चालले आहे. आपण सगळे मॅनेजर्स हे नेहमीचे छिद्रान्वेषी जगत असतो. दुसऱ्याच्या-कर्मचाऱ्यांच्या सगळ्या चुकांवर अधिकाधिक आपण आपले लक्ष केंद्रित करतो. त्याऐवजी तू म्हणतो आहेस त्याप्रमाणे त्यांच्या चैतन्यावर-चांगल्यातल्या चांगल्या गोष्टींवर आपण आपला वेळ आणि ऊर्जा खर्च करायला हवी.'

'सर्वात महत्त्वाचे म्हणजे पीटर, आपल्याकडच्या लोकांना आपल्या कामाची कदर व्हावी, याची भूक लागलेली असते. इतकंच नाही तर ते त्याच्यासाठी भूकेलेले असतात.'

'मग ?'

'आपल्या कमचार्यांच्या चांगल्यातल्या चांगल्या गोष्टी आपण शोधल्या पाहिजेत. तू तुझ्या ग्लोबर व्ह्यू सॉफ्टवेअर कंपनीमध्ये तुझ्या लोकांच्या आत दडलेले चांगुलपण शोधायला आजच प्रारंभ कर. एक लक्षात ठेव तू त्यांचा जेवढा सन्मान करशील, त्यांच्या कामाला पारितोषिक देऊन गौरवशील, त्याच्या दुप्पट तुलाही ते सर्वार्थाने सन्मान देतील.'

'जूलियन ही खूपच चांगली कल्पना आहे. माझ्या हे कधी डोक्यातच आले नाही. अर्थात आपण जेवढे देत जाऊ तेवढा आपल्याही पदरी सृजनशीलता आणि चांगुलपणाच पडणार आहे. मग मला वाटतं त्यांना यश म्हणजे काय ते कळेल.'

पण जूलियन यात अनेक महाभाग असेही आहेत की जे आपले सामान्यत्त्व सोडायला तयार नाहीत. कारण त्यांची नजर फक्त पगाराच्या तारखेवर आणि शिफ्टच्या शेवटच्या ठोक्यावर रोखलेली असते. अशा लोकांत परिवर्तन घडवून आणणे अनेकदा अवघड होऊन बसते. खरं तर अशांना कष्ट न करता पैसा कसा मिळवता येईल, यांची चिंता अधिक असते.'

'खरं आहे. पण योगी रामन मला म्हणत असत की *या जगात प्रत्येकाला चांगले-सृजनशील काम करायला हवे असते. इतकंच नव्हे तर एका सकारात्मकतेने जगत ते आपल्या आयुष्याला अर्थ प्राप्त करून देण्याचा प्रयत्न करीत असतात. आपली स्वप्ने व सगळ्या आशा आणि त्या अनुषंगाने आखलेली जीवनशैली जगण्याची त्यांची मनोमन इच्छा असते. पण प्रत्यक्ष वास्तव हे अनेकदा विदारक रूप घेऊन त्यांच्या समोर येते आणि ते त्यांनी कुठला पोशाख घालावा, त्यांनी कसे व कुठे रहावे याचा आदेश सोडते. अशा वेळी ते भांबावून स्वतःला एका सुरक्षित कोशात अडकवून टाकतात. या संकुचित वृत्तीतून त्यांच्यातील शोधकता व कष्ट करणारा सृजनात्मा हा हळूहळू मरत जातो.* यासाठी अशा लोकांत परिवर्तन घडवून आणणे आपल्याला आवश्यकच नव्हे तर आव्हानात्मकही आहे !

मला एवढंच म्हणायचं आहे की तू स्वतःबरोबरच आपल्या कर्मचार्यांची अधिकाधिक काळजी घे आणि त्यांना सर्वार्थाने कार्यप्रवण कर. यातूनच तुझे पुढारीपण वा नेतृत्त्व आपोआप परिणामसुंदर होत जाईल. म्हणूनच स्वतः आनंद घेणे आणि इतरांनाही तो वाटणे हे तितकेच महत्त्वाचे.

यातही आपल्या सहकार्यांना वा कर्मचार्यांना आपल्या दबावातून मुक्त करीत, त्यांना परिवर्तनाची अपरिहार्यता तुला दर्शवता आली पाहिजे. यश म्हणजे काय, यश कसे ओळखावे, अधिकाधिक यशस्वी होत असताना त्यांच्यातील चांगल्या गुणांना प्रात्साहित करीत यशाचा आनंद कसा द्विगुणित कसा करावा हे तुला दर्शवता आले पाहिजे.

महत्त्वाचे म्हणजे प्रवास करताना सृजनशीलतेचा परमोच्च बिंदू तूच त्यांना दर्शवायला हवा आहेस. मग ते तुझे अनुकरण करतील. द्रष्टे लीडर हे नेहमीच आपल्या कार्यप्रवासाविषयी वा उद्दिष्टांसंबधी आपल्या लोकांशी चर्चा करतात आणि आपला शुद्ध हेतू त्यांना कथन करतात. मग त्या हेतूंमुळे त्यांना जगण्याचा एक नवा नाद सतत खुणावत राहतो.'

'पण समजा जूलियन ते सगळे अपयशी ठरले तर ? मग त्यांना त्यांबद्दल आपण कोसायला नको ?'

'*तुम्ही जेव्हा कार्यप्रवासात नवनवीन प्रयोग करीत पूर्ण सामर्थ्यानिशी पुढे पुढे जात असता, तेव्हा काही वेळा अपयश जरी आले तरी त्या अपयशाची चिंता करायची नसते. कारण अनेकदा आपले प्रयोग हे फसण्याची शक्यता असते. म्हणून प्रयोग न करणे हे मुर्खपणाचे आहे. उलट या अपयशातून काय करू नये याचा बोध आपल्याला चटकन होतो.* योगी रामन तर म्हणत असत मोठ्या यशवैभवासाठी अपयशाच्या छोट्या पायऱ्या या पचवायलाच हव्यात ! पण आपण जर धोका पत्करलाच नाही तर...! तर मात्र आपण तेच ते जगत राहू. मग एक सामान्य जीवनच आपल्या वाट्याला येईल. *मोठे लीडर हे नेहमीच आपल्या जखमांचे सूज्ञपणात/ शहाणपणात रूपांतर करतात. एकूणच काय तर ते समस्या पहात नाहीत तर इतर अनेक शक्यता वा पर्याय शोधत राहतात. अनेकदा यशाकडे जाण्यासाठी या सर्वांची शिडीही ते करतात. ह्याच गोष्टी आपल्याला महानतेकडे घेऊन जातात. थोर बनवतात. लक्षात ठेव पीटर, कुठलीही चूक ही दोनदा केली तर ती चूकच ठरते.*'

'पण आपल्याला तर सुरक्षिततेची मोठी आस लागून राहिलेली असते ना जूलियन ?'

'पीटर तसे सगळेच असुरिक्षत असते. तसे जगात सुरक्षित असे काय आहे?'

'जूलियन मी असा यशापयशाचा कधी विचारच केला नाही.'

'पीटर, मागच्या खेपेला मी तुला एका उत्तर-पश्चिम ऐअर लाईन्सचे उदाहरण दिले होते. त्यांचेच एका वेगळ्या पण फसलेल्या प्रयोगाचे मी तुला उदाहरण देतो. म्हणजे मग मी काय म्हणतोय ते तुझ्या लक्षात येईल. तिथल्या एका मॅनेजरने आपल्या एअरलाईन्स मधून कार्गो सर्व्हिसही सुरू केली. त्यानुसार सगळे नियोजन केले आणि तशा मोठमोठ्या जाहिरातीही दिल्या. पण दुर्दैवाने त्याला म्हणावा तसा प्रतिसाद मिळाला नाही. अखेर तो प्रयोग कंपनीला बंद करावा लागला. म्हणून त्या मॅनेजरला कोणी दोषी मानले नाही, की त्याच्या कल्पनेला कोणी कुत्सितपणे हसलेही नाही. त्यांच्या सीईओला एका ग्राहकाचे एकदा पत्र मिळाले. या पत्रात त्या सामान्य ग्राहकाने त्या कार्गोच्या योजनेबद्दल खूप सकारात्मक लिहिले होते. त्या सीईओने ते पत्र त्या मॅनेजरकडे पाठवले आणि त्याला : कंपनीला तुमच्या कल्पनेचा व प्रयोगाचा अभिमान आहे, असा संदेशही पाठवला. प्रेम हे नेहमीच हळूवारपणे व भावनाशीलतेने व्यक्त होत असते. मुख्यतः *प्रेमात एक प्रतिसादवृत्ती असते* एवढे मात्र निश्चित !

सांगण्याचा मुद्दा हाच आहे पीटर की आपल्या कंपनीतल्या लोकांवर आपले मनापासून प्रेम तर हवेच पण त्यांच्या कामाला आवश्यक असणारी प्रतिसादवृत्ती ही आपल्याकडे हवी. यातही त्या कर्मचाऱ्यांच्या/सहकार्यांच्या हातून जर चुका घडल्या तर त्यांना आपल्याला क्षमाही करता आली पाहिजे. एक तिबेटियन म्हण आहे : *रागाच्या एका क्षणावर जर तुम्ही मात करू शकलात तर तुमच्या पुढल्या शंभर दिवसांच्या वेदना कमी होतील.*

'जूलियन, मला असे वाटत होते कामगारांना वा कर्मचाऱ्यांना

बक्षीस देणे म्हणजे फक्त त्यांच्या पैशात वाढ करणेच होय. खरं आहे ना?'

तेवढ्यात बॉस्कट बॉल खेळाचा मध्यंतर झाला आणि आम्ही दोघेही भानावर आलो. एका बाजूला आम्ही जरी बोलत असलो तरी दुसऱ्या बाजूला आमचे लक्ष मॅचकडे होते. तसे आम्ही कोर्टसाईडला बसलेलो असल्याने आम्हाला आमची टीम आणि त्यांच्याशी पुढे येऊन संवाद साधणारा कोच दिसले. इतकेच नव्हे तर त्यांच्यातील संवाद आम्हाला स्पष्टपणे ऐकू येत होते. त्या कोचची देहबोली आणि त्याचे प्रत्येकाशी हात मिळविणे, त्यांना प्रोत्साहन करणे सुरूच होते. तशी ही टीम फारशी आघाडीवर नव्हती. पण कोच त्या सर्वांना प्रोत्साहित करीत होता. तो कोच त्यांना म्हणाला,'मला माहित आहे की तुम्ही सर्व जण थकला असाल. पण तुम्ही योग्य दिशेनेच आणि आपण आखलेल्या पद्धतीने व प्रकारांनीच खेळत आहात. असेच खेळत रहा आणि मग बघा विजय आपलच असेल. खरं तर आपण गेले महिनाभर प्रचंड मेहनत करीत आहोत. त्याचा अंतिम टप्पा आता दृष्टिपथास येत आहे. फक्त अजूनही त्याच श्रमाची व जिद्दिची आपल्याला गरज आहे. मला नक्की खात्री आहे की आपणच जिंकणार आहोत. तेव्हा स्वतःवर तसेच एकमेकांवर विश्वास ठेवा. एकमेकांना प्रोत्साहित करा', असे म्हणत तो कोच त्यांना स्वतः उठून सरबत-पाणी देत होता. कुणाला हवे नको ते विचारत होता.

जूलियनने माझ्या खांद्याला स्पर्श करीत म्हटल, 'तू पाहतोच आहेस ना ? त्या कोचची देहबोली, त्याचा प्रत्येक शब्द न शब्द तू ऐकला आहेस ना ? आता तू मला सांग की कोचचे काम लीडरपेक्षा वेगळे आहे ?'

एकूणच कोचच्या डोळ्यात कमालीचा आत्मविश्वास तर होताच पण आपल्या खेळाडूंबद्दल त्याला नितांत आदर होता, प्रेम होते. त्या कोचने आपल्या डोळ्यांनीच सगळ्यांना शुभेच्छा दिल्या आणि खेळाडू पुन्हा आपल्या खेळाकडे वळले. मी त्यांची प्रत्येक हलचाल टिपत होतो.

'पीटर, आता तू मला सांग कोचच्या या सगळ्या संवादात

पैशाचा कुठे प्रश्न आला का ? तरीही तो कोच आपल्या शब्दातून, प्रत्येक हलचालीतून - देहबोलीतून खूप काही सांगत होता. अगदी शब्दांच्या पलीकडचे बोलत होता. फक्त त्या कोचनी प्रोत्साहात्मक शब्द वापरले इतकंच ! आपल्याला तुम्हा सर्वांचा अभिमान असल्याचे सांगायला तो विसरला नाही पीटर, तुझ्या लक्षात आले ना ?

स्तुती, गुणगौरव करायला पैसे लागत नाहीत. पण अनेकदा आपण ह्या चार स्तुतीपर शब्दांचा नुसता वापर करायलाही काचकूच करतो. एक लक्षात ठेव *स्तुतीचे चार प्रोत्साहक शब्द एखाद्या पर्वताला हलवू शकतात आणि एखाद्या कार्पोरेट जगतात मूलगामी-क्रांतिकारक बदल घडवून आणू शकतात.* अर्थात उचित ठिकाणी नेमके शब्द वापरणे गरजेचे आहे. मुख्य म्हणजे ते सगळे शब्द आतून, अगदी मनापासून आले पाहिजेत. तो कोच अगदी आतून, बेंबीच्या देठापासून बोलत होता. त्यात सच्चेपणा होता आणि जिव्हाळाही. त्यांनी जेव्हा आपल्या खेळाडूंच्या हातात हात मिळविला तेव्हा त्याने आपला आत्मविश्वास त्यांच्या तळहातावर ठेवला. तेही मोठ्या प्रेमभरल्या विश्वासाने व आनंदाने.

खरं तर हीच पद्धत आहे प्रोत्साहित करण्याची आणि समोरच्यातील ऊर्जेला आवाहान करण्याची. अनेकदा आपल्याला असे वाटते की पैसाच सबकुछ आहे. पण तसं नाहीये पीटर. एखादा स्तुतीचा-प्रतिसादाचा साधा शब्द हा पैशापेक्षा खूप काही समोरच्याला देऊन जातो.

नुकताच पंधराशे कर्मचाऱ्यांचा सर्व्हे घेण्यात आला आणि त्या निमित्त काही निरीक्षणे व निष्कर्ष नोंदवण्यात आले. ते जर तू ऐकशील तेव्हा तुझ्याही लक्षात येईल. पीटर, ५८% लोक हे केवळ प्रोत्साहक शब्दांनी कार्यप्रेरित होताना दिसले. साधे चार प्रतिसादाचे शब्द काय चमत्कार करून जातात हे आता तुझ्या लक्षात आले ना ? म्हणूनच म्हणतो मोठ्या औदार्याने व स्नेहभावाने आपल्या कर्मचाऱ्यांशी संवाद साध आणि त्यांच्या उत्तम कामाबद्दल त्यांना प्रतिसाद द्यायला विसरू नको. एकणूच *आस्था व*

सदभाव यासह भोवतालच्या लोकांना जास्तीत जास्त प्रोत्साहित कर. केवळ असे प्रोत्साहपर चार शब्द न मिळाल्यामुळे अनेकांनी आपल्या नोकऱ्या बदलल्या आहेत. केवळ पैशामुळे नाही पीटर ! यातूनच आपण सहजीवनाला व समंजस जाणतेपणाला उन्नत करीत असतो. स्वतःबरोबर इतरांशी स्नेहभावाने व आस्थापूर्वक वर्तन करणे, त्यातला समतोल राखणे ही एक नाजूक गोष्ट असली तरी ती फार महत्त्वाची आहे.

अर्थात त्यासाठी लोकांच्या जवळ जात त्यांना काय हवे, काय नको याची सर्व बाजूंनी व आस्थेने चौकशी करणे आवश्यक आहे. यातही *लोकांच्या कामाबद्दल तुम्ही जे बक्षीस देता ते तुम्हाला हवे ते देऊ नका तर त्यांना जे हवे आहे ते द्या.* तुम्ही त्यांच्याशी जसे वर्तन कराल त्याप्रमाणे ते तुमच्या ग्राहकांशी तसेच वर्तन-व्यवहार करतील. ते तुमच्यासाठी आगळेवेगळे आहेत हे त्यांना पटले पाहिजे.

अर्थात लोकांची प्रकृती, पिंड, स्वभाव या प्रमाणे त्यांना पारितोषिक देत चला. कारण प्रत्येकाच्या कोटाचे माप वेगळे असते पीटर ! आत जो सेल्समन आहे आणि त्याने तुमचा व्यवसाय संपूर्ण वर्षात प्रचंड प्रमाणात वाढवला असेल तर त्याला तुम्ही जर पुन्हा फिरतीचे-मोठ्या सहलीचेच जर तिकिट दिले तर ! मग ते बर्मुडाचे तिकीट का असेना त्याला त्याचे महत्त्व काय वाटणार ! दुसरा एखादा जर अठरा अठरा तास काम करीत असेल तर त्याला चार दिवसांची सुट्टी बक्षीस म्हणून देणे शहाणपणाचे ठरेल. हो ना ? एकूणच तुमचे त्यांच्याकडे लक्ष आहे आणि त्यांच्या कामाची तुम्ही नुसतीच दखल घेत आहात असे नाही तर त्यांना निरनिराळ्या पद्धतीने प्रोत्साहित करीत आहात हे जेव्हा त्यांना कळेल, तेव्हा ते अगदी वेडे होतील आणि तुझ्या प्रेमात पडतील. शिवाय ही कंपनी आपलीच आहे आणि आपणच त्यासाठी मोठ्या जबाबदारीने व बांधिलकीने झटले पाहिजे हे त्यांना आतून, अगदी रक्तातून जाणवेल.

पीटर, मी शिवानीत असतानाची गोष्ट सांगतो. एके सकाळी मी

योगी रामन यांनी दिलेल्या तत्त्वांची उजळणी करीत होतो. दाराकडे माझी पाठ होती. योगी रामन माझ्या मागे येऊन कधी उभे राहिले हे मला कळलेच नाही. मी माझ्या तंद्रीतच होतो. ऐक क्षणी ते माझ्या समोर येऊनच बसले आणि मी विलक्षण चकित झालो. ते माझ्याकडे पाहून मंद हसले. म्हणाले तू एखाद्या स्कॉलर मुलासारखा अगदी मन लावून अभ्यास करतो आहेस आणि त्याची उजळणीही. ज्या श्रद्धेने तू हे सगळे करतो आहेस हे पाहून माझे मन मोठ्या समाधानाने भरून येते. यातही इतक्या दूरून इथवर धडपडत आलास आणि आजवर खूप काही माझ्याकडून घेत गेलास. इतकंच नव्हे तर ते तू दिवसेंदिवस वाढवत आहेस. माझा वारसा तू तुझ्या देशात गेल्यावर तिथल्या कार्पोरेट जगात नक्की चालवशील यात मला तरी शंका वाटत नाही. अर्थात त्यासाठी मी तुझ्यावर विलक्षण प्रसन्न आहे. आता तुला काय पाहिजे ते माग. ते तुझे कामाचे बक्षीस असेल. काहीही माग. फक्त ते तुझ्या आवडीचे असले पाहिजे.

पीटर मला माझ्या आयुष्यात कोणी तरी काही तरी देत होतं आणि ते सुद्धा माझ्या आवडीचं. मी स्वतःवर आणि योगी रामन यांच्यावर बेहद्द खुष झालो. शिवानी मध्ये दिवसातून एक दिवस सगळे संन्याशी एका मोठ्या टेबलाभोवती बसतात आणि एकत्र भोजन करतात. एकमेकांशी संवाद साधतात तसेच विचारांचे आदान-प्रदान करतात. अर्थात त्यात हास्य विनोदही असतो. संवाद हा दुसऱ्यांशी संपर्क साधण्याचा महत्त्वाचा मार्ग आहे. यातू नवनव्या बोधांची प्राप्ती होऊ शकते. संवाद, आत्मनिरीक्षण, स्वकर्म आणि चिंतन ही चार दिशांनी मला विकसित होण्यासाठी योगी रामन मला प्रोत्साहित करीत होते. त्या सर्वांनी त्या दिवशी मला त्यांच्या संवादात, भोजनात सामील करून घेतलं. महत्त्वाचे म्हणजे त्या भोजन प्रसंगी योगी रामन यांनी मला सर्वांच्या देखत मला हवे ते बक्षीस दिले. मी त्यांच्याकडे लाकडावर कोरीवतेने लिहिलेल्या सुवचनांची पट्टी भेट म्हणून मागितली होती. ती त्यांनी मला सर्वांसमक्ष तर दिलीच पण माझी खूप स्तुती केली.

खरं सांगू पीटर मी इतक्या दूरवरून तिथे गेलो होतो. माझ्या इतक्या दिवसांच्या कष्टाचं, शोधाचं तसेच अभ्यासाचं कौतुक होत होतं. मला मिळणारा सर्वांचा प्रतिसाद आणि दिली जाणारी दाद माझ्यासाठी खूप मोठी होती. या प्रतिसादवृत्तीतूनच मला माझा नवा सूर मिळू शकला. आपल्या शोधप्रवासात, अज्ञात राहिलेल्या ज्ञान प्रदेशात मला खोलवर जायचे होते. पण योगी रामन यांच्या बक्षिसाने मला एका नव्या मनाचे चैतन्य प्राप्त झाले एवढे मात्र निश्चित !

'जूलियन, योगी रामन यांनी त्या लाकडी, सुगंधी पट्टीवर काय लिहिले होते. त्या चिंतनाची मला विलक्षण उत्सुकता आहे.'

जेव्हा तुम्ही एका उदात्त हेतूने प्रेरित व प्रवाहित होता आणि एका असामान्य प्रकल्पाच्या दिशेने प्रवासात प्रारंभ करता, तेव्हा आपण सगळ्या चौकटींच्या सीमारेषा पार करतो. इतकंच नव्हे तर आपण आपल्या मर्यादांचेही उल्लंघन करतो. तुमची जीवनविषयक जाणीव विस्तारते, ती अधिक प्रगल्भ होते. सर्वात महत्त्वाचे म्हणजे तुमच्यातील निद्रिस्त चैतन्य-शक्ती ही जागृत होते. मग तुम्ही एका नवीन, अज्ञात प्रदेशात प्रवेश करता. अशा वेळी अवतीभोवतीचा परिसर अथांग आंतरिक खोलीसह सारगर्भतेने नटला जातो आणि तुम्हाला विलक्षण सुख-समृद्धी व आंतरिक समाधान देऊन जातो.

आता बास्केट बॉलची मॅच संपली होती आणि प्रत्येक जण परतत होता. खरं तर अशा अटीतटीच्या खेळातून मिळणारा आनंद अवर्णनीय असतो यात शंकाच नाही. आम्ही जरी बोलत असलो तरी आमची एक नजर खेळावरच होती. आम्ही बोलत बोलत बाहेर जायला निघालो. जूलियन अजूनही त्या बक्षिसाच्याच विश्वात होता. तो मला म्हणाला, 'पीटर, मला हवे तसे आणि तेही विलक्षण आवडणारे बक्षीस असे कोणी

कधी दिले नव्हते. योगी रामन यांचे नुसते विचार जरी आठवले तरी मनाच्या सूक्ष्मतेत परिवर्तन घडून येते. माझ्या उत्साहीपणाचे व सर्वस्वी आनंदाचे रहस्य हेच आहे पीटर !

जसं योगी रामन यांनी माझ्या बाबतीत, मला आवडणारे पारितोषिक देऊन मला गौरविले, अगदी त्याचप्रमाणे एखादा द्रष्टा लीडरही आपल्या लोकांना, त्यांच्या गुणांना गौरवत असतो. एकूणच आपली कंपनी, कंपनीतील आपले उत्पादन, आपला लीडर आपले कार्पोरेट जगत याविषयी प्रत्येक कर्मचार्याच्या मनात विलक्षण आदराची व पावित्र्याची भावना उत्पन्न व्हायला हवी. याला तुला मदत करता आली पाहिजे. तरच तुम्ही सर्व जण एकजिनसीपणाने काम कराल. सर्वात महत्त्वाचे म्हणजे अशा सहसंवादातून व प्रोत्साहनातून तुमच्यातील प्रत्येकाच्या मनात सूक्ष्मतम बदल घडून येईल. मग हे परिवर्तनच एका हृदयाला दुसऱ्या हृदयाशी जोडून टाकेल. ते देखील कळतनकळत. अर्थात ही एकीची भावना निर्माण होणे आणि ती आपल्या परीने वाढवणे हे तुला लीडर म्हणून करणे गरजेचे आहे. व्यक्ति-व्यक्तीतील संबध आणि संघटनात्मक बाबी यांनी आपण अंतबार्ह्य व्यापलेले असतो हे सत्य तू ध्यानात घ्यायला हवेस.

चांगली माणसं, त्यांचा भलेपणा, त्यांची कार्यक्षमता यांना ओळखणे आणि त्याला केवळ मनोमनच नव्हे तर प्रत्यक्ष नानाविध बक्षिसातून प्रतिसाद देत राहणे हे लीडर म्हणून तुझे कर्तव्य आहे पीटर ! *लोकांची स्तुती करायला कुठलाही पैसा लागत नाही हे सदैव लक्षात ठेव. किंबहुना हा लीडरशीपचा एक खास मंत्र आहे.*'

'तू म्हणतो आहेस ते मला पटते आहे पण...?'

'आता हा पण कशाला..?'

'तसं नाही जूलियन, पण मला असं वाटतं की माझ्या लोकांजवळ परिपूर्ण व उच्चतम बिंदूसाठी काम करण्यासाठी आवश्यक असणारी मानसिक, शारीरिक तयारी नाहीये. निदान मला तरी असं वाटतंय.'

'शक्य आहे. पण म्हणून आपण आपले प्रयत्न सोडून उपयोगाचे नाही. ते सतत चालूच ठेवायला हवेत. म्हणजेच त्यांच्यातील चैतन्य ओळखणे आणि त्या चैतन्यशक्तीला मुक्त करण्यासाठी त्यांना सर्वतोपरी मदत करण्याची गरज आहे. तसे झाले तर एक दिवस असा यईल की ते आपल्या सर्वस्व शक्तीनिशी आपल्या कामावर तुटून पडतील. इतकंच नव्हे तर आपली शोधकवृत्तीही त्या कामी ते वापरतील. त्यांच्यातील स्व-नेतृत्त्व जागे होईपर्यंत तुला खणावे तर निश्चित लागणार आहे. मुख्य म्हणजे तुझी संवेदनशील प्रतिसाद वृत्ती सदैव तुला जागरूक ठेवून त्यांच्या प्रत्येक परफॉर्मन्सला तुला अनेक दिशांनी दाद द्यायला हवी. तू त्यांच्या चांगल्या-सृजनशील कामासाठी सदैव प्रयत्नशील रहा. काही वेळा ते चुकले तरी चालतील पण त्यांना त्यातूनच शिकू दे. तू त्यांच्याकडून प्रत्येक वेळी परिपक्वतेची व परफेक्शनची आस बाळगू नकोस, एवढंच मला म्हणायचे आहे. जसं आत्ताच्या बास्कट बॉलच्या होम टीमचे झाले तसे. त्यांचा परफॉर्मन्स एवढा उत्तम नव्हता पण तरी देखील त्यांचा कोच त्यांना सांगत होता की मला तुमचा विलक्षण अभिमान वाटतो आहे आणि तुम्ही निश्चित जिंकणार आहात. प्रत्येक वेळी तो त्यांना नावाने संबोधत होतास आणि एका जिवाचे मैत्र असल्याप्रमाणे त्यांच्याशी वर्तन करीत होता. त्यांचा प्रत्येक शब्द अगदी आतून, ह्दयातून येत होता. त्यात सच्चेपणा होता एवढे मात्र निश्चित ! आपण चांगले खेळत आहोत आणि आपली स्टॅटजी, आपले नियोजन उत्तम आहे, चिंता करू नका. असेच त्याचे शब्द होते. बस्स. कोचचे ते शब्द त्यांना विलक्षण प्रेरित करीत होते आणि अखेर ते जिंकलेही. रिझल्टही तुला कळलेला आहे. आता ही टीम आणि आपली कंपनी यात फार फरक आहे असे मला वाटत नाही.

पीटर, कर्मचार्यांचा जसजसा विकास होईल तसतसा तुझा त्यांच्याबाबतचा आदर वाढायला हवा आणि ते औदार्य बक्षीसाच्या

माध्यमातून, संवादातून त्यांना परोपरीने दर्शवायला हवेस. म्हणजे मग त्यांच्या लक्षात येईल की आपल्या प्रत्येक कामाची दखल घेतली जात आहे. तो कोच कसा म्हणाला, *नाईस जॉब, कीप इट अप* इ. एकूणच हे प्रंशसेची तत्त्वप्रणाली आणि त्याचा सहज स्वीकार हा संवाद-संपर्काचा राजमार्ग आहे.'

'जूलियन, स्तुती कशी करावी हेच मला कळत नाही.'

'पीटर, प्रशंसेची तत्त्वप्रणाली नीट लक्षात घे. *प्रशंसा ही नेहमी सूत्रबद्ध आणि कमीत कमी शब्दात व्यक्त केली जावी. तो चांगल्या कार्यनंतरचा त्वरित प्रतिसाद असावा ! मुख्य म्हणजे आपण जी प्रशंसा करतो ती चार-चौघात आपल्याला सहजपणे व नैसर्गिकरित्या करता आली पाहिजे. शेवटचं म्हणजे आपल्या ओठावर येणारे शब्द हे आपल्या ह्दयातून आकाराला यायला* हवेत. अनेकदा आपण त्या व्यक्तीला नावाने हाक मारायला हवी. एकेरी नावाने बोलविण्यातून आपली जवळीक व्यक्त होताना दिसते. अनेक मॅनेजर्स हे या प्रंशसा तत्त्वप्रणालीचा अंगीकार करीत नाहीत. काही वेळेला तर ते इतकी समोरच्याची स्तुती करतात की ते सगळे शब्द ऐकणाऱ्याला नाटकी व खोटे वाटावेत.

एक सीईओ तर आपल्या मॅनेजर्सच्या केबीनवर *थँक यू नोट* लिहित असे. यातून खूप काही साध्य होते पीटर. वाढदिवसाची शुभेच्छा पत्रे पाठवणे. काही वेळेला त्यांच्या वाढदिवसानिमित्त आपण स्वतः छोटी पार्टी आयोजित करणे. अनेकदा भित्तीचित्रे असतात त्याप्रमाणे उत्तम परफॉर्मन्स केलेल्यांची नोंद करणे. काही वेळेला अशा कार्यक्षम व्यक्तींना त्या त्या प्रान्तातले अद्ययावत व अत्याधुनिक संदर्भ ग्रंथ वा सीडीज देणे गरजेचे आहे.

एक लक्षात घे पीटर, व्हिजनरी लीडर हे नेहमीच मुक्त जीवन जगायला दुसऱ्याला प्रोत्साहित करीत असतात. इतकंच नव्हे तर आपल्या मर्यादांच्या पलीकडे कस जायचे हे ते त्यांना शिकवितात. मग ते व्यावसायिक

जीवन असो वा वैयक्तिक. माणसाला रोज प्रत्येक दिवशी मासे देण्यापेक्षा आयुष्यभरासाठी मासे पकडायला शिकविणे गरजेचे आहे. एकूणच खरी लीडरशीप ही दुसऱ्यातले चैतन्य नेहमीच मुक्त करायला मदत करते. इतकंच नव्हे तर समोरच्याची नजर आणि कार्य हे अधिकाधिक भविष्यवेधी कसे होईल याची काळजी हा लीडर घेतो.'

'जूलियन मी या दृष्टीने कधी विचारच केला नव्हता.'

'काही कंपन्या आपल्या लोकांना प्रोत्साहित करण्यासाठी व त्यांच्यातील ऊर्जा मुक्त करण्यासाठी नानाविध विधायक मार्गाचा अवलंब करतात. एकूणच प्रशंसेची संस्कृती ही आपण आपल्या कंपनीत राबवायला काहीच हरकत नाही. इतकंच नव्हे तर मला असे वाटायला लागले आहे की कंपनीच्या नावाचे एक चांदीचे बोधचिन्ह तयार करावे आणि ते त्यांना वेळोवेळी उत्तम परफॉर्मन्सला प्रतिसाद देण्यासाठी वापरावे. मग ती एक विजेत्याची खूणच होऊन जाईल.'

'पीटर, ही कल्पना खूपच चांगली आहे. गो अहेड. मला नेहमी वाटत आले आहे की आपल्या जीवनाचा आविष्कार किंवा अभिव्यक्ती ही आपल्या हृदयात असलेल्या जिव्हाळ्यातून वा आशयातून आकाराला येते तर आशय हा आपल्या जीवनाविषयक भूमिकेतून, जीवनाच्या मागणीतून–प्रयोजनातून आकाराला येतो. तेव्हा आपल्या आयुष्याच्या मागण्या काय आहेत, त्याचे हेतू काय आहेत याचा आपण अंतर्मुखतेने शोध घ्यायला हवा ! अर्थात जीवनाचे प्रयोजन वा हेतू हा नेहमीची आपल्या जीवनदृष्टीवर अवलंबून असतो. याकरिताच आपली जीवनदृष्टी ही योग्य विचारांची वैश्विक असावी लागते आणि चिरंजीवीही.

पीटर आत्ता आपण ज्या मॅचला गेलो होतो त्या टीमचा खूप पूर्वीपासूनचा एक रिवाज आहे आणि तो म्हणजे दर शुक्रवारी ते पिझ्झा पार्टी आयोजित करतात. त्यानिमित्ताने सगळ्यांनी एकत्र जमणे आपल्या तनमनातील–हृदयातील आनंद वा विचार एकमेकांशी वाटणे. काही वेळेला

त्यांच्या पत्नी मुलांनाही त्यात सहभागी करून घेतले जाते.

एकूणच पीटर, परंपरा-परिवर्तन आणि या परिवर्तनाच्या प्रवाहित्त्वाचे भान ठेवत आपल्याला आपल्या कर्मचार्यांच्या संबंधात जगायला हवे. मुख्य म्हणजे कार्पोरेट जगताची आजवरची परंपरा आणि २१व्या शतकात प्रवेश करताना बदलत्या काळाचे भान व ज्ञान राखत त्यात होणारे अद्ययावत बदल आपल्याला टिपता आले पाहिजेत. यासाठी अनेकदा कर्मचार्यांच्या बुद्धिमत्तेलाही आपल्याला आवाहन करता आले पाहिजे. त्यांच्या हृदयाप्रमाणे त्यांच्या बुद्धीकौशल्यालाही आपल्याला साद घालता आली पाहिजे.

पीटर, एका कंपनीत *क्रेझी डे* साजरा केला जातो. त्या दिवशी एकमेकांच्या भूमिकांची आदलाबदल केली जाते.'

'म्हणजे ?'

'त्या दिवशी प्रत्येक जण आपल्या भूमिका बदलून जगतो. सीईओ चक्क शॉप फ्लोअर काम करतो तर सामान्यातला सामान्य कर्मचारी त्या दिवशी बॉसच्या खूर्चीत बसतो. वरवर हा विदुषकी खेळ वाटेल पण त्यात एकप्रकारची असामान्य प्रतिसादवृत्ती आणि एकप्रकारचा दिलखुलासपणा-खेळकरता त्यासाठी आवश्यक असतो आणि तो आपोआर हृदयातून उमलून येतो. यातून मॅनेजमेंट आणि इतर स्टाफ यांच्यातील परस्परसंबंधाची वीण अधिक घट्ट होत जाते. काही वेळेला सीईओ सगळ्यांना किंवा गटागटांना कॉफीपानासाठी निमंत्रित करतो आणि त्यानिमित्त त्यांच्याशी वार्तालाप करतो. त्यांच्या अडचणी, त्यांच्या भूमिका वा विचारसरणी, त्यांची आवडनिवड तर लक्षात येतेच पण वातावरणातला ताण हलका व्हायलाही त्यामुळे मदत मिळते. एकूणच पीटर, हे सगळे संवाद-संपर्क तसेच सहप्रवासातचे वेगवेगळे टप्पे आहेत. त्यातील गांभीर्य वा मिस्किलपणा यांचे अनोखे मिश्रण आपल्याला सहज साध्य करता आले पाहिजे. तरच आपल्याला आवश्यक असणारा एकजिनसीपणा वा अपेक्षित साहचार्य सहज आपल्याला साधता येइल. हा एक प्रकारचा विकासच आहे.

काही कंपन्यातून क्रेझी डे, सर्कस डे साजरा करण्याची अनोखी पद्धत बदलत्या कालमानानुसार पाळला जातो. अनेकदा संगीताच्या व जाझच्या मैफलींचेही आयोजन केले जाते. जेणेकरून आपला कर्मचारी रोजच्या, तेच ते जगण्याच्या पलीकडे जाऊन (मोठ्या संवेदनशीलतेने) जीवनाचा व कलेचा रसास्वाद घेऊ शकेल. यातून तो ताजातवानाच तर होतोच पण अधिक कार्यक्षमतेनुसार काम करू लागतो.

पीटर, काही ठिकाणी तर आपला चक्क भूतकाळ आठवतात आणि त्यातील प्रत्येकाची यशोरेखा कथन केली जाते. त्यामुळे त्याचा इगो हा सुखावतोच पण ज्यांनी भूतकाळात काहीच साधलेले नाही तेही नवीन काही करण्याच्या कामाला लागतात. कारण त्यांना कळतनकळत आपल्यातल्या कमीत्वाची जाणीव होते आणि काही गोष्टी आपण आयुष्यात बांधिलकीसह करायला हव्यात याचे महत्त्वही पटते. या सर्वातून त्याचे शहाणपण भविष्यवेधी बनायला त्याला प्रवृत्त करते. अर्थात त्याचे भविष्यवेळी दृष्टिकोन हा कंपनीचा वर्तमान असतो.

जूलियन आणि मी आम्ही खूप काही बोलत होतो. बोलता बोलता रात्रीचे अकरा कधी वाजले हे आम्हाला कळलेच नाही. जूलियनची चांदण्यांनी खच्चून भरलेल्या आकाशाकडे पहिले आणि तो ध्यानमग्न झाला आणि मग माझ्याकडे वळून तो म्हणाला, ‘खऱ्या नेत्याला-लीडरला सर्व अडचणी, सगळे अडथळे यांची जाणीव झाली पाहिजे. त्या सर्व गोष्टी पाहणे, जाणणे, केवळ शाब्दिकदृष्ट्याच नव्हे तर प्रत्यक्षात जाणणे महत्त्वाचे आहे. तुमची भूक जशी तुम्हाला कळते, त्याची जाणीव होते त्याप्रमाणे सगळ्या अडचणी-अडथळे जाणणे, तो वस्तुस्थितीचा झालेला संपर्क मनाला विलक्षण संवेदनशील बनवतो.

अनेकदा पीटर, आपण स्वतः कसा विचार करतो, काय विचार करतो, प्रश्नाला प्रतिसाद कसा देतो हे पाहणे महत्त्वाचे आहे. एकूणच आपले अंतरंग, जडण-घडण आपल्या कंपनीची व जीवनाची गतिमानता

आपला स्वभाव जाणणे म्हणूनच महत्त्वाचे ठरते. आपणाजवळ समस्येला तोंड देण्याचे धैर्य नाही, आपल्याजवळ क्षमता नाही याची जाणीव होणेच आपल्याला जगण्याची क्षमता देते. जीवनाची नवी ऊर्मी बहाल करते.'

असे बोलून जूलियन जायला निघाला. मी त्याला घाईने थांबवले आणि म्हटले 'आता पुन्ही केव्हा भेट ?'

'पुढची भेट आपण एक नैसर्गिक वातावरणात घेणार आहोत. एका जंगलाच्या कुशीत. बिअर लेकच्या मागे असलेले जे दाट जंगल आहे तिथे आपण भेटू या. पुढल्या रविवारी.'

'किती वाजता ?'

'पहाटे सूर्य उगवायच्या आधी. सूर्याची किरणे पृथ्वीतलावर अवतरायच्या आधी आपण एकमेकांशी खूप काही बोलू या. पीटर अखेरीस आपण जसं पेरू तसंच पीक नेहमीच उगवत असतं. आपल्या व्यवसायाची वाढ वा विकास हा देखील याच पद्धतीने आकारात येत असतो. दिवसामागून रात्र आणि रात्री मागून दिवस. या चक्रात आपल्यात, अवतीभोवतीच्या पर्यावरणात खूप काही बदल घडत असतात. आपण बदलत असतो आणि आपली जीवनविषयक जाणीवही.

पीटर, प्रत्यक्षातील तुझी ग्लोबल व्ह्यू सॉफ्टवेअरची स्थिती गती, तुझे कर्मचार्यांशी–सहकाऱ्यांशी असणारे संबंध हेच खरे आपले प्रत्यक्ष जीवन आहे. पण प्रज्ञा जागृतीतून आपण त्या असत्यातील सत्य पाहू शकतो. एक तर आपण गतकाळाकडे वळतो, नाहीतर भविष्याचे चित्र मनाने निर्माण करून त्याच्याकडे डोळे लावून बसतो. वर्तमानापासून दूर पळण्याच्या या प्रयत्नातूनच संभ्रम व आभास निर्माण होतात. म्हणून वर्तमान जसा आहे तसा आपल्याला पाहता आला पाहिजे. कारण असे आकलन होताच आपली जी कृती घडून येते, तीच कृती, जे आहे त्याच्यात आमूलाग्र परविर्तन घडून आणते. पीटर हे तेव्हाच शक्य आहे की जेव्हा आपण निसर्गाच्या संबंधात असू. जेवढं आपण निसर्गाच्या जवळ जाऊ

तितक्या प्रमाणात आपण माणूसपणाच्या मूलत्त्वाच्या दिशेने जाऊ लागतो. त्या दाट जंगलात निसर्गाच्या कुशीत आपण नव्या दिवसाचे, आयुष्याचे असे स्वागत करू या की जगात जणू काही हाच एकुलता एक दिवस आहे. कालच्या सगळ्या आठवणी पुसून आपण नव्या आत्मशोधाला प्रारंभ करू या. चल निघतो मी.'

असे म्हणत जूलियन समोरच्या आंधारात दिसेनासा झाला. मी वेड्यासारखा त्याच्या पाठमोऱ्या आकृतीकडे पहात राहिलो. अखेरीस त्याची आकृती दिसेनाशी झाली, तरी त्याच्याशी झालेला संवाद आठवत मीही माझ्या कारच्या दिशेने निघालो.

जूलियननी केवढे शहाणपण प्राप्त करून घेतले आहे ते पाहून मी नेहमीच चकित होतो. तसा आजही झालो. पुरस्कार बहालता आणि अथकपणे जाणणे ह्या मूल्यांचा उदघोष यावेळी जूलियनने केला. आपल्याही कधी या गोष्टी लक्षात आल्या नाहीत. आपल्याला कोणीतरी चांगले म्हणावे, आपले म्हणावे यासाठी प्रत्येकाचे मन तडफडत असते. एकूणच प्रशंसेचे कौशल्य आपण नक्कीच आत्मसात करायला हवे !

माझ्या कारकडे परतताना माझ्या डोक्यात काही कल्पना आल्या किंबहुना आपल्यालाही याचप्रमाणे वृद्धिंगत व्हायचे आहे. काय काय करावे लागेल ते मनाशी संकल्प करीत मी गाडीपाशी पोहचलो. मागच्या प्रमाणे या वेळी कारच्या हँडला एक पाकिट लावले होते. मी उत्सुकतेने पाकिट उघडले तर त्यावर एक नवा, चौथा संकेत–सिद्धान्त लिहिला होता.

त्याचे वर्णन आपल्याला असे करता यईल : *परिवर्तनाशी समर्पितता.*

संकेतप्रणाली

पुरस्कार बहालता आणि समोरच्याला अथकपणे जाणणे

प्रकरणाचे सार समूह मनाची एकतानता

शहाणपण

* द्रष्टे लीडर हे सर्वोत्कृष्ट शिक्षक–कोच असतात.
* लोकांच्या गुणांना व कार्याला नेहमीची पुरस्काराने प्रशंसित करा. तुम्ही जेवढे द्याल त्याच्या अनेक पटीने तुम्हाला त्यांचा प्रतिसाद मिळेल.
* स्तुतीसाठी मन नेहमीच मुक्त ठेवा.

सरावासाठी

* चांगल्या वर्तनाच्या, भलेपणाच्या सतत शोधात रहा.
* विजेत्यांचा निर्देश भिंतीवर करा आणि मग बघा त्यांची छाती कशी अभिमानाने फुलून येते ते.
* विजयाचे प्रतीक आणि समूहाची परंपरा

सुभाषित्मकता द्रष्ट्या नेतृत्त्वाला हे नेहमीच माहित असते की आपण जेव्हा आपल्या अनुयायांच्या कार्याचा योग्य तो गौरव करू तेव्हा ते आपल्या क्षमतेपेक्षा खूप काही सेवा देतील.म्हणूनच सहकार्यांच्या कार्याला योग्य पुरस्कार व प्रतिसाद द्यायला विसरू नका ! कारण या लोकांचे चैतन्य हेच तुमचे खरे भांडवल आहे. तुकड्या तुकड्यांनी न पाहता समग्रपणे व साकल्याने पाहण्याची कला आत्मसात केल्याने द्रष्टे नेतृत्त्व आपल्या कंपनीला जागतिक स्तरांवर सहज घेऊन जाते.

द् मंक हू सोल्ड हिज फेरारी

संकेतप्रणाली ४ थी

परिवर्तनाशी समर्पणशीलता

प्रकरण ८ वे

स्वीकार
आणि
व्यवस्थापन परिवर्तन प्रणाली

ग्रहयोग व ग्रहकाल यांच्या सान्निध्यात असताना, त्याच्या प्रभाव-परिणामकारकतेविषयी आपण कमालीचे उत्सुक असतो. यातही आपली कल्पकता ही एकाच दिशेने प्रवाहित होत राहिल्याने, जे आहे त्या वास्तवाचे आपले आकलन नेहमीच चुकत जाते.

मार्कस आरेल्स

जूलियनला पहाटे पाच वाजता मी भेटण्याचे आश्वासन दिले पण नंतरच माझेच मला विलक्षण आश्चर्य वाटले. खरं तर इतक्या पहाटे मी प्रथमच उठत होतो. *पण नेतृत्त्वाचे शहाणपण* वेचण्यासाठी मी कमालीचा उत्सुक असल्याने पहाटेच काय पण मध्यरात्री जरी मला त्याने बोलावले असते तरी मी गेलो असतो. एकूणच जूलियनच्या संवादाची व सहयोगाची मला विलक्षण उत्सुकता होती. मी कॉफीच्या मोठा थर्माससह काही फळे बरोबर घेतली आणि बिअर लेकपर्यंत कारने गेलो. तिथे गाडी पार्क केली आणि समोरच्या घनदाट जंगलात घुसलो. पहाटेचा थंडगार वारा अंगावर

शहारे आणत होता. काहीशी बोचरी थंडी मनाला चाटत होती. वाहनांचा कोलाहल बरासचा शांत झाला होता. होता तो फक्त पाखरांचा किलबिलाट. *पंखजागरण* हा शब्द जास्ती योग्य होईल. भोवतालच्या गोष्टीचे अवधान राखत मी पुढे पुढे जात राहिलो. पाईन, केदार वृक्षाचा गंध काही आगळा वेगळाच होता. त्या जंगलातील निःशब्द शांतता बघून मी मनोमन सुखावत होतो. वरचे सुंदर, स्वच्छ निळेभोर आकाश आणि डोंगराच्या जवळून जाणारी बरीच आतपर्यंतची पाऊलवाट. माझ्या मनात कसलाच विचार नव्हता. शहरातील व्यत्यय नावाची गोष्ट तिथे नव्हती. एका चिन्मयाची निःस्तब्धता मी कधी माझ्या आयुष्यात अनुभवलीच नव्हती ! सर्जनशील व प्रत्येक क्षण अनुभवास येणारी व नवनवीनता धारण करणारी सकाळ हा माझ्या दृष्टीने विलक्षण अनुभव होता. मी जूलियनला मनापासून धन्यवाद दिले. विराट, विशाल नीरवतेची निःस्तब्ध अंगागे न्याहाळत मी पुढे पुढे वेगाने जात होतो. खरंतर या निसर्गातून एक सखोल पर्यावरणीय दृष्टी मला आज नजरेनेच केवळ नव्हे तर प्रत्यक्षात उपभोगायला मिळत होती. मी मनोमन जूलियनचे आभार मानले.

प्रत्येक वस्तू व घटित हा त्या अनंत–अमित विश्वाचा एक घटक बनला होता. आज प्रथमच माझ्या मनात भोवतालच्या निसर्गाविषयी, वृक्षांविषयी, प्राणीमात्रांविषयी एक आत्मियतेचा, नात्याचा भाव जागृत होत होता. खरे तर या नात्याचा भाव मनात आकाराला येणे, यालाच जूलियन आध्यात्मिक अनुभव असे का म्हणतो ते मला आत्ता कळले होते. मानवी शक्ती आणि निसर्गाचे हे आलौकिक वैभव यातील समरसता प्रधान सामिलकीची कृतज्ञता माझ्या मनात कळतनकळत उदित होत होती. सूर्याची काही किरणे त्या वृक्षराजाच्या दाटीतून वाट काढत माझ्या चक्क पायाशी रेंगाळायला लागली. मी विलक्षण चकित होत होतो. खरं तर चरितार्थाच्या व कर्माच्या गतीविधीत असताना या सौंदर्याचे भान तर सोडाच पण साधा विचारही मनाला कधी शिवला नाही.

गेली पंचवीस ते तीस मिनिटे मी चालत होतो. ती पाऊलवाट बरीच तुडवून झाली होती. खरं तर मला विलक्षण दम लागला होता, पण चालणं तर आवश्यक होतं. माझे वडील मला नेहमी म्हणायचे की माणसाला चार गोष्टींची आवश्यकता आहे. एक म्हणजे, आंतर्बाह्य शिस्त, आत्मीयता व एकाग्रता, संयम व सौम्यता तसेच चिवटपणा. माझ्या परीने आयुष्यात या चार गोष्टींचा नुसता विचारच नव्हे तर बिनशर्त स्वीकार मी केला आहे.

विचारांच्या या नादात चालत असताना, फक्त माझ्याच पावलांचाच आवाज पर्यावरणात घमत होता. वाटेत लागणारा पाचोळा तुडवत जाताना जो काही आवाज होत होता तेवढाच. अचानक उजव्या बाजूच्या मोठया दाट झाडीकडे माझे लक्ष गेलं. एक विलक्षण आकृती, जनावर असावे एखादे हलताना मला दिसले. मी विलक्षण सावध झालो. बहुधा एखादे रानडुक्कर असावे वा हरिण. पण कुठलीतरी सावली हलताना मला दिसली. त्या व्यक्तीच्या हातात एक मोठी काठी असावी. खरं तर अचानक हे सगळं घडल्यामुळे मला दरदरून घाम फुटला. अर्थात तसं मी दर्शवलं नाही. क्षणभर तेथेच रेगाळलो. दोन पावलं पुढे गेलो तर पुन्हा झुडपामागून काहीतरी वेगाने हलल्याची जाणीव अधिक तीव्र झाली. आता मात्र मी खरोखरीच आतून हबकलो. दोन-बिलियन डॉलर कंपनीचा मी सीईओ. आता मला माझ्या प्राणाची, माझ्या अंगावरील दागिने-पैशांपेक्षा अधिक काळजी वाटली. अचानक दोन्ही मुलांचा, सॅमंताचा चेहरा डोळ्यासमोर तरळू लागला.

दुसऱ्या क्षणी काय झालं कुणास ठाऊक मी हातातले सामान, कॉफी-फळे तिथेच टाकली आणि धुम ठोकली. मी बराच वेळ पळत होतो. अखेरीस मला विलक्षण दम लागला. अगदी धापा टाकत मी एक उंचवट्या खडकावर जाऊन बसलो. मोठ्या भीतीने मी मागे वळून पहिले, सुदैवाने माझ्या मागावर कुणी नसावं किंवा मलाच कदाचित भास झाला असेल ! पण तो भास नव्हता . खरंच झुडूपाच्या मागे काही तरी हालचाल

झाली होती. कुणी तरी तिथे होते. मनात एक विचार चमकून गेला की तो जूलियन तर नसावा ! शक्य आहे, पण त्याने असे का करावे, याचे कोडे मला उलगडेना ! मी बराच वेळ तिथे तसाच बसून राहिलो. खरं तर मी माझ्या कारपासून इतक्या दूरवर आलो होतो की मला आता परत फिरणे अशक्यप्राय होऊन जावे. मला झऱ्याच्या झरण्याचा आवाज अस्पष्टसा ऐकू येत होता. मी त्या आवाजाच्या रोखाने निघालो. काही अंतरावर एक छोटासा झरा तिथल्या हिरवळीतून पुढे उजवीकडे वळताना दिसत होता. सहज माझं लक्ष एक पाईन वृक्षाकडे गेले. तिथे एक नकाशा लावला होता. बहुधा जूलियननी तो लावला असावा.

माझे मन आता बरेचसे शांत झाले. मी पुढे जाऊन तो नकाशा बघितला. त्यावर जूलियनकडे त्याच्याकडे येण्याची दिशा दर्शवली होती. मी झरा पार करीत पुढे तसाच चालत राहिलो. काही ठिकाणी मोठे मोठे प्रच्छाय वृक्ष होते तर काही ठिकाणी मऊ हिरवळ. कडेला मुद्दाम लावल्यासारखे जंगली फुलांचे ताटवे होते. ते पिवळे फुलांचे आच्छादन मनाला विलक्षण आल्हाददायक वाटत होते. मधूनच कर्कश कुंजन करणाऱ्या पोपटांचा थवा माझ्या जवळून नाहिसा झाला. मी आ वासून त्यांच्याकडे बघतच राहिलो. कुठल्याही वस्तीचा वा माणसांचा मागमूसही नव्हता ! जिवंतपणे रसरसलेले ते जंगल आणि नानाविध प्रकारची सौंदर्यपूर्ण फुले पाहून माझे सगळे विचार क्षणात लुप्त झाले. मी पूर्ण तरल सावधान होत सर्वावधानतेने निसर्गातील प्रत्येक हालचाल न्याहाळायला लागलो.

आकाशाचा निलिमा अधिकच गडद झाला. सूर्याची प्रखरता वाढत्या दिवसाबरोबर तीव्र होत होती. ते हिरवे गार गवत तुडवत मी बराच वेळ चालत राहिलो. अचानक एके ठिकाणी मी थांबलो, मला झोपडीच्या आकाराची एक राहूटी दिसली. बहुधा ती जूलियनची असावी. मी झपझप पावले टाकत पुढे गेलो. अगदी झोपडीच्या दारापर्यंत गेलो. जूलियनला मी आवाज दिला. आपला गवती दरवाजा उघडून जूलियनने माझे हसत हसत

स्वागत केले तरी मी जरा घुश्शातच होतो. बहुधा जूलियननी ते ओळखलं असावं. मी त्याच्याकडे स्कॉचची मागणी केली. तेव्हा तो हसत हसत मला म्हणाला, 'पीटर, अरे स्कॉचचे ते दिवस गेले. खूप मागे राहिले. मी तुझ्यासाठी मस्तपैकी कॉफी देतो.' असं म्हणत त्याने कॉफीचा थर्मास काढला.

'हा कॉफीचा थर्मास तुझ्याकडे कसा आला ? तूच त्या झुडपामागे नव्हतास ना ?'

माझ्या प्रश्नाने जूलियनला विलक्षण हसू आलं. तो जसजसा हसत होता तसतसा माझा रागाचा पारा वर चढत गेला. एके क्षणी त्याच्या हे लक्षात आलं. त्यानं मला शांत केलं आणि बसायला सांगितलं. गवताचे आच्छादन असलेले आसन त्यानी मला बसायला दिलं आणि वर कॉफीही दिली.

'तू मला मीच आणलेली कॉफी देतो आहेस.'

'शांत हो पीटर, मला माहित आहे की तू किती घाबरला होतास ते. पण आता तसली कसलीच भीती नाहीये. तू प्रथम शांत हो पाहू आणि मी तुला मागच्या वेळी जाताना जो विचार दिला होता तो आठव. त्या पझल्सवर काय लिहिलं होतं ?'

'परिवर्तनाचा सर्वस्वी स्वीकार करा.'

'पीटर तू तो केलास का ? त्यातील असुरक्षिततेने तू विलक्षण बिथरलास. क्षणभर आपल्याकडे असलेल्या दागिन्यांची, किंमती वस्तूंची तसेच आपल्या मुलाबाळांची तुला त्या संकटात आठवण आली. मग तू एकच पर्याय स्वीकारला आणि तो म्हणजे पलायनाचा. हो ना ? खरं तर सर्वसाधरण माणसे दोन प्रकारचा पर्याय स्वीकारतात आणि तो म्हणजे एक प्रत्यक्ष लढण्याचा आणि दुसरा पळण्याचा. बरोबर आहे ना ! पण आज मी तुला बिनशर्त स्वीकाराची व समर्पित परिवर्तनाची कहाणी कथन करणार आहे. ती तू नीट ऐक.

विसावे शतक तर संपले आणि आता एकविसावे शतक. कालगती पुढे पुढे जात आहे. दिवसामागून रात्र आणि रात्रीमागून दिवस. काळ सारखा पुढे सरकत आहे. आपण क्षणा क्षणाला बदलत आहोत आणि भोवतालची परिस्थितीही बदलत आहे कणाकणाने. खरं तर या परिवर्तनाच्या प्रवाहत्वाचे भान ठेवणे गरजेचे आहे.

आपली सगळी यंत्र-तंत्रप्रणाली अत्याधुनिक तसेच महासंगणक प्रधान होत आहे. नवनवीन शोधांसह अवकाशविज्ञानात आपण विलक्षण गती मिळवत आहोत. चंद्र-मंगळावर वसती करण्याची स्वप्ने आपण पहात आहोत. पूर्वी शेती करणारे जवळजवळ ८५% लोक होते आता हे प्रमाण खूपच कमी होत चालले आहे. इतकेच नव्हे तर गेल्या पाच हजार वर्षात जेवढे तंत्रज्ञान व भौतिक गोष्टी विकसित झाल्या त्याच्या कितीतरी पट विकास आपण गेल्या पन्नास वर्षात साधला आहे. सर्वात महत्त्वाचे ग्राहकांची तुमच्याकडून अपेक्षा खूपच वाढली आहे हे कधी विसरू नको पीटर. या संदर्भात जागतिक पातळीवर आपण किती तरल सावधान राहिले पाहिजे हे तुझ्या लक्षात यईल.

'परिवर्तनाची ही कहाणी ऐकण्यासाठीच मी इथवर धडपडत आलो. शहरापासून किती दूर. जंगलाच्या - निसर्गाच्या कुशीत. तूच म्हणतोस की आपण निसर्गाच्या जेवढं जवळ जाऊ तेवढं माणसाच्या मूलत्त्वाकडे जाऊ. तुझ्या इथे येताना माझ्या असं लक्षात आलं जूलियन की आपण निसर्गाचं सान्निध्य गमावून बसलो आहोत. पंख पसरून मुक्तपणे विहार करणाऱ्या पक्ष्यांचे गान मी तर विसरलोच होतो.'

'ज्या मनाला झऱ्यांकडे-खळाळणाऱ्या पाण्याकडे, हिरव्यागर फुला-फळांनी लगडलेल्या वृक्षाकडे, चांदण्यांनी गच्च भरलेल्या आकाशाकडे आत्मसमपर्णाने पहाता येते त्यालाच सौंदर्य म्हणजे काय ते कळते. असे जेव्हा दर्शन घडते तेव्हा आपण प्रेमाच्या अवस्थेतच असतो आणि अशा मनालाच परिवर्तनाचे महत्त्व खऱ्या अर्थाने कळू शकेल. व्यक्तीच्या मनात

मूलभूत परिवर्तन घडून येण्यापासूनच शिक्षणाला प्रारंभ होतो.'

'परिवर्तनाचा सर्वस्वी स्वीकार करा, असे तू जे म्हणतो आहेस, ते मला अजूनही नीट उमजले नाही, ते मला सविस्तर सांग पाहू.'

'जीवनाच्या वेगवान प्रवाहापासून दूर असे स्वतःचे सुरक्षित डबके माणसे स्वतःसाठी खोदतात आणि त्या छोट्या डबक्यात ती कोंडून राहतात. आपापसात भांडतात किंवा मिळणाऱ्या शिदोरीवर संतुष्ट राहतात. आपल्या आकांक्षा, स्वप्ने तर कायम रहावी पण आपली सुखे तर संपू नये असेच आपल्याला वाटत असते. खरे जीवन – जे जीवन अस्थिर असते, सतत बदलत असते, जे अतिशय त्वरित, चपल असते, अत्यंत खोल असते आणि त्यात असामान्य जोश आणि सौंदर्य असते – ते जीवन आपण निसटून जाऊ दिल्यामुळे खरे परिवर्तन आपल्या हातून घडत नाही.

एक लक्षात घे, वाहत्या नदीला व्यापकतेकडे , खोलीकडे जाण्याची ओढ असते. आपल्या रोजच्या छोट्या डबक्यात तसा प्रवाहच नसतो. त्याचे पाणी साचलेले, तुंबलेले असते. आपल्यापैकी बहुतेकांना तेच हवे असते. जीवनाच्या प्रवाहापासून–ओघापासून दूर साचलेल्या पाण्याचे डबके आपण जवळ केल्यामुळे आपण तेच ते जगत राहतो. पण पीटर जीवन हे सतत तेच ते रहात नाही. झाडावरून गळून पडणाऱ्या पानासारखी प्रत्येक गोष्ट अशाश्वत असते. काहीही टिकत नाही. बदल, परिवर्तन हा जीवनाचा, निसर्गाचा नियम आहे. परिवर्तनाला आपण जवळ करीत नाही कारण आपण असुरक्षिततेला भितो. तसे पाहिले तर सगळेच असुरक्षित असते पीटर. सतत प्रवाही व नवनव्या वाटा चोखाळणारे, शोधक, प्रेरक, काठावरून ओसंडून वाहणारे. सांगायचा मुद्दा हाच पीटर, जीवनाबरोबर जे मन संपूर्णपणे गतिमान राहते, राहू शकते, तेच खऱ्या अर्थाने जिवंत असते. या परिवर्तनाला आपण साष्टांग शरण जायला हवे एवढे मात्र निश्चित ! अशा जीवनात, निसर्गात विलक्षण चैतन्य व सौंदर्य असते, असं नाही तुला वाटत ?'

'जूलियन माझे जीवन इतके यंत्रवत आणि कृत्रिम-वेगवान झाले होते की या गोष्टींकडे कधी माझे लक्षच गेले नाही.'

'तुला जे नेतृत्त्वाचे आकलन होईल ते तुला त्वरित अंमलात आणावे लागेल. तसे जर झाले तर आवश्यक ती क्षमताही आपोआप अंगी येईल. एक लक्षात ठेव पीटर, प्रत्येक क्षण एक आव्हान, एक मागणी, एक प्रश्न उपस्थित करीत असतो आणि आपण मात्र त्याला नव्याने सामोरे न जाता काही जुनेच आराखडे वापरतो. नव्या मनाच्या उदयासाठी परिवर्तनातील समर्पणता ही पूर्वअटच आहे. अर्थात त्यासाठी आपले जे मन आहे त्याचा काळजीपूर्वक, काटेकोरपणे व तरल सावध राहून वापर करता आला पाहिजे. कारण या परिवर्तनातून नव्या मनाचा शोध लागेल. यातून नव्या मनाची गुणवत्ता समजू शकते.

एकूणच परिवर्तनाच्या - बदलांच्या सर्व प्रक्रियांचे यथार्थ आकलन तुला होणे म्हणूनच गरजेचे वाटते. तेव्हाच कुठल्याही समस्यबाबत तू योग्य निर्णय घेऊ शकशील. हे बघ धिक्कार करणे म्हणजे एखाद्या गोष्टीचा अनादरच करणे होय. त्यामुळे मनाचे अडथळे तुम्हाला जाणवले पाहिजेत. कुठलाही पूर्वग्रह न बाळगता बदलत्या परिस्थितींचे भान आपल्याला असायला हवे. तसे जर झाले तर अवतीभोवतीच्या लोकांमध्ये शांत चित्ताने पण कर्ममग्न राहणारा, एक प्रेमळ, चारित्र्यशील प्रज्ञावंत- सीईओ म्हणून तू ओळखला जाशील. चल आपण त्या झऱ्यापाशी जाऊ.'

असे म्हणत तो मला त्या झऱ्यापाशी घेऊन गेला. त्याने वाहत्या पाण्यात हात घातला आणि ते पाणी अडविण्याचा प्रयत्न केला. पण पाणी त्या हाताच्या- बोटांच्या फटीतून, आजूबाजूने पुढे पुढे जात होते. मग माझ्याकडे बघत तो म्हणाला, 'बघितलंस पीटर, या पाण्याच्या प्रवाहाकडे नीट बघ. अवतीभोवतीचे जगही असेच पुढे पुढे जात आहे. त्यात समर्पणशीलता आहे. अडथळ्यांचा वा अडचणींचा डोळस पण बिनशर्त स्वीकार आहे. यातूनच खूप काही घडू शकते पीटर.

कुठलेही बौद्धिक समर्थन न करता वा प्रतिक्रिया व्यक्त न करता प्राप्त परिस्थितीचा आपल्याला स्वीकार करता आला पाहिजे, तो देखील बिनशर्त. तरच वर्तमानातील प्रत्येक क्षण आपण संपूर्णपणे नव्याने जगू शकू. अर्थात त्यासाठी लवचितकता ही आवश्यक आहे. रोजच्या नव्या दिवसाला आपण जेव्हा नव्याने पण जागरूकतेने सामोरे जातो तेव्हा अनेकदा अपयश येण्याची शक्यता असते. पण असे अपयश आपल्याला काय करू नये याचे धडे देते. कारण चूकीची गोष्ट ही दोनदा केली तर ती चूकच ठरते. आपण आपल्या चुकांपासून धडा घेत, स्वतःला बदलवत पुढे जात राहिले पाहिजे. तरच आपण नव्या दिवसाला नव्याने सामोरे जाऊ शकू.

पीटर, आपण जेव्हा पियानो किंवा व्हायोलिन शिकतो तेव्हा अनेक बेसूर सूर आपल्या हातून निघतात. इतकेच नव्हे तर अनेकदा चुकीचे बोटं भलत्याच सूरांना जन्म देतात. पण या सातत्याच्या प्रयत्नातूनच खऱ्या सूरांचा शोध लागतो. तोच प्रकार छोट्या छोट्या बोटींचा आहे. जेव्हा वाऱ्याच्या दिशेने आपण शीड उभारतो तेव्हा आपला प्रवास सूखकारक होतो, होऊ शकतो. अन्यथा नाव पाण्यात गटांगळ्या खाऊ शकते वा तिची दिशा चुकते.

अनेक अपयश आपण पचवू आणि त्यातून खचून न जाता जेव्हा आपण पुन्हा उठून उभे राहू तेव्हाच एके क्षणी यश आपल्या पदरात पडेल. लहान मुलाला चालणे शिकण्यासाठी अनेकदा रांगावे लागते आणि पडावेही लागते. एकूणच हा प्रयत्नसूर आपल्या गूणसूत्रात भिनवणे अत्यावश्यकच नव्हे तर अपरिहार्य आहे.

आता आपण गूणसूत्राविषयी बोलतो आहोत म्हणून सांगतो. पीटर, प्रत्येक प्राण्याच्या भागध्येयात परिस्थितीरूप परिवर्तित होण्याची अपार शक्ती असते. पण अनेकदा आपण ती आजमावत नाही. ती जर आपण आजमाऊन पाहिली तर...सर्वोत्कृष्ठ चैतन्यशक्ती बाहेर यईल.'

'पण जूलियन कित्येकवेळेला परिवर्तनाला आपण विरोधच करीत असतो, असे नाही तुला वाटत ?'

'याचे कारण सुरक्षिततेचा तसेच सुखाचा हव्यास. आपल्या हातून सुख तर सुटू नये आणि सुरक्षितताही आपल्याला मिळावी असे आपल्यापैकी प्रत्येकालाच वाटत असते. वस्तुतः दुःख, भीती तसेच ताणतणाव यांना आपण कळतनकळत जवळ करतो आणि तेच ते जगत राहतो. असे जगणे हे नाविन्यपूर्ण नाहीये हेही आपल्याला आतून कळत असते. पण तरी देखील सुरक्षितता आणि आहे ते न गमावण्याच्या भीतीपोटी आपण डबक्यालाच सागर समजतो आणि मोठमोठ्या बढाया मारीत राहतो. वस्तुतः वाहत्या खळाळत्या जलप्रवाहात प्रवाही वृत्तीने वहात राहणे महत्त्वाचे आहे. तरच आपण काळाबरोबर राहून आपल्यासह आपल्या सहकार्यांचा–कंपनीचा विकास साधू शकू.'

'मग तू सगळं सोडून इथे या जंगलात वास्तवाला का आलास ? मुख्य शहराच्या प्रवाहात राहून तुला आपली सगळी साधना करता येणार नाही का ? त्यासाठी निसर्गाचीच सोबत का पत्करायची ?'

'पीटर मी सर्वार्थाने निःसंग आहे, असायला हवे. तशी योगी रामन यांची अटच आहे. निसर्गाच्या सोबतीबद्दल म्हणशील तर निसर्गाच्या सहवासातच माणसाला खरे शहाणपण प्राप्त होते. इथे आल्यावर मला खऱ्या अर्थाने कळले की आपण जर वृक्षाशी नाते जोडू शकलो तर इतर माणसामाणसांशी ते जोडू शकू. या वृक्षांना, वेली–फुलांना इतकंच नव्हे तर जगातील प्रत्येक वृक्षाला केवळ आपणच जबाबदार आहोत हे आपल्याला कधी ध्यानात येत नाही. तसा आपला कोणाशीच संबंध राहिलेला नसतो पीटर. कंपनीतील सहकार्यांशी जो काही आपला संबंध येतो तो गरजेपुरता आणि गरजेतूनच. एखाद्या वृक्षाच्या किंवा एखाद्या व्यक्तीच्या गुणवत्तेकडे आपण कधी गंभीरतेने बघतच नाही. मग त्यांतील चैतन्याचा झरा आपल्याला कोठून दिसणार ? आपण कधी वृक्षाच्या बुंध्याला स्पर्श केला आहे का?

तसा तू करून बघ म्हणजे मग खोडाचा नाद तुला कळेल. नाद म्हणजे केवळ पानांची सळसळ नसते. या वृक्षाशीच काय पण कुठल्याही पानाफुलाशी आपले नाते नसल्याने तो निसर्ग आपल्याला पाहताच आपले अंग चोरून घेतो. जेव्हा आपण निसर्गाच्या प्रत्येक हालचालीसोबत मोकळे होत जाऊ त्याप्रमाणे माणसामाणसांतील संबंधातही होऊ. तर आणि तरच प्रेम म्हणजे काय, हे खऱ्या अर्थाने आपल्याला कळेल. काळ बदलतो, ऋतू बदलतो. काळाची पावले दिवसागणिक परिवर्तित होत असतातच. फक्त हा बदल आपले संवेदनशील मन टिपत नाही इतकेंच. पण बदल हा होतच असतो यात शंका नाही. उन्हाळा, पावसाळा तसेच हिवाळा...एकामागून एक ऋतू पालटत असतात आणि आपणही बालपणाकडून तारुण्याकडे आणि तारुण्याकडून वृद्धत्त्वाकडे झुकू लागतो. वृद्धत्त्व येत असताना आपल्याला तारुण्याला निरोप द्यावाच लागतो.

एकूणच पृथ्वीवरील सगळ्या जिवंत गोष्टींशी आपला संबंध कमी कमी होत चालला आहे. आपला खऱ्या अर्थाने कोणाशीच संबंध प्रस्थापित होत नाही. सगळे संबंध वरवरचे व अधांतरी-अस्थिर. जसजसे आपण या निसर्गाशी नाते जोडू तसतसे आपण व निसर्ग दोघेही निर्भय होत जाऊ. मग आपण कोणाची हत्या करणार नाही. सील माशाला मारणार नाही किंवा मजेखातर एखाद्या प्राण्याचा जीव घेणार नाही. आपल्याला या बदलत्या निसर्गाशी, ढगांशी नाते जोडले पाहिजे आणि खऱ्या अर्थाने संबंध प्रस्थापित करता आले पाहिजेत. तरच आपण माणसामाणसातही सच्चे अनुबंध निर्माण करू. एकूणच बदल हाच निसर्गाचा नियम आहे.

एखाद्या बीचा वृक्ष होतो. अर्थात त्यासाठी आवश्यक असे पर्यावरण वा खतपाणी किंवा तशी काळजी घेणे हे आवश्यक असते. केवळ एकच दिवस नव्हे तर कित्येक दिवस आपण त्याची मुलासारखी काळजी घेऊ तरच बी आपले कठिण कवच फोडून वृक्ष होण्याचे धाडस करेल. अनेकदा खडकाची अभेद्यता फोडण्याची ताकदही बीच्या मुळात असते. त्या

ताकदीला-शक्तीला सर्वार्थाने खतपाणी घालणे हेच खऱ्या द्रष्ट्या लीडरचे मुख्य कार्य आहे असे म्हटल्यास ते वावगे ठरू नये. ही परिवर्तन क्षमता सर्वांमध्ये रूजवणे हे लीडर म्हणून तुझे प्रधान कर्तव्य आहे. तसे पोषक वातावरण व प्रयत्न तुला करावेच लागतील. तरच तू या जीवघेण्या स्पर्धेत केवळ टिकणारच नाहीस तर जागतिक स्तरांवर अधिक उंचीवर जाशील. तेही सहजतया.

आपल्यामध्ये मूलभूत परिवर्तन झाले पहिजे, हीच आपणा सर्वांची समस्या आहे पीटर. अशा मूलभूत परिवर्तनावाचून येणारी स्फूर्ती ही नेहमीच तात्कालिक स्वरूपाची नसते. मूलभूत परिवर्तन नसेल तर जीवनाला काहीच अर्थ उरणार नाही. अनेकदा परिवर्तनावाचून केलेले प्रयत्न हे उथळच ठरतात.

उकळत्या पाण्यात एका बेडकाला आपण टाकले तर तो लगेचच बाहेर पडायचा प्रयत्न करतो. किंबहुना उडी मारून बाहेरही पडतो. पण हळूहळू उकळणाऱ्या पाण्यात जर बेडूक असेल तर पाण्याच्या तपमानाबरोबर तो मरून जाईल. तेही सहजपणे. एकूणच आपल्यात क्रांतिकारक परिवर्तन घडून आले पाहिजे.'

'तू म्हणतो आहेस ते खरे आहे जूलियन. पण परिवर्तन हे ज्याचे त्यालाच करायला लागते. याचे एक उत्तम उदाहरण माझ्या कंपनीतले मला देता येईल. एक साधा सुधा क्लार्क, नुकताच कंपनीत दाखल झालेला. तेव्हा मी नुकतीच नवी कंपनी चालू केलेली होती. ग्लोबल व्ह्यू सॉफ्टवेअरला तेवढे नावही नव्हते. हा क्लार्क मुळातच हुशार आणि धडपड्या होता. सतत नवीन काही तरी करावे असे त्याला वाटे. एकदा त्याने माझ्याकडे कॉम्प्युटरसाठी हट्ट धरला. त्याला कॉम्प्युटर प्रोग्रॅममध्ये रूची आहे असे म्हणाला. प्रथमतः मी सगळ्या गोष्टी हसण्यावारी नेत होतो पण त्याचा हेका मात्र कायम होता. अखेर एक दिवस कंटाळून मी त्याला नवीन कॉम्प्युटर घेऊन दिला आणि काही सुविधाही पुरविल्या. त्याला सहा महिन्याची मुदत

होती. पण या सहा महिन्यात त्याने विलक्षण प्रगती केली. दिवसातले जवळ जवळ पंधरा-सोळा तास तो कॉम्प्युटरवर बसलेला असे. मला विलक्षण कुतुहल होते. पण एक दिवस त्याने खरोखरीच एक कॉम्प्युटर प्रोग्रॅम विकसित करून दाखविला. त्याच्या प्रगतीने मीही कमालीचा आश्चर्यचकित झालो. त्याच्यातले परिवर्तन हे त्यांच्या तीव्रतम इच्छाशक्तीचे, परिश्रमाचे तसेच ध्यासाचे फल होते. गेले अकरा वर्षे तो माझ्याकडे काम करतो आहे. मध्यंतरीच्या काळात त्याला इतर कंपन्यातून काही ऑफर्स आल्या पण त्याने साफ नाकारल्या. वस्तुतः तिथे त्याला खूप चांगला पगार मिळणार होता, पण तोही त्याने नाकारला. खरं तर मी सहज म्हणून केलेली कृती कशी फळास येते याचे हे दर्शन होते. आता हे जर मी प्रत्येक कर्मचार्याचा अभ्यास करून त्यानुसार त्याला सुविधा पुरवित गेलो तर प्रत्येकात परिवर्तन होईलच पण कंपनीचाही प्रचंड प्रमाणात विकास होईल. बरोबर आहे ना जूलियन.'

'*परिवर्तनात मोठा आनंद दडलेला असतो* पीटर. परिवर्तन नसेल तर विकास नाही, प्रगती नाही. या संदर्भात ज्ञान, ग्रंथसामुग्री, सीडीज यांचा फार मोठ्या प्रमाणात उपयोग होऊ शकतो. *ज्ञा* म्हणजे जाणणे. तुम्ही जेवढे अधिक जाणाल तेवढे तुम्ही पुढे जात रहाल. विकासाबरोबरच एक प्रकारचा आत्मविश्‍वासही तुम्हाला प्राप्त होईल. अर्थात जेव्हा विकास असतो तेव्हा पदोन्नतीही असतेच आणि पैसाही. प्रतिष्ठाही सावलीसारखी मागे मागे येत राहते. अर्थात तुमचे अथक परिश्रम आणि सातत्य या गोष्टी आवश्यकच नव्हे तर अपरिहार्य आहेत.

ज्ञानासह मनाचे समग्र अवधान असणे गरजेचे आहे तरच परिवर्तन अधिक वेगाने होऊ शकेल. सर्वात महत्त्वाचे म्हणजे मूलभूत परिवर्तनाची उत्कट इच्छा या सगळ्यांच्या मूळाशी आहे. मघाशी तू त्या क्लार्कचे उदाहरण दिलेस. आज तो कुठल्या कुठे विकसित झाला आहे. कारण त्याचे मुख्य कारण म्हणजे त्याची आंतरिक उत्कटता व ध्यास आणि

कार्यमग्नता. आता तू म्हणशील की उत्कट भावना म्हणजे काय ? जिथे उत्कट-तीव्र भावना असते तेथे भीतीचा लवलेशही नसतो. मनही द्विधा मनस्थितीत नसते आणि मुख्य म्हणजे मन हे एकाच दिशेने व दृष्टीने समग्रपणे कार्यरत राहते. एकूणच *मनाचे समग्र अवधानच सर्व काही घडवून आणू शकते. खऱ्या परिवर्तनाला प्रतिष्ठेची वा पैशाची चौकट रोखू शकत नाही.* संपूर्ण जीवनचक्राचे व दिनक्रमाचे जागते भानच परिवर्तनाला प्रोत्साहित करीत असते.'

'जूलियन तू म्हणतो आहेस ते अगदी खरे आहे पण माझ्यात आणि माझ्या अवतीभोवतीच्या लोकांत परिवर्तन घडवून आणण्यासाठी मी कशी कशी पावले घेऊ या संबंधी थोडे सांग ना ?'

'भीतीचा जेव्हा अंत होतो तेव्हाच प्रीतीचा उदय होतो. आपली प्रत्येक गोष्ट ही प्रीतीतून उदयास आली पाहिजे. दुसरं म्हणजे ज्ञानाची सोबत बिनशर्त स्वीकारत आपण समस्येला सामारे जायला हवे. यातही समस्येला संधी मानण्याची मानसिकता (स्वतःबरोबरच इतरांची) तयार करणे हे लीडर म्हणून तुझे प्रथम कर्तव्य आहे. अर्थात या प्रयत्नात तुला अनेकदा अपयश येईल किंवा तुला स्वतःसाठी, कंपनीसाठी काही नवनवीन प्रयोगही करावे लागतील. काहीवेळा ते प्रयोग फसण्याचीही शक्यता आहे. पण पीटर तुला जीवनात धोके पत्करायलाच हवेत. *असुरक्षिततेसह धोक्याचा-संकटाचा सहज स्वीकार जेव्हा आपण करू, तेव्हाच आपण आपल्या जीवनात, कंपनीत परिवर्तन* करू शकू. त्यासाठी स्वतःला झोकून द्यावे लागेल.

एखाद्या बंदरात प्रदीर्घ मुक्कामाला जहाज असावे ना, तसे वीस-पंचवीस वर्षे आपण तोच तो ब्रेकफास्ट करीत असतो. इतकेच नव्हे तर तेच ते जेवण घेतो. *तोच तो रस्ता आणि तीच ती दिशा. आपल्या आयुष्यात एकाच विचाराने जगणे आणि कालचक्र ढकलत राहणे हेच आपले मग जिणे होऊन जाते. आईनस्टाईन म्हणतो, 'तेच ते करीत राहणे आणि अशा या*

जगण्यातून जगावेगळे घडण्याची अपेक्षा करणे हे फक्त अज्ञानीच करू शकतात. पण तुम्ही जर तुमच्या जीवनप्रवासात जसजसे धोके पत्करायला प्रारंभ कराल तसतशी खेळात अधिक रंगत येत जाईल. मुख्य म्हणजे खेळात रंगत येऊ द्या म्हणजे मग परिवर्तनाची पाऊलवाट तुम्हाला सहज गवसेल. यातूनच यश-साफल्याचे क्षण तुम्हाला वारंवार भेटतील.

दुसरी गोष्ट तुला करायची म्हणजे स्वतःसह तुझ्या सहकार्यांच्या ऊर्जेचा तुला सर्वार्थाने विनियोग करायचा आहे. तरच परिवर्तन शक्य होईल. अर्थात त्यासाठी त्यांना प्रोत्साहित करणे आणि आपले स्व कर्म सर्वस्व पणाला लावून निभावणे अत्यावश्यकच नव्हे तर अपरिहार्य आहे. यासाठी स्वतःपासूनच प्रारंभ करायला हवा.

तुम्हाला कोणकोणत्या गोष्टी आवडत नाहीत, याची एक यादी तयार करा. मग त्या गोष्टी सुधारण्यासाठी आजच प्रारंभ करा. मग ती गोष्ट लहान असो वा मोठी. पण काहीतरी करा. स्वला जाणणे हे बोधाचे पहिले पाऊल आहे. अर्थात स्वतःला जाणण्यासाठी आपले अंतरंग, जडणघडण आणि आपल्या जीवनाची गतिमानता तसेच आपला स्वभाव जाणून घेणे खूप गरजेचे आहे. तरच तुझ्या वर्तुळात तुझा प्रभाव पडेल आणि तुझी शक्तीही अधिक विकसित होईल. इतकेच नव्हे तर तुझ्या प्रभावाची कक्षाही वाढत जाईल. अर्थात तुझ्याबरोबर तुझ्या कंपनीचीही.

या क्षणापासून एक गोष्ट निश्चित कर, स्वकर्म सर्वस्वासह निभव. मग बघ तुझ्यासकट अवतीभोवतीचे जग अधिक वेगाने बदलायला लागेल. रोझा पार्क नावाच्या एका स्त्रीच्या एका छोट्या कृतीतून सामाजिक हक्काची चळवळ बघता बघता उभी राहिली. कारण तिने फक्त बसच्या मागच्या बाजूला बसायचे नाकारले होते म्हणून. पीटर, एक लक्षात घे की सामान्य माणूस हा एखादी असामान्य गोष्ट सहज करू शकतो. एकूणच तुम्ही जसे पेराल त्यानुसार भविष्यात खरे पीक उगवत जाईल. अर्थात त्यासाठी त्या रोपट्याची मुलासारखी काळजी घेणे आवश्यक आहे.'

अगदी साधी गोष्ट बघायची झाली तर आपल्या असे लक्षात येते की सकाळी उठल्याबरोबर वर्तमानपत्र वाचायची आपल्याला सवय असते. ते वाचताना आपण कळत–नकळत त्या विश्वात हरवतो. अर्थात वर्तमानाच्या अग्रभागी व शीर्षकात नेहमीच नकारात्मक बातम्या या फुगवून सांगितल्या जातात. कामावर जाण्याच्या काही मिनिटे अगोदर, तुम्ही नहमीप्रमाणे मोठ्या आत्मविश्वासाने निघता. पण वाटेत रहादारी जाम असते. आता तुमचे एक लक्ष घड्याळाकडे जाते आणि उरलेले कामावर. आपण उशीरा गेल्यावर काय काय घोटाळे होणार आहेत किंवा आपल्याला काय काय शिव्या खायला लागणार आहेत, याची एक भली मोठी यादीच आपल्याला दिसत राहते. मग आपलेच विचार हे अधिकाधिक प्रदूषित व नकारात्मक होतात. या नकारात्मकतेतून जीवनप्रवाहाकडे पाहिल्यामुळे आपण त्या रहदारीला किंवा सगळ्या वाहतूक व्यवस्थेला शिव्याशाप देत राहतो. कामावर पोहचतो तेव्हा आपली सदसदविवेक बुद्धी आपल्याला न्यूनगंडाकडे घेऊन जाते. अशा न्यूनगंडातून काही सफल–सृजनशील घडू शकेल का ? अर्थातच नाही पीटर. एकूणच आपले मन कमालीचे शांत व अक्रिय सावधान हवे. तरल हवे. तरच आपण काही तरी नवे, चागले करू शकू आणि पूर्ण चैतन्यानिशी स्वतःला प्रकट करू. खरं तर या किती छोट्या छोट्या गोष्टी आहेत पण त्या फार फार महत्त्वाच्या आहेत एवढे मात्र निश्चित!

पीटर आपले मन हे एखाद्या मोठ्या बागेसारखे असते. त्यामुळे त्याचे केवळ दिसणेच नव्हे त्याच्या संपूर्ण मशागतीची जबाबदारी ही आपलीच आहे. चांगल्या – सकारात्मक विचारांना खतपाणी घालणं तसंच अधिकच्या फांद्या छाटून टाकणं फार फार गरजेचं असतं. खरं तर आपणच या बागेचे माळी असतो. कणखरता, मनोधैर्य, कुठल्याही परिस्थितीत शांत व स्थिर राहण्याची कसरत तसेच सौम्यता व संमय यांना जवळ आपल्याला करता आले पाहिजे. तरच आपण सर्वार्थाने समृद्ध–सधन जीवन जगू शकू.

यातही पीटर, आपले विचार हेच आपले आयुष्य घडवितात. आपला चेहराही आपलेच विचार बोलत असतो. जी गोष्ट मनाची तीच शरीराची. तुम्ही तुमच्या शरीराकडून जे जे अपेक्षित करीत आहात त्यापेक्षा कितीतरी अधिक पट ते तुम्हाला देऊ शकते हे लक्षात ठेवा. अवतीभोवतीच्या आपल्याच सहकाऱ्यांकडे एका वेगळ्या नजरेने पहा. मग बघा चमत्कार ! सगळे वातावरणच निर्मल, निरामय व निरोगी होऊन जाईल. पीटर, इथल्या निसर्गाच्या कुशीत मला हाच अनुभव येतो. कुठल्याच प्रकारची चिंता वा भीती माझ्या मनाला शिवत नाही.

खरे तर *चिंता आणि चिता यात फार फरक नसतो पीटर. दोघेही माणसाला एक प्रकारे जाळूनच टाकतात. चिता ही आपल्या शरीराला अग्नी देते म्हणजेच भस्मसात करते तर चिंता या आपल्या मनाला अग्नी देण्याचा म्हणजेच भस्मसात करण्याचा प्रयत्न करतात.* म्हणून आपल्या विचारांना आवर पीटर. विचारांना आवरण्यासाठी तृष्णेला तुम्हाला आवरावे लागेल. खरे तर विचार हे ढगांसारखे असतात. ढग जसे येतात आणि जातात, तसे आपल्या मनाच्या आकाशात विचार आले पाहिजेत आणि गेले पाहिजेत. त्यांना स्पर्श करण्याची धडपड करू नका. कारण विचार तुम्हाला प्रदूषित करून टाकतात. पीटर, आपण जेव्हा विचार, भावना यांचा हा सततचा प्रवाह आवडीनिवडीशिवाय पाहतो, तेव्हा त्या अक्रिय सावधानतेतून आपल्या अहंकाराची पाळेमुळे कळतनकळत उघडी होतात. यातून जाणिवेच्या अगदी खोल स्तरात आपण उतरतो, उतरू शकतो. म्हणूनच स्वला जाणणे हे स्व संवादाकडेच आपल्याला घेऊन जाते. आपल्या दुःखाला कारणीभूत असणाऱ्या स्व चा शोध घे आणि आत्मावलोकनातून अधिकाधिक शुद्ध होत रहा. इतरांचे दोष काढून वा इतरांना दोष देऊन काहीही साधणार नाही. तर स्वतःच्या खांद्यावरून आपल्या आयुष्याकडे एका त्रयस्थपणे आपल्याला पाहता आले पाहिजे. तरच या आत्मभानातून आपण परिपूर्णतेकडे वाटचाल करू शकू.'

जूलियन खूप काही बोलत होता आणि मी कानात प्राण आणून सर्व काही ऐकत होतो. असं वाटलं तो बोलत रहावा आणि आपण ऐकत रहावे. पण आता झालेले आकलन आत्मसात करून ते आपल्या मॅनेजर्समध्ये पेरण्याची वेळ आली आहे. तसे जर मी करू शकलो तर ग्लोबल व्ह्यू सॉफ्ट वेअरला पुन्हा मी जागतिक स्तरांवर नेऊ शकेन.

जूलियन आणि मी, आम्ही दोघेही त्या लेक पर्यंत चालत आलो. खरं तर आम्ही किती मोठे अंतर तुडवले होते. येताना ते लक्षातच आले नाही. माझे मन कृतज्ञतेने भरून आले होते. मी जूलियनचा हात प्रेमाने हातात घेतला.

जूलियन मला म्हणाला, 'आता पुढल्या वेळी आपण ईलफोर्ड सैन्याच्या बेसमेंटवर भेटू.'

जूलियन जायला वळला तेव्हा मी त्याला म्हटले की 'तू मला पाचवी संकेत-सिद्धान्त प्रणाली देणार नाहीस काय ?'

जूलियन त्यावर खळखळून हसला आणि म्हणाला *चांगल्या - मूल्यवान गोष्टींवर आपले लक्ष केंद्रित कर.*

प्रकरण ८ वे : ज्ञानाचे समग्र अवतरण : जूलियनचे शहाणपण

संकेतप्रणाली

परिवर्तनाशी समर्पणशीलता

प्रकरणाचे सार स्वीकार आणि व्यवस्थापन परिवर्तन प्रणाली

शहाणपण

* प्रवाही वृत्तीने जगणे. जीवनात अचानक घडणाऱ्या बदलांना एका अक्रिय सावधानतेने सामोरे जाणे.
* शिक्षणातील सातत्य व परिवर्तन. विजेता हा नेहमीच स्वतःला प्रवाही वृत्तीने प्रवीण करीत असतो. स्वतःला सतत जाणते आणि जागे ठेवणे. जो काळाबरोबर बदलत स्वतःला प्रशिक्षित करतो तो प्रवाहात टिकतो व सतत पुढे जात विजेता बनतो.
* परिवर्तनात आनंद असतो. परिवर्तन नसेल तर तिथे विकास असणार नाही. उत्क्रांतीत व जीवनाच्या लढाईत परिवर्तनाचे भान आणि ज्ञान ठेवून जगणे हेच खरे जगणे आहे.

सरावासाठी

* सततची विजयी मनोवृत्ती वाढवत न्या.
* कृतीसाठी नवनवीन-अद्ययावत ज्ञान आवश्यक.
* बदलांतील समस्यांना संधी माना. सकारात्मकता.

सुभाषित्मकता रोजच्या तेच त्या जगण्यातून नवीन काही हाती लागणार नाही. अपूर्व यशासाठी तुम्हाला काळानुसार व आवश्यकतेनुसार बदललेच पाहिजे आणि जागे आणि जाणतेही राहिले पाहिजे. यातूनच तुमच्या नेतृत्त्वाची दिशा व दृष्टी बदलत राहिल.

द् मंक हू सोल्ड हिज फेरारी

संकेतप्रणाली ५ वी

मूल्यवान गोष्टीवर लक्ष्यकेंद्रितता

प्रकरण ९ वे

व्यक्तीची प्रभाव-परिणामकारकता

अनेकदा गोंधळलेल्या मनाने किंवा अवतीभोवतीच्या प्रचंड कोलाहालात वा गोंगाटात तुम्ही आपली ध्येयरेखा निश्चित करता. पण एका शांत व निर्दोष रिक्त मनोवस्थेत घेतलेले निर्णय वा आखलेली ध्येयरेखा आपल्याला खूप काही समृद्ध व सधन करून जाते.

पॉल हिंडरमिथ

जुन्या सैनिकी पथकाच्या ग्राउंडवर मी अनेक वर्षांनी जात होतो. लहान असताना वडील मला सगळ्या सैनिकी पथकांचा पोशाख तसेच त्यांची कवाईत पहायला घेऊन जायचे. त्यांचे मार्च-संचलन पाहण्यासारखे असायचे. खरं सांगायच तर माझ्यापेक्षा माझे वडीलच ते पाहण्यात गुंग व्हायचे. माझ्या वडिलांना नेव्हीत जायचं होतं पण त्यांचे स्वप्न अपुरेच राहिले. माझ्यात कदाचित ती आवड पैदा व्हावी असे त्यांना मनापासून वाटत होते. तेव्हा दर रविवारी न चुकता ते मला याच ग्राऊंडवर आणत असत आणि त्या झाडामागून एका भ्यायलेल्या नजरेने त्यांचा मार्च मी

बघत असे. पुढे पुढे मला त्याचा कंटाळा यायचा. पण वडील मला नियमित आणत असत. आता ते नाहीत. पण आजचा मार्च-संचलन पाहताना मला त्यांची तीव्रतेने आठवण आली. मी क्षणभर भावनाविवश झालो. पण क्षणभरच...दुसऱ्याच क्षणी मी भानावर आलो आणि जूलियनला शोधायला लागलो.

मी माझी बीएमडब्ल्यू कार एके ठिकाणी पार्क केली आणि ग्राउडच्या प्रारंभी असलेल्या मोठ्या झाडाच्या आडोशाला मी उभा राहिलो. लहान असताना मी तिथेच उभा असायचो. भोवतालच्या काळोखात माझे डोळे जूलियनला शोधत होते. खरं तर जूलियनने मला याच ग्राऊंडवर आठ वाजता बोलवलं होतं आणि आठ वाजून गेले तरी त्याचा पत्ता नव्हता. माझी एक नजर घड्याळाकडे होती तर दुसरी समोर चाललेल्या मार्च-संचलनाकडे.

सैनिकी मार्च मला नेहमीच प्रदर्शनीय आणि काहीसे कृत्रिम वाटत आले आहेत. जवळ जवळ वीस-बावीस कँडिडेट असावेत. पण ते कसून मार्च करीत होते. नकळत मी लहान मुलासारखा त्यांच्या मार्चकडे पहात राहिलो. एके क्षणी मला असा भास झाला की मी ज्या झाडाजवळ उभा होतो तिथे ते सगळे माझ्याच दिशेने येत आहेत. नंतर माझ्या हे ही लक्षात आले की तो भास नव्हता. खरंच ते सगळे वीस-पंचवीस जण मार्च-संचलन करीत माझ्याच रोखाने येत होते. काहीसा अंधार असल्याने प्रथम मला कळलं नाही. ते जवळ जवळ माझ्यासमोर, अगदी तीन फुटात येऊन उभे राहिले. काही जण मिस्किलपणे माझ्याकडे पाहून हसत होते. काही जण तर नुसतेच माझ्याकडे टक लावून पहात होते. मला विलक्षण संकोचल्यासारखे झाले. पण मी तसं माझ्या चेहऱ्यावर दाखवलं नाही. मी माझा खांदाच काय पण चेहऱ्यावरची एकही रेष हलवली नाही. त्यांचा सार्जंट माझ्याकडे अगदी टक लावून पहात होता. काही वेळाने ते पुन्हा मागच्या दिशेने मार्च करीत निघून गेले.

मनातून मला विलक्षण राग येत होता. एकदा वाटलं की या सार्जंटला भेटावं आणि त्याला खडसावून जाब विचारावा. काही वेळाने त्या सर्वांनी विश्राम घेतला आणि ते सगळे पांगले. त्यांचा सार्जंट आपल्या क्वार्टर्सकडे वळत असावा ! क्षणभर वाटले त्याला वाटेत अडवावे आणि विचारावे की तुम्ही सामान्य नागरिकांना असेच घाबरवता का ? वस्तुतः देशाच्या रक्षणाकरिता हे सगळे जण इतके कटिबद्ध असतात की कुणालाही त्यांचा अभिमान वाटावा.

मी सार्जंटकडे वळणार इतक्यात तो सार्जंटच माझ्याकडे येताना दिसला. आता तर मला आणखीनच आश्चर्य वाटले. मी रागातच विचारले की, 'तुम्ही सर्व जण माझ्याकडे मार्च-संचलन करीत का येत होता ?'

'आम्हाला तुझी चौकशी करायची आहे.'

'माझी चौकशी ?'

'अर्थातच. त्याची तू जर समपर्क उत्तरे दिलीस तर आम्ही तुला काही करणार नाही. अन्यथा तुला कस्टडीची हवा खावी लागेल.'

मी क्षणभर चरकलोच. मला काय बोलावं कळेचना. तरीही धीर करीत मी म्हटलं की 'मी ग्लोबल व्ह्यू सॉफ्टवेअर कंपनीचा सीईओ आहे. माझी कंपनी ही जगातील सर्वांत मोठ्या कंपनींपैकी एक आहे. मी माझे टॅक्सेस अगदी वेळेवर भरतो आहे आणि आजवर मी कुठलाही कायदा मोडलेला नाही आणि त्याचा मला रास्त अभिमान आहे. मी इथे माझा मित्र जूलियनला भेटायला आलो आहे.'

'जूलियन ?'

'माझा मित्र. संन्याशाची तिबटी पायघोळ असलेली वस्त्रे त्याने परिधान केली आहेत.'

'त्या संन्याशाने तुला पाचवे पझल्स दिले होते ते तू आणले आहेस का ?'

मला क्षणभर तो सार्जंट काय म्हणतो आहे ते कळेचना ! मग तो

सार्जंट अचानक हसायला लागला आणि त्याने मला पुन्हा विचारले, 'जूलियनने तुला दिलेले पाचवे पझल्स तू आणले आहेस का पीटर ?'

माझे नाव ऐकून मी चकितच झालो आणि त्या सार्जंटच्या चहऱ्याकडे वेड्यासारखा पहातच राहिलो. अखेर त्या सार्जंटनी आपल्या डोक्यावरची कॅप काढली. मी उडालोच. तो सार्जंट दुसरा-तिसरा कोणी नसून जूलियनच होता.

'जूलियन तू आणि सार्जंटच्या वेषात ?'

'तुला आश्चर्य वाटले?'

'आश्चर्य ? मी तर बेशुद्ध पडायचाच राहिलो होतो.'

'असा घाबरू नकोस पीटर. अरे इथला बेस कमांडर आपल्या कॉलेजातच होता. तूही त्याला ओळखतोस. पुढे आम्ही हॅवार्डलाही एकत्र होतो. त्याच्या मदतीनेच मी हे नाटक केले. तुझे वडील तुला इथला मार्च दाखवायला यायचे असे तू म्हणायचास ?'

'खरं आहे जूलियन, लहानपणी प्रत्येक रविवारी सकाळी वडील मला इथे घेऊन यायचे. अगदी न चुकता. पण खरं सांगू हा मार्च-हा सैनिकी पोषाख, ती शिस्त मला कधी झेपलीच नाही.'

'पीटर त्यातही एक वेगळी गंमत असते', असे म्हणत आम्ही बोलत बोलत ग्राऊंडच्या मध्यापर्यंत आलो.

'आपण पाचव्या संकेत प्रणालीपर्यंत आलो होतो. आठवतंय ? *जे मूल्यवान आहे त्यावर आपले लक्ष केंद्रित करा.* तसे जर झाले तर आपण वेळेचा खरा विनियोग करू शकू. अर्थात त्यासाठी मोठ्या धैर्याची आणि संयमाची आवश्यकता आहे.'

'म्हणजे ?'

'पीटर, जगद्विख्यात संशोधक एडिसनला कोणी तरी त्याच्या यशाचे रहस्य विचारले तेव्हा तो म्हणाला, *इतर कोणत्याही गोष्टीची चिंता न करता आपली सगळी मानसिक व शारीरिक शक्ती ही आपल्या*

चैतन्यशक्तीवर खर्च करणे महत्त्वाचे आहे.'

'जूलियन मलाही जर दिवसाचा अर्धा तास जरी अधिकचा मिळाला तरी खूप झाले. तेवढ्या वेळात मला खूप काही साचलेली कामे करता येतील.'

'पीटर, समजा तुझा दिवस सकाळी सात वाजता सुरू होत असेल आणि शेवट रात्री अकरा वाजता. तर या सोळा तासात अनेक जण असामान्य कामगिरी सहज करून दाखवू शकतात. *समस्या एकच आहे पीटर, अनेक लोक एकाच वेळी अनेक गोष्टी करीत असतात. मी मात्र एका वेळी एकाच कामावर माझे सर्व लक्ष केंद्रित करतो. असे जर आपण आपल्या ध्येयरेखेवर आपले सर्व लक्ष केंद्रित केले तर आपण सहज यशस्वी होऊ.'*

जे द्रष्टे लीडर्स असतात त्याच्या पुढच्या, ध्येयपथाच्या किंवा मिशन स्टेटमेंटसंबंधीच्या कल्पना अगदी स्वच्छ असतात. त्यांना विश्रांतीस्थलाविषयीही पूर्ण कल्पना असते. त्यामुळेच त्यांना ज्या दिशेने मार्गस्थ व्हायचे आहे त्या ध्येयपथावरून ते आपल्या संपूर्ण चैतन्यानिशी सदैव गतिमान राहतात. लीडरचे पाय चालतात. त्याच्यासह अनेक जण त्या जथ्यात सामील होतात. लीडरच्या चालीला एक सहजपण येते. रस्ता पावलांत शिरतो आणि तोच *चालविता धनी* होतो. अनेकदा ध्येयपथ आणि लीडर दोन्हीही एकच होऊन जातात. *त्याची शिखरावर, आपल्या ध्येयावर नेमकी नजर असल्याने ते नेहमीच हेतूशी बांधील असतात आणि जबाबदारही. यातही त्यांची समर्पणशीलता ही पाहण्यासारखी असते. हे आत्मसमर्पणच त्यांना शिखराप्रत* घेऊन जाते. अर्थात या प्रवासात एका आंतरबाह्य शिस्तीसह आपल्या ध्येयदृष्टीशी एकजीव असल्याने त्या लीडरची प्रभावपरिणामकारकता खूपच वृद्धिंगत होताना दिसते.'

'शाळेत असताना आपले सर आपल्याला नेहमी सांगायचे की *तुम्ही तुम्हाला प्राप्त करायच्या ध्येयपथात स्वतःला विसर्जित करा.'*

'अगदी बरोबर आहे पीटर. तसे बघायला गेले तर *या जगात निरुपयोगी असे काहीच नसते. प्रत्येक गोष्टीचा काही ना काही उपयोग असतोच. जे लोक एकाच वेळी दोन सशांची शिकार करायला जातात त्यांच्या पदरी निराशाच येते.'*

'जूलियन तू म्हणतो आहेस त्या प्रमाणे समोर उद्दिष्टे ठेवणे आणि त्यानुसार चिंतन करणे हे महानतेसाठी अपरिहार्यच आहे. मग आपल्या उद्दिष्टपूर्तीसाठी काही निश्चित अशी कारणे सांगता येतील का ?'

'नक्कीच ! प्रथम *अवधान (लक्ष्यकेंद्रितता), विकास, हेतूपुरस्सरता, मापन, सुसंगतता तसेच प्रेरणा* अशी एक ना अनेक कारणे देता येतील. प्रथम अवधान. म्हणजे *संपूर्ण सावधानता. सर्वविधानता.* जिथे काहीही म्हणजे काहीही न वगळता आपल्याला अक्रिय सावधानतेने व मोठ्या संवदेनशीलतेने एखाद्या गोष्टीकडे पाहता आले पाहिजे. अवधानातून लक्ष्यकेंद्रितता साधायला मदत होते. *लक्ष्यकेंद्रिततेच्या दिशेने आपले ऊर्जेचे अवतरण सर्वस्वानिशी व प्रेमाने करणे अत्यंत महत्त्वाचे आहे.* कुठलाही मोठा लीडर वा जागतिक स्तरावरचा उद्योजक जरी तू घेतलास पीटर, तरी त्याच्या कुठल्याही ध्येयधोरणाचा प्रारंभ अवधानातून, लक्ष्यकेंद्रिततेतूनच होताना दिसतो. *इथे आणि आत्ता* यावर अवलोकन करण्याची क्षमता आपण मनात बाळगली पाहिजे. अशा क्षमतेतून लीडरच्या संवादात एक जिवंतपणा आणि उस्फुर्तता येते. यातही हा संवाद स्वतःच स्वतःला उलगडत जातो. उमलत जातो. फुलत जातो. असे अवधान आणि असा साधलेला संवाद हा प्रज्ञाबोधनाचाच मार्ग असतो. जसजसे आपण आपल्या मिशन स्टेटमेंटच्या दृष्टीनुसार, स्वरूपानुसार पुढे पुढे जात राहतो तसतसे स्फूर्तिचैतन्य आकाराला येत जाते आणि ते स्वतःसह कंपनीला जागतिक स्तरांवर घेऊन जाते.

काही वेळेला आपण एकापेक्षा अनेक गोष्टींवर आपले लक्ष केंद्रित करायचा प्रयत्न करतो आणि आपल्या पदरी अनेकदा निराशाच येते.

एकाच ठिकाणी आपण जेव्हा लक्ष केंद्रित करून, आपण आपल्या सर्वस्व शक्तीनुसार वाटचालीस प्रारंभ करतो तेव्हा आपला शोध, उत्कटता आणि त्यातील खोली, आपल्या जीवनातच नव्हे तर अवतीभोवतीच्या वातावरणात नवचैतन्य आणते. एकूणच लीडरच्या *ऊर्जेचा प्रचंड झोत हा लक्षकेंद्रिततेच्या अवधानातून आकाराला येतो एवढे मात्र निश्चित* !

यातही *चांगल्यातल्या उत्तम गोष्टीवर आपले लक्ष केंद्रित करणे गरजेचे आहे.* अनेकदा आपण प्रतिक्रियात्मक जगत राहतो. त्याऐवजी *प्रतिक्रियाविरहित आणि कुठलेही बौद्धिक समर्थन न करता आपल्याला श्रवण करता आले पाहिजे.* आपल्या उद्दिष्टांची उजळणी आणि त्याप्रमाणे आपल्या संपूर्ण चैतन्यानिशी व मोठ्या उत्कटतने केलेला प्रयत्न हा नेहमीच सकारात्मकतेने कृतीशील कार्यप्रवाहाला प्रवाहित ठेवतो. एकूणच *आपले उद्दिष्ट निश्चित करणे आणि त्या वर आपले लक्ष केंद्रित करीत पावला पावलांनी सतत पुढे जात राहणे फार महत्त्वाचे असते,* असे योगी रामन म्हणत असत. काही वेळा आपल्या कृती–विचारात सातत्य न राहिल्यामुळे तुम्ही आपल्या कार्यरेखेच्या चौकटीबाहेर नकळत जाता. पण क्षणार्धात तुमची जागरूकता तुम्हाला मूळ उद्दिष्ट रेखेवर परत आणते. अर्थात त्यासाठी *स्वजागरूकतेची* अत्यंत गरज आहे.

मला सांगायचे एवढेच की आपल्या उद्दिष्ट–ध्येयावर पूर्णपणे लक्ष केंद्रित करून तत्काल कृतीस प्रारंभ करीत दीर्घकाळ प्रवास करीत राहणे हा एक मोठा वीरदायी खेळ ठरतो, ठरू शकतो. मार्क ट्वेनने म्हटले आहे, *प्रत्येक जण स्वतःशीच समाधानी राहिला तर खरा वीर पुरूष आपल्याला पहायला मिळणार नाही.* बिझिनेस वर्ल्ड मधला प्राथमिक धडा हा आहे की *तुमची २०% कृतीशीलता ही ८०% उत्पादनाला निमित्त ठरते असते.* म्हणूनच जे मूल्यवान आहे, त्यावर आपले पूर्ण लक्ष्य केंद्रित करा. यातही साधेपणा व नेमकेपणा हा फार महत्त्वाचा असतो. अर्थात इतर क्षुल्लक गोष्टींकडे तुला दुर्लक्ष करता आले पाहिजे एवढे मात्र निश्चित !'

'तसं होत नाही जूलियन, आपण अनेकदा क्षुल्लक गोष्टींमध्ये अडकत जातो. त्यात रुतलेला पाय काढून घेताना दुसरा पाय आत रूतत जातो. त्यामुळे अनेकदा काही गोष्टी ठरवूनसुद्धा वाटेतल्या स्पीड ब्रेकर्समुळे आपल्याला एकाच गोष्टीवर लक्ष केंद्रित करता येत नाही जूलियन !'

'म्हणूनच अवधानाची, अक्रिय सावधानतेची गरज आहे पीटर. अनेकदा आपल्या कृती या सहज कृती नसतात. त्यात प्रदर्शनाचा भाग असतो. माणसाची सहजाभिव्यक्ती त्याच्या हृदयाच्या साधेपणाला सहज पण उत्कटतेने आविष्कृत करते. अखेरीस प्रदर्शनापेक्षा दर्शनाला अधिक महत्त्व असते पीटर. दर्शनात साक्षात्कार असतो, सच्चेपणा असतो. खरे लीडर हे नेहमीच अंतर्बाह्य मनमोकळे असतात. ते दुसऱ्यापासून काही लपवत नाहीत. ते जे बोलत असतात ते अगदी आतून, हृदयातून बोलत आहेत हे दुसऱ्याला जाणवते. म्हणूनच मघाशी म्हंटल्याप्रमाणे ते आत्ता आणि इथे असे संपूर्ण वर्तमानकाळात जगतात. लीडरमधला हा साधेपणा, संवाद-संपर्कक्षमता समोरच्याला मनातून हलवून टाकतो आणि मग तो आपल्या लीडरसाठी वाट्टेल ते करायला तयार होतो.'

'मागच्या भेटीत तू परिर्वतनावर मोठा भर दिला होतास जूलियन. स्वतःसह अवतीभोवतीच्या लोकांमध्ये परिवर्तन घडवून आणण्याची क्षमता लीडरमध्ये असली पाहिजे.'

'*परिवर्तनात मोठा आनंद दडलेला असतो* पीटर. परिवर्तन नसेल तर विकास नाही, प्रगती नाही. या संदर्भात ज्ञान, ग्रंथसामुग्री, सीडीज यांचा फार मोठ्या प्रमाणात उपयोग होऊ शकतो.तुम्ही जेवढे अधिक जाणाल तेवढे तुम्ही पुढे जात रहाल. विकासाबरोबरच एक प्रकारचा आत्मविश्वासही तुम्हाला प्राप्त होईल. अर्थात जेव्हा विकास असतो तेव्हा पदोन्नतीही असतेच आणि पैसाही. प्रतिष्ठाही सावलीसारखी मागे मागे येत राहते. अर्थात तुमचे अथक परिश्रम आणि सातत्य या गोष्टी आवश्यकच नव्हे तर अपरिहार्य आहेत.'

जूलियन म्हणत होता ते मला मनोमन पटत होते. तो म्हणतो तेच खरे आहे. परंपरा-परिवर्तन आणि या परिवर्तनाच्या प्रवाहित्त्वाचे भान ठेवत आपल्याला, आपल्या कर्मचार्यांच्या संबंधात जगायला हवे. मुख्य म्हणजे कार्पोरेट जगताची आजवरची परंपरा आणि २१व्या शतकात प्रवेश करताना बदलत्या काळाचे भान व ज्ञान राखत, त्यात होणारे अद्ययावत बदल आपल्याला टिपता आले पाहिजेत. यासाठी अनेकदा कर्मचार्यांच्या बुद्धिमत्तेलाही आपल्याला आवाहन करता आले पाहिजे. त्यांच्या हृदयाप्रमाणे त्यांच्या बुद्धीकौशल्यालाही आपल्याला साद घालता आली पाहिजे.

'पीटर, योग्य कामाबद्दल प्रशंसा करीत त्यांना अनेकदा त्यांच्या आवडीचे-जिव्हाळ्याचे बक्षीस देऊन त्यांना गौरविणे हे संवादात आवश्यक असते. अर्थात त्यासाठी अथकपणे संवाद-संपर्क तसेच प्रशंसकता तसेच प्रतिसादवृत्ती जोपासणे हे लीडरचे प्रथम कर्तव्य आहे. यातही पीटर मी तुला योगी रामन यांचे एक उद्‌गारही सांगितले होते. आठवतायत का ते?'

'कोणते जूलियन ?'

'जेव्हा तुम्ही एका उदात्त हेतूने प्रेरित व प्रवाहित होता आणि एका असामान्य प्रकल्पाच्या दिशेने प्रवासास प्रारंभ करता, तेव्हा आपण सगळ्या चौकटींच्या सीमारेषा पार करतो. इतकंच नव्हे तर आपण आपल्या मर्यादांचेही उल्लंघन करतो. तुमची जीवनविषयक जाणीव विस्तारते, ती अधिक प्रगल्भ होते. सर्वात महत्त्वाचे म्हणजे तुमच्यातील निद्रिस्त चैतन्य-शक्ती ही जागृत होते. मग तुम्ही एका नवीन, अज्ञात प्रदेशात प्रवेश करता. अशा वेळी अवतीभोवतीचा परिसर, अथांग आंतरिक खोलीसह सारगर्भतेने नटला जातो आणि तुम्हाला विलक्षण सुख-समृद्धी व आंतरिक समाधान देऊन जातो.'

'छोट्या छोट्या चमत्कृतीजन्य व फुटकळ गोष्टींकडे दुर्लक्ष करीत आपण संघर्ष न करिता रोजच्या कार्यप्रवाहाला सामारे जायला हवे.'

'खरे आहे पीटर ! यातही योग्य व त्वरित निर्णय महत्त्वाचा

ठरतो. त्यामुळे छोटे-मोठे समज-गैरसमज तसेच मीचे-अहंकाराचे प्राबल्य आपण बाजूला सारायला हवे. तरच आपण आपल्या कार्यशक्तीवर आपले लक्ष केंद्रित करू शकू आणि खूप लांबवर जाऊ शकू.

'जूलियन मी आता प्रारंभी कोणत्या गोष्टींना महत्त्व देऊ ?'

'वेळ आणि साधेपणा.'

'म्हणजे ?'

'मघाशी तू तुझ्या कामाची व्यग्रता आणि क्षुल्लक गोष्टीत अडकून राहणे या बद्दल बोलत होतास. केवळ तूच नव्हे तर प्रत्येक जण आपल्याला वेळ नसल्याबद्दल आणि कामाच्या ढिगाबद्दल-व्यग्रतेबद्दल बोलत असतो. प्रश्न असा आहे की ही व्यग्रता नेमकी कशाबद्दल आहे हे आपण स्वतःशीच तपासून पहायला हवे. अनेकदा आपण तेच ते करण्यातच व्यस्त होऊन जातो. वस्तुतः कोणत्या गोष्टींना आपण प्राधान्य द्यायला पाहिजे, हे आपल्यापैकी प्रत्येकाला कळायला हवे.'

'मी समजलो नाही जूलियन.'

'अगदी सोपे आहे. *वेळ ही सर्वात महान गोष्ट आहे. यातही मघाशी म्हंटल्याप्रमाणे आत्ता आणि इथे आपल्याला जगता आले पाहिजे. मुख्य म्हणजे वर्तमानातील प्रत्येक क्षण संपूर्णपणे जगता आला पाहिजे आणि त्या क्षणातील अर्थ व शहाणपण आपल्याला टिपता आले तर ! आपण निश्चितच समृद्ध होऊन जाऊ.* अर्थात तरल सावधानता व मोठी संवेदनशीलता ही त्यासाठी आवश्यक आहे.

एकूणच पीटर, वेळ ही एक सर्वात सर्वांगसुंदर आणि उपयुक्त गोष्ट आहे. वेळ हा आपल्या जीवनातील एक अविभाज्य घटक आहे. आपण आपल्याकडे असणाऱ्या वेळचे काय करू शकतो हा खरा प्रश्न आहे ! वेळेच्या सहाय्याने आपण आपल्या जीवनाला हवा तसा आकार देऊ शकतो. वस्तुतः प्रत्येकाला वेळेचा हव्यास असतो. पण असे असूनही वेळेचा आपण खूपच गैरवापर करतो. एकाने म्हटले आहे की वेळ हा

मोरीतल्या पाण्यासारखा तुंबून बसत नाही. वेळ पुढे पुढे जातच राहतो आणि हातातूनही निसटत राहतो.

पीटर, योगी रामन हे वेळेचा अगदीच काटेकोर वापर करीत. ते म्हणत *वेळ वाया घालवणे म्हणजे एक प्रकारे तो नाहीसा करणेच असते आणि सर्वात मोठी कल्पना म्हणजे एकदा का तुम्ही वेळ वाया घालवला तर तो पुन्हा कुठल्याही परिस्थितीत परत येत नाही.* योगी रामन मला प्रत्येक वेळी वेळेचे महत्त्व अधोरेखित करीत. काही लोक विमानातून प्रवास करताना वेळेचा विनियोग, वाचण्यासाठी करतात तर काही चिंतनासाठी. रोलींग स्टोन मॅडोना ही क्षणभर देखील आपला वेळ वाया घालवत नाही. नाईट क्लबला जाताना ती आपल्याबरोबर नेहमीच पुस्तक घेऊन जाते. जेव्हा तिचा परफॉर्मन्स तिच्या मनासारखा होत नाही, तेव्हा ती आपला वेळ वाचनात घालवते.

आज अनेक उद्योगपती, लीडर्स हे जागतिक स्तरांवर यशस्वी झाले आहेत ते केवळ वेळेचा उचित वापर केल्यामुळेच. अर्थात स्वतःला तास न तास, आठवडे न आठवडे, माहिने न महिने बांधून ठेवावे असेही नाही पीटर. *उत्स्फुर्ततेने आणि खेळकर-मुक्ततेतून तसेच जागरूकपणे आपण आपल्याला मिळालेल्या वेळेचा सृजनशील वापर करायला हवा* एवढे मात्र निश्चित ! योगी रामनही त्याचाच आग्रह धरीत. काही लोक अगदी मनापासून, अगदी हृदयापासून प्रत्येक क्षण जगतात आणि जीवनाचे सौंदर्य वेचतात. एकाने म्हटले आहे की जीवन क्षणभंगूर आहे, असेना पण ते तेवढ्या क्षणापुरते तरी खरे आहे ना ! बस, आलेला क्षण खरा मानायचा आणि त्यातला सुंगंध तेवढा घ्यायचा !

पीटर, वेळेचा आपण खरा विनियोग करीतच नाही. संकट उभे राहिल्यावर आगीच्या बंबाप्रमाणे धावत सुटणारे लोक वेळेचे महत्त्व ओळखत नाहीत.'

'मग तुला म्हणायचे तरी काय ?'

'आपण वेळेचा नेमका-तरल सावधानतेने वापर केला नाही तर आपल्याला आपल्या वेळेचे, कामाचे नियोजन करता येणार नाही. मग ताण-तणाव कळतनकळत वाढत जातील. डेव्हिड केकिच म्हणतो *उतावीळपणा हा आपल्या वेळेचे व कामाचे संयोजन-नियोजन तसेच कृती या सर्वांवर ताबा नसल्याचेच लक्षण आहे.*

उच्चतम शिखरावर विराजमान होण्यासाठी आपल्या वर्षाच्या, आठवड्याच्या तसेच दिवसांच्या वेळापत्रकाचे सर्वोतम नियोजन महत्त्वाचे आहे. यालाच योगी रामन यशाचे मनोरे असे म्हणतात. याचा अंतर्भाव करणे अत्यावश्यक आहे.

'मला अजून नीटसे कळले नाही जूलियन.'

'आपले मिशन स्टेटमेंट आखल्यानंतर आपण संपूर्ण वर्षाचे नियोजन करतो. अर्थात वर्षाचे नियोजन हे महिन्यांच्या नियोजनावर, महिन्याचे आठवड्याच्या तर आठवड्याचे दिवसावर अवलंबून असते. अगदी सर्वस्वाने. पीटर कुठलेही यश हे अचानक-एकाएकी आकाराला येत नाही तर अखेरीस तो एक मोठा प्रकल्प असतो. ज्यासाठी दिवस न दिवस काम करावे लागते. कष्ट घ्यावे लागतात. तुम्हाला संपूर्ण नदीचा प्रवाह ओलांडून पलिकडच्या किनाऱ्यावर जायचे आहे हे लक्षात ठेवा. *जेव्हा वेळेच्या चौकटीत तुम्ही तुमच्या कष्टाचे - ज्ञानकणाचे सर्वोत्तम बहाल करता तेव्हाच तुम्ही अलौकिक असे काही तरी घडवू शकता.* त्यासाठी मोठ्या सातत्याची गरज आहे पीटर. प्रारंभीचा उत्साह दिवसभर, आठवडाभर तसेच महिन्याभर, वर्षभर टिकला पाहिजे. तरच आपण महानतेला स्पर्श करू शकू.

नुसती दृष्टी असून चालत नाही तर त्याला साहसाची जोड द्यावी लागते. समोर दिसणाऱ्या उंच डोंगराकडे नुसते पाहून उपयोग नाही तर तो डोंगर पुढे जाऊन चढायला हवा. म्हणूनच आत्ताच्या या क्षणाची चालढकल करू नका. या क्षणातील चैतन्यगर्भतेचे महत्त्व ओळखा आणि सर्वस्व ओतून या क्षणात स्वतःला आविष्कृत करा. तेव्हा पीटर तुझी शर्यत आता

सुरू झाली आहे. त्यात चालढकल करू नकोस.

पीटर, तू तुझ्या लोकांना त्यांच्या क्षमतेची जाणीव प्रकर्षाने करून दे. त्यांना हे जाणवून दे की आपल्या प्रत्येकाकडे अवतीभोवतीच्या लोकावर प्रभाव पाडण्याची क्षमता आहे. त्यांच्या आत ज्वालामुखीप्रमाणे चैतन्याच्या अग्नी धुमसत आहे. तो त्यांना बाहेर काढण्यासाठी एक लीडर म्हणून तूच प्रोत्साहित करायला हवेस. सामाजिक बांधिलकी आणि स्वधर्मासाठी (कंपनीतल्या नफ्यासाठी) आपले आयुष्य वेचणे यातच जीवनाचे व साफल्याचे रहस्य दडलेले आहे, हे तू तुझ्या सहकार्यांना पटवून द्यायला हवेस. यातून त्याचे वैयक्तिक कौशल्य तर टिकून राहिलच पण तुम्ही सर्वजण इतरांना आकर्षित कराल. सर्वात महत्त्वाचे म्हणजे चांगला-स्वच्छ व्यवहार हा व्यवसायासाठी उत्तमच असतो. आपण जेवढे सढळ हाताने देत जाऊ, काम करू तेही सातत्याने तेवढ्या प्रमाणात आपल्याला त्याचे फल मिळत जाईल आणि तेही न मागता ! चांगलेपणाच्या पलीकडे जाऊन सर्वोत्तमाकडे झेपावणे हे महत्त्वाचे असते. ही शोधक वृत्ती तुला स्वतःतच नव्हे तर तुझ्या सहकार्यात वाढवायला हवी.'

'तू मघाशी साधेपणाविषयी काहीतरी सांगणार होतास.'

'संवेदनक्षमता आणि साधेपणा हे नेहमीच हातात हात घालून चालत असतात. साधेपणा आणि सहजकृती यांचेही एक नाते असते. सहजकृतीचा मूलस्रोत हा सर्वस्वी वेगळा असतो. सहज कृती ही क्षणाक्षणाला घडत असते. महत्त्वाचे म्हणजे सहज कृती ही केवळ वर्तमानातच राहत असते आणि म्हणूनच ती सहज व तत्काळ घडून येत असते. योगी रामन नेहमी म्हणत असत, प्रीतीतून उद्भवणारी सहजकृती ही अखंड शुद्धीकरणाची व सृजनाची एक कृतीच असते. तिच्यामुळे व्यक्तीला तिच्यातील चैतन्याचे दर्शन घडते. असे दर्शन जो पर्यंत घडत नाही तोपर्यंत परस्परसंबंधातील नात्यांना, कर्माला सार्थकता कधी प्राप्त होत नाही. खरा लीडर हा नेहमीच साधा असतो. या संदर्भात महात्मा गांधीजींचे उदाहरण

घे. हृदयाचा साधेपणा हा त्यांच्याकडे होता. त्यांची प्रत्येक कृती ही सहज कृतीच असायची जणू जिभेवरचा सहजोद्‌गारच ! पीटर हृदयाच्या साधेपणाला अधिक महत्त्व व मोठी अर्थगर्भता आहे. *अंतरबाह्य शिस्त आणि तनमनावरील ताबा* या विषयी पीटर मला तुला सांगायला आवडेल.'

'मला वाटतं त्यासाठीच तू मला इथे या सैनिकी कँम्पला बोलवले आहेस का ? कारण माझे वडील हे देखील नेहमीच *आंतरिक शिस्त आणि मनावरील ताबा* याविषयी सातत्याने बोलत असत. *ते म्हणत तुमची कृती आणि तुमचे विचार यात नेहमीच सुसंगतता हवी अन्यथा तुम्ही खरा विकास साधू शकणार नाही.* एकतर *कोणाला शब्द देऊ नका पण दिलात तर सर्वस्वाने तो शब्द पाळण्याचा प्रयत्न* करा.'

'अगदी खरं आहे पीटर. या निमित्ताने मला तुला हेच सांगायचे की *तुमचे विचार ह्या जगात काहीही करू शकतात. ते मोठा बदल घडवू शकतात.* एकूणच तुम्हाला जीवनात हवी असलेली गोष्ट वा ध्येय हे विचारच तुम्हाला मिळवून देऊ शकतात. म्हणूनच म्हणतो तुमचे *आजचे विचार हे उद्याचे स्वप्न–भविष्य प्रत्यक्षात आकाराला आणू शकतात.*

वरवर कृश व अशक्त दिसणाऱ्या महात्मा गांधीजींनी करोडो देशवासीयांना जागे केले आणि आपल्या सत्याग्रह संकल्पनेत तसेच असहकार चळवळीत त्यांना सहभागी करून घेतले. या अहिंसावादी चळवळींनी आणि गांधीजींच्या प्रभावांनी एक भलेमोठे ब्रिटीश साम्राज्य जमीनदोस्त केले. खरे तर सर्वसाधारण वकील म्हणून गांधीजींनी आपल्या वकिलीची सुरवात दक्षिण अफ्रिकेत केली. याच अफ्रिकेत असताना एका रेल्वे स्थानकातील अन्यायकारक तसेच वेदनादायी अनुभवांनी त्यांच्या आंतरात्म्याला आणि तनमनातील कणखर सुप्त शक्तीला जागे केले. पीटर, पुढचा इतिहास तर सर्वांनाच ठाऊक आहे. यात एक गोष्ट मात्र खरी की त्यांनी आपल्या आंतरबाह्य शिस्तीने व व्रतस्थतेने तनमनाला अधिकाधिक कणखर शक्तिदायी केले. कारण त्यांना हे ठाऊक होते की कुठलीही यशऊर्जा

ही केवळ आपल्या आतून स्वतःतून आकाराला येत असते. कमालीच्या साध्या राहणीसह व्रतस्थेतेने जीवन जगणाऱ्या या महात्म्याच्या महान जीवनसंग्रामांनी देशाला स्वातंत्र्याची दिशा व दृष्टी मिळवून दिली.

मला सांगायचे एवढेच पीटर की *थिंक आणि ग्रो रिच* या आपल्या अप्रतिम पुस्तकात नेपोलियन हिल म्हणतो, *मनुष्याने मनाने घेतले, कल्पना केली आणि त्यावर संपूर्ण विश्वास ठेवला तर तो अशक्यप्राय गोष्टीही सहज करू शकतो.*

पीटर आपण जसजसे विकसित होतो आणि आपल्या कार्याचे योगदान अधिकाधिक प्रमाणात देत जातो तसतसे आपण खऱ्या अर्थाने आनंदी व समाधानी होत जातो.'

'मघाशी विषय निघालाच म्हणून सांगतो, जूलियन माझ्या वडिलांचा आपल्या मनावर विलक्षण ताबा होता. इतकेच नव्हे तर एका विलक्षण आंतरबाह्य शिस्तीसह त्यांनी आपले वैयक्तिक तसेच व्यावसायिक जीवन मोठ्या साफल्याने व आनंदाने घालवले. ते म्हणायचे की आयुष्यात आपण जे काही मिळवत असतो त्यावर पडणाऱ्या मर्यादा या खरे तर आपणच आपल्यावर घातलेल्या असतात. *जीवनप्रवासातील सध्याच्या मर्यादांचा, तसेच तुमच्या स्वप्नप्रदेशाच्या दिशेने विकसित होणाऱ्या वाटेवर जे अडथळे आहेत, जे अडसर आहेत त्यांचा प्रथम आपण विचार केला पाहिजे.* माझ्या वडिलानी दारू तर सोडच पण कधी सिगारेटही घेतली नाही. लोकांना वा संबंधिताना त्यांनी जे शब्द दिले ते त्यानी शेवटपर्यंत पाळले. ते म्हणायचे की स्व वर नियंत्रण राखण्यासाठी व जीवनात अधिकाधिक विकसित होण्यासाठी काही छोटे छोटे धडे असतात. खरे तर आपणच आपल्यावर काही मर्यादा घालून घेतो. *नकारात्मक विचारांच्या वाटेला जाणे हे आपल्याला परवडणारे नाही आणि ते योग्यही नाही. मर्यादित विचारांचे चाकोरीबद्ध जीवन नाकारून कमालीचे मुक्त – व्यापक चिंतन करण्याची सवय व शिस्त आपण स्वतःलाच लावली पाहिजे.*

जूलियन तुझ्याप्रमाणेच मला ते म्हणायचे की बहुतेक लोकांच्या तन-मनात अगदी व्यापक, अमर्यादित स्वरूपाची ऊर्जा अव्यक्त स्वरूपात दडलेली असते. जीवनातले प्रत्येक आव्हान जर आपण सर्वार्थाने स्वीकारले (कमालीच्या कृतज्ञतेने) तर प्रत्येक क्षणात तुला एक संधी दडलेली दिसेल.'

'अगदी बरोबर आहे त्यांचे. मीही पीटर तुला याच कारणांसाठी इथे बोलावले होते. *चांगले निरोगी-निरामय जीवन, अत्याधुनिक तंत्रज्ञान व शोधानुसार तनमनावर नियंत्रण तसेच चारित्र्यवानतेसह कर्तबगार जगणे...*अशा एक ना अनेक गोष्टींना अपार महत्त्व आहे पीटर. कमालीचे सातत्य आणि अविश्रांत विकासदिशा ही आत्मविकास-आत्मवृद्धीसाठी आवश्यक असते. सर्वोत्तम लोक स्वतःला अथकपणे सामर्थ्यवान करीत असतात. *आपल्या व्यक्तिगत जीवन प्रवासात व व्यावसायिक जीवनात, नित्य विकासास वाहून घेणे, ही प्रत्येक श्रेष्ठ दर्जाच्या कृतीशील व्यक्तित्त्वाची खरी ओळख असते.*

ब्रूस ली, जॉन केनडी, न्यूटन यांच्यासह प्रत्येक महान व्यक्तीला आपल्या इतकाच दिवसाचा वेळ मिळत होता. पण जीवनात लाभलेला हा वेळ ते एका परिपक्वतेने व परिणतप्रज्ञेने साफल्यमयतेसह जगले. म्हणजेच *मिळालेला वेळ नियोजित केलेल्या जीवनउद्दिष्ट पथावर खर्च करीत, संपूर्णपणे व तादात्म्याने जगणे त्यांना अर्थपूर्ण वाटले. खरे तर यातून खरी सृजनशीलता ही आकाराला येते की जी जीवनाला कमालीची अर्थपूर्णता बहाल करते.'*

अनेकदा आपले भांडण हे आपल्याशीच असते. या संघर्षातून आपण आपल्या शक्तीचाच ऱ्हास करीत जातो. जी गोष्ट शक्तीची तीच वेळेची. अनेकदा आपण काही गोष्टींचे नियोजन करतो पण प्रत्यक्षात त्यातील कोणतीच गोष्ट कृतीत/वर्तमानात उतरत नाही. मग त्याला काय अर्थ उरला पीटर. तुम्हाला जी गोष्ट योग्य वाटते ती तत्काळ करायला विसरू नका. शिक्षण याचा अर्थ क्षणाक्षणाला शिकणे. शिक्षणात आपण मुक्त, उत्साहपूर्ण तसेच शक्तिपूर्ण राहणे शक्य आहे का याचा आपण शोध

घ्यायला हवा ! *कृती म्हणजे वर्तमानात क्रिया करणे.* आपल्या मनात सुसंवाद कसा निर्माण करता येईल ही आपल्यापुढची मुख्य समस्या आहे. व्यक्तीच्या मनात मूलभूत परिवर्तन घडून येण्यापासूनच शिक्षणाला प्रारंभ होतो. जीवनाच्या कुठल्याही एका अंगाला अवास्तव महत्त्व न देता जीवनाचे समग्र दर्शन घडवित संघर्षाच्या पलीकडे स्वतःला नेणे गरजेचे आहे.'

'किती नेमकी, सुंदर निरीक्षणे आहेत जूलियन.'

'एकूणच पीटर आंतरिक शिस्त आणि वैयक्तिक सहनशीलता व धैर्य या गोष्टी नेहमीच आपल्याला सहाय्यास येतात. खरे तर या किती अत्यावश्यक गोष्टी आहेत पण अनेकदा त्याचा प्रत्यक्ष जीवनात विनियोग करताना आपल्याला काहीसे काठिन्य येते, पण तरीदेखील ज्या गोष्टी जीवनात, व्यावसायिक प्रवाहात वेळेत व वेळेवर करणे आवश्यक आहेत त्यांना प्राणप्रणाने आचरणात आणणे महत्त्वाचे आहे. त्या केवळ आवश्यक आहेत म्हणून नव्हे तर तो एक योग्य विचार वा कृती आहे म्हणून. अनेकदा अचानक काही कामे वा लोक आपल्या प्रवाहात समोर येऊन ठपकतात. मग त्यांना टाळणे अशक्यप्राय होऊन जाते. अशा वेळी लवचिकता अंगी बाळगणे योग्य ठरेल. या लवचिकतेतून आपण आपले नेतृत्त्वाचे कार्यक्रमण व्यवस्थित पार पाडू शकू.

पीटर, कुठलीही व्यक्ती जी यशोशिखरावर पोहोचली आहे आणि सर्वार्थाने यशस्वी झाली आहे, तिच्यात अंतरबाह्य शिस्त तसेच तीव्रतम इच्छाशक्ती वास करीत असते हे लक्षात ठेव. एकूणच तीव्रतम इच्छाशक्ती व आंतरिक शिस्त, आपल्या संपूर्ण विश्वाला आमूलाग्र बदलून टाकते. म्हणून तुमच्यात जे सुप्त गुण दडलेले आहेत किंवा जो तुमचा अतिशय जिव्हाळ्याचा प्रान्त आहे, त्याला आंतरिक शिस्तीसह तीव्रतम इच्छाशक्तीची जोड द्या आणि मग बघा काय चमत्कार होतो ते.

ज्या अवयवाचा वा शक्तीचा आपण वापर करणे थांबवतो तेव्हा

तो अवयव वा ती शक्ती आपोआप कुचकामी ठरते, कायमची निकामी होते. तद्वत तुम्ही तुमच्या स्मरणशक्तीचा, कल्पनाशक्तीचा तसेच शोधवृत्तीचा वारंवार वापर करायला हवा. अखेरीस हा सरावच तुमच्यासह तुमच्या साथीदारांना शिखराप्रत घेऊन जाईल.

समस्या ही असते की आपण स्वतःलाच अनेकदा कोसत राहतो. दुर्बल व दुरावस्थ समजतो इतकेच नव्हे तर यातून आपण अनेकदा उदासीनतेच्या आहारी जातो. मग तुमच्या नेणिवेच्या खोल काळोखात दडलेल्या आंतरिक झऱ्याचे काय! म्हणूनच या आंतरिक तहानेकडे एका गंभीरतेने व स्थिर अंतःकरणाने पाहणे आवश्यक आहे.

पीटर तू म्हंटशील की या गोष्टी कशा शक्य होतील. यात साधी गोष्ट म्हणजे आपण जसे वर्षाचे, महिन्याचे नियोजन केले तसे प्रथम आठवड्याच्या आणि त्यातही दिवसाच्या नियोजनाकडे अधिक लक्ष द्यावयास हवे. त्यावर मोठ्या धैर्याने टिकून राहणे गरजेचे आहे. *आठवड्याला जिंकणे म्हणजेच प्रारंभीच्या छोट्या छोट्या विजयाला आपलेसे करणेच असते.* काय करू नये ते आपल्याला कळायला हवे. यातूनच आपण योग्य विचार-कृतींसह आपले नियोजन पूर्ण करू शकू. अन्यथा आपल्या पथात व कार्यात अनेक अडथळे येत जातील आणि आपला ध्येयपथ विस्कळित होईल.'

'मग मी काय कसे नियोजन करावे जूलियन ?'

'उदाहरणार्थ सोमवारी आपण आपल्याला-कंपनीला सतावणाऱ्या समस्या सोडविण्याला तसेच आपल्या सहकार्यांशी संवाद साधण्याला महत्त्व दिले तर ! एकूणच सोमवार आपण परस्पर संबंधातील अनुबंधाच्या वृद्धीसाठी वेळ देऊ या. अशा दिवशी सेल्सचा विचार करू नको या. मंगळवार आपण व्यवसाय वृद्धीसाठी देऊ शकतो. बुधवारी मार्केटिंग तसेच आर्थिक नियोजन वा विचार यांच्यासाठी तुम्ही द्या. गुरुवार हवा तर संपूर्णपणे मोकळा ठेवा. शुक्रवारी व्यवस्थापनातील त्रूटीसाठी वेळ राखून ठेवा. या

दिवशी तुम्हाला कोणीही फोन करून भेटू शकतो. अशा वेळी त्यांच्या शकांचे निरसन करण्याला प्राधान्य द्या.'

'आणि रविवारी ?'

'रविवार हा आपण आत्मशोधासाठी घेऊ या. म्हणजेच कमालीच्या प्रांजलतेने व आत्मशोधक वृत्तीने संपूर्ण आठवड्याच्या प्रवाहाकडे, तसेच आपल्या जीवनाकडे पहात सगळ्या घटनांची वा घडामोडींची उजळणी करू या. या दिवशी एखाद्या मॅनेजमेंट गुरूसाठी वा व्यक्तिमत्त्व विकासासाठी वेळ द्यायला हरकत नाही. *नवनवीन जागतिक प्रवाह व त्यात होणारे सातत्याने बदल, मार्केट-शेअर बाजारातील चढउतार याकडे अंतर्मुखतेने पहात पुढे जाणे महत्त्वाचे आहे.* अशा तरल सावधानतेतून व आवडनिवड शून्यतेतून पुढे गेल्यानंतरच आपले नियोजन हे पूर्णपणे यशस्वी होणार आहे हे विसरू नको पीटर.'

'या आत्मशोधातून आपल्या चूकाच आपल्याला प्रकर्षाने जाणवायला लागतील. पण अनेकदा मन निराशेने ग्रासले जाते आणि काही वेळा तर कंटाळा या गोष्टीचे भूत माझ्या मानगूटीवर बसून नियोजनाचा फज्जा उडवते.'

'पीटर त्यासाठी तू एक करू शकतोस. आपल्या सर्व नकारात्मक आचार-विचारांना दूर सारत त्या ऊर्जेचा सर्वांगाने फायदा तुला घेता आला पाहिजे. तुला दुर्बल बनविणाऱ्या सगळ्या नकारात्मक विचारांविरूद्ध तुला ठामपणे उभे राहता आले पाहिजे. त्यासाठी तरल सावधानतेने या विचारांना सकारात्मकतेकडे वळवत आपल्या कार्यरेषेवरून प्रवास न थांबवता पावला पावलांनी पुढे सरकत राहणेच आपल्या हातात उरते. या विनाशक व दुर्बल विचारांची लढाई तू जिंकलीस की संपूर्ण जीवनाचे साम्राज्य तुझ्या हातात येईल. मग उरेल फक्त महान जीवनाप्रत जाणारा प्रवास ! मग तू खऱ्या अर्थाने लीडर म्हणून यशस्वी होशील.

द्रष्ट्या नेतृत्त्वाच्या कार्यप्रणालीकडे आपण वळू या. अर्थात

त्यासाठी पाच महत्त्वाचे टप्पे आपण स्वतःतच विकसित करायला हवेत. आपले आयुष्यभराचे मिशन स्टेटमेंट आणि त्यासाठी वर्षभरासाठीचे, आठवड्याचे, दिवसाचे नियोजन करणे अतिशय महत्त्वाचे आहे. प्रथम आठवड्याच्या वेळापत्रकाकडे वळून त्याचे नियोजन करणे आणि त्यानुसार आपली कार्यपद्धती व कार्यदिशा निश्‍चित करणे. हे सर्वसाधारणपणे आपण रविवारी संध्याकाळ करू शकतो. या संकल्पसिद्धीतून अनेक आठवड्याचे नियोजन आपल्याला यशस्वी करून दाखवायला हवे. अनेक दिवसांचे, आठवड्याचे विजय तुम्हाला पाऊल पाऊल शिखराकडे घेऊन जाणार आहेत. अर्थात त्यासाठी लागणारा वेळ व खर्च यांचा जमाखर्च मांडा. स्वतःबरोबर आत्मसमर्पण वृत्तीने व मोठ्या बांधिलकीने, जबाबदारीने कार्यप्रवण होत या आठवड्याच्या प्रवासाला प्रारंभ करीत एखाद्या विजेत्याप्रमाणे वर्षाच्या नियोजनानुसार आपल्याला आपला प्रवास करायचा आहे एवढे मात्र निश्‍चित ! अर्थात या विजयातून व कार्यप्रवणतेतून आकाराला येणारा आत्मविश्‍वास महत्त्वाचा आहेच.

आपल्या व्यक्तिगत जीवन प्रवासात व व्यावसायिक जीवनात, नित्य विकासास वाहून घेणे ही प्रत्येक श्रेष्ठ दर्जाच्या लीडरची – कृतीशील व्यक्तित्त्वाची खरी ओळख आहे. कमालीचे सातत्य, कसरत व सराव फार महत्त्वाचा आहे. अनेकदा वाटेत भेटणाऱ्या अनावश्यक व्यक्ती वा फुटकळ असृजनशील गोष्टी यांना आपण कसे तोंड देतो हेही महत्त्वाचे ठरते. अशावेळी आपली समर्पितता, जागरूकता व आंतरिक प्रबल इच्छाशक्ती यासह स्वतःवर पूर्ण विश्‍वास ठेवत आपल्याला आठवड्याच्या, महिन्याच्या तसेच संपूर्ण वर्षाच्या नियोजनावर विजय मिळवायला हवा ! यातही मागे म्हटले तसे स्व कार्यासंबंधी वा उद्दिष्टासंबंधी जी अभिजात माहिती वा पुस्तके, सीडीज, मॅनेजमेंट गुरुंच्या कार्यशाळा यातून स्वतःची आंतरिक तयारीही एका बाजूला आपल्या करता आली पाहिजे.

प्रथम तुम्ही जे जे काही कराल त्याच्याशी प्रामाणिक रहा. यातही

एका मोठ्या आत्मविश्वासाने, विजत्याची दृष्टी प्राप्त करीत त्याचे रूपांतर आपल्याला प्रत्यक्षात आणता आले पाहिजे. *आठवड्याच्या नियोजनावर प्रभुत्त्व राखत मोठ्या स्थिरमतीने ध्येयमग्न राहणे अगत्याचे आहे.* महत्त्वाचे म्हणजे जे कार्य तुम्ही हाती घ्याल ते सर्वस्वानिशी आणि सर्वोत्तम पद्धतीने पार पाडा. कारण आपले स्वकर्म आणि क्षणाक्षणाचा जीवनप्रवास हा मोठ्या प्रीतीने व जिव्हाळ्याने पण मनापासून करा.

पीटर पूर्वी तू खूप चिडायचास. *राग येणे ही स्वाभाविक गोष्ट आहे. परंतु योग्य व्यक्तीवर योग्य कारणांसाठी आणि योग्य वेळी आणि योग्य पद्धतीने रागविणे ही मात्र अवघड गोष्ट आहे,* असे ॲरिस्टॉटल म्हणत असे. मागे म्हटले तसे श्रवणाची कला आपण आत्मसात करायला हवी. त्यामुळे आपले सगळे पूर्वग्रह बाजूला सारत प्रतिक्रियाविरहित तसेच कुठलेही बौद्धिक समर्थन न करता आपल्याला ऐकता आले पाहिजे.

आठवड्याच्या नियोजनात *हसतमुखाने व मोठ्या प्रसन्नतेने आपल्या नेतृत्त्वाचे दर्शन सर्वांना घडले पाहिजे तरच ते इतरांना प्रेरक होऊ शकते.* आत्मशोधकाची नजर तसेच या आत्मशोधातून उमललेली तुमची प्रत्येक कृती खऱ्या अर्थाने तुम्हाला जागतिक स्तरांवर घेऊन जाणार आहे यावर विश्वास ठेवा.

एकूणच चैतन्यशक्तीची–ऊर्जेची साथसोबत स्वीकारत वर्तमानातील प्रत्येक क्षण तादात्म्याने जगणे व त्यातील अर्थ व शहाणपण टिपणे फार महत्त्वाचे आहे. या प्रवासात पावलोपावली समस्या या आपल्याला भेटणारच आहेत पण समस्या टाळणे हे एक प्रकारे विकासाला–प्रगतीला टाळण्यासारखे आहे. यातही *समस्या नाकारणे हे पुढे येणाऱ्या प्रभुत्त्वाला नकार देण्यासारखे आहे. म्हणून जे आहे ते पहायला शिका आणि समस्येला–जीवनाला थेट सामोरे जा. पीटर समस्या नसलेले लोक हे मृतवत जीवन जगत असतात याचे सदैव भान ठेव.'*

पीटर, *जीवन जगणे आणि त्याला संपूर्ण प्रतिसाद देणे ही फार*

मोठी कला आहे. इतर अनेक कला-कौशल्याप्रमाणे तुम्हाला याचे मूलभूत संकेत एकदा माहिती झाले की किंवा तुम्ही त्याच्यासाठी पुरेसा वेळ दिलात, सराव केलात तर तुम्ही तुमचे उद्दिष्ट-ध्येयपथ सहज साध्य करू शकता ! फक्त तुम्हाला तुमचे सामर्थ्य-मर्यादा यांची पुरती जाणीव हवी. आत्मशोध हा सर्व जगण्याचा पाया आहे. ज्या मूल्यांच्या रक्षणाखातर तुम्ही उभे राहणार आहात ती मूल्ये कोणती स्वीकारली आहेत ? आजवरच्या आयुष्यात तुम्ही काय शिकलात, काय काय चुका केल्यात इतकेच नव्हे तर या चुकातून तुम्ही काय शिकलात, हेही फार महत्त्वाचे आहे. ती चूक पुन्हा करणे म्हणजे आपल्या हाताच्या मुठीतून वाळू निसटू देणे आहे. आपला वेळ, आपले जीवन असेच निसटत आहे आणि काळ पुढे सरकत आहे. एकूणच *तुमचे दिवस, तुमचा प्रत्येक क्षण हा तुमच्यातील खरी गुणवत्ता, कला-कौशल्य सर्वांगाने प्रदर्शित करण्यासाठी उत्सुक असायला हवे. म्हणूनच कालच्या दिवसाने आपल्याला काय शिकवले, आपण कोणत्या चुका केल्या ते समजून घ्या.* या चुकातून आपण जर शिकणार नसू तर काय उपयोग ? ॲन्जेलिना जॉली हिने एक ठिकाणी म्हटले आहे की *जीवन आपलेसे करण्याचा एक मार्ग म्हणजे झपाटलेल्या जीवाप्रमाणे जीवनाची बांधिलकी स्वीकारा.*

'पण जूलियन, जीवन इतके अनिश्चित असताना इतके काटेकोर ध्येय निश्चित करणे ही कल्पना विचित्र नाही वाटत ?'

'पीटर, जीवन जरी अनिश्चित असले तरी महानतेकडे, आपल्या *लाईफ मिशन स्टेटमेंट* नुसार मार्गक्रमण करीत स्वप्नांच्या दिशेने मोठ्या जबाबदारीने व बांधिलकीने जात राहणे हीच जीवनाची इतिकर्तव्यता आहे. महत्त्वाचे म्हणजे जीवन अनिश्चित असले तरी आपल्या ध्येयाप्रत जाण्याचा प्रयास व प्रवास सोडण्याची गरज नाही. उलट काही नाही पणाचे भान राखत वर्तमानातील प्रत्येक क्षण संपूर्णपणे जगणे म्हणूनच महत्त्वाचे आहे.

एकूणच एका अक्रिय सावधानतेची अत्यत आवश्यकता आहे. हे

लक्षात घेण्याचे आपण जाणतो किंवा अजाणता सारखे टाळीत असतो. पीटर, कशाचेही यथार्थ आकलन होण्यासाठी निःस्तब्ध निरीक्षण आणि अक्रिय सावधानता यांची मोठी गरज आहे. आपण जेव्हा पुरेशा सावधानतेने जगत नाही तेव्हा शहाणपणा आपल्यातून निघून गेला आहे असे निश्चित समज.'

जूलियन बोलता बोलता अचानक भानावर आला. तो बोलायचा थांबला. त्याने त्या चांदण्यांनी खच्चून भरलेल्या आकाशाकडे पाहिले आणि गालातल्या गालात स्मित केले. त्यानी आपली नजर एका ताऱ्यावर स्थिर केली आणि डोळे मिटून तो स्वतःशीच एखादा मंत्र म्हटल्याप्रमाणे पुटपुटू लागला. त्याच्या चेहऱ्यावरचे तेज आणि त्यातील प्रसन्नता विलक्षण मोहक होती. मुख्य म्हणजे त्या अंधारतल्या इवल्याशा प्रकाशात मला जाणवत होती. अशी प्रसन्नता आणि असे तेज, जूलियनची ती चैतन्ययुक्त नजर मला विलक्षण आकर्षून घेत होती. काही वेळाने त्याने माझ्याकडे पाहिले आणि स्मित केले. मी आ वासून त्याच्या चेहऱ्याकडे पहातच राहिलो.

प्रारंभीचा रोझ गार्डन तुडवत माझ्या ऑफिसच्या काचेवर दगड मारणारा जूलियन, त्याचा तो संन्यासाचा पेहराव, पुर्वीचे त्याचे वागणे, त्याची बेफिकिरता, त्याची फेरारी आणि त्याचे पार्टीला जाणे, येणे, त्याची ऐयाशी ही पाहण्यासारखीच असायची. अनेकदा वादग्रस्त प्रकरणात तो अडकायचा. कोर्टातील त्याची भाषणबाजी, त्याचे उच्चार, शब्दांची फेक....मग त्याला आलेला हृदयविकाराचा झटका आणि मग त्यात झालेले आमूलाग्र परिवर्तन...त्याचे हिमालयात-शिवानीत जाणे...हे सगळे खरोखरीच अविश्वसनीय होते. मला खरोखरीच काही वेळा शंका येत असे ही हाच तो पूर्वीचा जूलियन आहे का कोणी दुसराच आहे. केवढा बदल. एखाद्या माणसात एवढा क्रांतिकारक बदल होऊ शकतो ? खरे तर या सगळ्या बदलांचा मी एक साक्षी होतो आणि त्याचा साथीदार, मित्रही.

जूलियन बदलू शकतो तर मी का नाही ? असा प्रश्न माझ्या समोर उभा राहिला. तसा मी देखील बदलतच होतो की.

आत्ता सुद्धा मला ते ताणाचे दिवस आठवले तरी अंगावर शहारा येतो. दिवसातले बहुतेक तास मी कंपनीतच घालवत होतो, थकत होतो, चडफडत होतो पण पुन्हा तिथेच येत होतो. कमालीचा ताणतणाव आणि संघर्षज्वर झालेला. एकदा तर मी ऑफिसच्या कोचात कोसळलो की. मग जूलियनने ही सगळी खोटी-प्रदर्शनीय चकाकी फोडून टाकली आणि त्याच्याबरोबरच्या संवादात मला विलक्षण जाग आली. आज मला आता आठवत असताना हे खरे सुद्धा वाटत नाहीये. सगळच अविश्वसनीय.

आता आपण जूलियन म्हणतो त्याप्रमाणे लोकांच्या परफॉर्मन्सला दाद देणे आणि संबधांच्या वृद्धीसाठी संपर्काला प्रोत्साहन देणे गरजेच आहे. क्रेझी डे आता मी माझ्या कंपनीत चालूही केला आहे. समोरच्याची क्षमता ओळखणे आणि त्याच्या शोधक वृत्तीला प्रोत्साहन करीत त्याचा सहयोग-सहकार्य मिळविणे हेच माझे आता विचार-वर्तन होते. माझ्या आचार-विचारांची दिशा व दृष्टी हीच होती. कंपनीत लोकांच्या चेहऱ्यावर विलक्षण चैतन्य आणि कृतीत प्रचंड उत्साह. त्या सर्वांच्या चेहऱ्याकडे पाहून मला जूलियन आपला मित्र असल्याचा अभिमान वाटायला लागला. पूर्वीची मरगळ, उदासीनता खूपच कमी झाली होती. इतकेच नव्हे तर लोकांचे नोकरी सोडण्याचे प्रमाणही खूपच कमी झाले होते. ते माझा प्रत्येक शब्द झेलत होते आणि माझा सन्मान करीत होते. जूलियनच्या सगळ्या कल्पना मी त्यांना ऐकवत होतो. त्यांना त्याचा अचंबा वाटत होता आणि ते आश्चर्याने भारावलेल्या नजरेने व कृतीने मार्गक्रमण करायला लागले होते.

अवतीभोवतीचे सगळेच बदलत होते आणि मी, माझ्यातही खूप बदल होत होता. तो सँमताच्या, मुलांच्या लक्षात तो येत होता. एक प्रकारे ते सुखावत होते. जगातील उत्तम श्रोता बनण्याचे माझे स्वप्न होते. खरं तर त्याचा प्रारंभ मी घरापासूनच करीत होतो. माझ्यातील औदार्य व करुणांना

अधिक भावनाशीलतेन वाट मिळत होती. आता माझेही अनुयायी तयार होत होते आणि हा एक मला सुखद धक्काच होता.

येणारे ई-मेल्सना मी तत्काळ प्रतिसाद देत होतो. फोन कॉल्स स्वतः घेणे आणि तत्काळ समस्येचे निराकरण करणे हे मला जमत होते. एक जादूई वर्तन माझ्याकडूनच नव्हे तर माझ्या सहकार्यातून घडत होते. ग्लोबल व्ह्यू सॉफ्टवेअरची जागतिक पातळीवर दखल घेतली जात होती. जूलियनला निरोप देऊन मी माझ्या अभ्यासिकेकडे वळलो तर त्या नोटिस बोर्डवर एक नोटीस होती टेबलावर एक लाकडी पझल्स. मी उत्सुकतेने ते बघितले आणि वाचले. त्यावर सहावी संकेत प्रणाली लिहिली होती. त्यावर लिहिले होते : *स्वतःचे नेतृत्त्व स्वीकारत लीडरशीप निभावणे.*

प्रकरण ९ वे : ज्ञानाचे समग्र अवतरण : जूलियनचे शहाणपण

संकेतप्रणाली

मूल्यवान गोष्टींवर लक्ष्यकेंद्रितता

प्रकरणाचे सार

व्यक्तीची प्रभाव-परिणामकारकता

शहाणपण

* व्यक्तीची प्रभाव-परिणामक्षमता ही त्याच्या हेतूवर व आयुष्याच्या मागण्यांवर अवलंबून असते.
* काय करू नये हे जेव्हा माणसांना कळते तेव्हा ते योग्य विचारांनी नेमक्या कृतीकडे वळतात.
* वेळेवर वेळीच स्वार व्हा अन्यथा तो हातून कधी निसटून जाईल, ते तुम्हाला कधी कळणार नाही.
* प्राध्यान्याने करायच्या गोष्टींचे त्वरित नियोजन करा अन्यथा इतर वेळकाढू-निरुपयोगी गोष्टी या तुमच्या नियोजनात येऊन बसतील.

सरावासाठी

* द्रष्ट्या नेतृत्त्वासाठी वेळेचे आदर्शवत नियोजन
* प्रत्येक क्षणातून धोरणात्मक व तत्त्वशील वर्तन

सुभाषित्मकता

वर्तमानातील व जगण्यातील प्रत्येक क्षणाचे महत्त्व ओळखा. तुम्ही जसे रोजचे दिवस जगता त्यानुसार तुमचे रोजचे आयुष्य निश्चित होत जाते. भूतकाळ हा नेहमी इतिहासातच जमा होतो. वर्तमानातील हा क्षण कमालीचा महत्त्वाचा आहे. तो संपूर्णपणे जगणे आणि त्यातील अर्थ व शहाणपण टिपणे म्हणूनच महत्त्वाचे आहे. वर्तमानातील प्रत्येक क्षणाची चैतन्यगर्भता ओळखा.

द् मंक हू सोल्ड हिज फेरारी

संकेतप्रणाली ६ वी

'स्व' नेतृत्त्वाचे पुढारीपण

प्रकरण १० वे

'स्व' नेतृत्त्वाची संकेतप्रणाली

अवतीभोवतीच्या लोकांपेक्षा – इतरांपेक्षा स्वतःला वरचढ मानणे / समजणे ही फार मोठी चूक ठरेल. खरे श्रेष्ठत्त्व हे आपण काल जिथे होतो त्याच्या पुढे कितीतरी मैल जाण्यातच सामावलेले आहे.

प्राचीन भारतीय विचारधारा

आमच्या देशातील सर्वात मोठा उंच डोंगर म्हणून पर्सिव्हलचा पर्वताचा नेहमी उल्लेख केला जातो आणि तो सर्वार्थाने योग्यही आहे. महत्त्वाचे म्हणजे हा दुर्गम डोंगर चढण्यासाठी खूप दूरवरून लोक इथे येतात. विशेषतः त्या डोंगराच्या उत्तरेकडील बाजू तर अधिकच उंच आहे. काही लोक आपल्या सुट्टीचा आनंद लुटण्यासाठी तर अनेक गिर्यारोहक आपल्या साहसी सहलीसाठी नेहमीच पर्सिव्हलला भेट देतात. काही वर्षापूर्वी माझ्या एका मित्राचा मुलगा आणि त्याचे सात साथीदार इथेच गिर्यारोहणासाठी आलेले असताना, त्या उत्तरेकडच्या दरीत दोनशे फूट

आत कोसळले. त्यांना बाहेर काढताना फायर ब्रिगेडच्या लोकांची फारच पंचायत झाली. माझा मित्र–सहकारी तर त्या बातमीने, मुलाच्या मृत्यूने पारच हबकून गेला. मला अजूनही त्याचा त्यावेळचा संपूर्णपणे हादरलेला–बिथरलेला चेहरा आठवतोय. तो क्षण जरी नुसता आठवला तरी माझ्या अंगावर आजही काटा उभा राहतो.

पर्सिव्हलच्या या दुर्गम ठिकाणी जूलियनने मला भेटीला बोलावल्यामुळे इतक्या लांब पल्याचा रस्ता तुडवत मी इथवर आलो. पहाटेचा तो गार वारा अंगाला चांगलाच झोंबत होता. लागोपाठच्या सुट्या असल्यामुळे इकडे सहलीसाठी प्रचंड गर्दीच होती. मी माझी कार त्या डोंगराच्या पायथ्याशी पार्क केली आणि समोरच्या गर्दीत जूलियनला शोधत राहिलो. ह्या वेळी मात्र तो मला त्या गर्दीत पटकन दिसला. त्याचा तो पायघोळ भगवी झगा त्या चारचौघातसुद्धा उठून दिसत होता. मला हे कळत नव्हते की जूलियननी मला इथे का बोलावले आहे. आता पर्यंतच्या भेटीतून माझ्या तळहातावर नेतृत्त्वाचे शहाणपण जूलियन ठेवत होताच. पण या प्रत्येक भेटीतून माझ्यात खूप काही बदल होत होता. त्यामुळे जूलियनची प्रत्येक भेट ही माझ्यासाठी एक मोठी देणगीच होती. वेगळ्या जातकुळीची, जडणघडणीची व्यक्ती, सर्वसामान्य जाणिवांच्या पलीकडे असलेल्या दिव्यत्त्वाकडे गेलेली, कशी असेल तसा जूलियन होता. जूलियनशी भेट हे माझ्या आयुष्यातले एक निर्णायक वळण होते. आजवर जूलियनशी झालेल्या संवादातून माझ्या विचारांना एक नवी दिशा व दृष्टी मिळत होती. शिवानीतून आल्यानंतर खरं तर जूलियन कुठे एका ठिकाणी स्थिरावला नाही. कारण कुठल्या एका स्थळात स्थिरावणे आणि तिथे आसक्त होणे हे त्याच्या कृती–विचारात बसत नव्हते. हे *विश्वची माझे घर* मानणारा एक संन्यासी म्हणून जूलियन खूप मोठा वाटत होता. यातही योगी रामन यांना दिलेल्या वचनाप्रमाणे कार्पोरेट जगतातील माझ्या सारख्या कैक वैफल्यग्रस्त आणि पराभूत झालेल्या सीईओंशी संवाद साधत, त्यांच्या तळहातावर

त्यांची सर्व विचारधारा ठेवणे त्याला महत्त्वाचे वाटत होते. किंबहुना तेच त्याच्या जगण्याचे मुख्य प्रयोजन होते, जीवनाची रीत होती. जूलियनचे माझ्याकडे लक्ष गेले आणि तो छानपैकी हसला. त्याच्या हसण्यात मोठी निरागसता व प्रांजलता होती. त्याच्याकडे पाहताना क्षणभर जुन्या जूलियनचा चेहरा मला आठवून गेला. फेरारी उडवणारा एक चंगळवादी, दारूच्या-पार्ट्यांच्या विलक्षण आहारी गेलेला जूलियन आपल्या हार्टअ‍ॅटॅकनंतर मात्र आमूलाग्र बदलला. इतका की कोणाचाच त्यावर विश्वास बसू नये.

'गुडमॉर्निंग पीटर. बघ किती सुंदर सकाळ आहे. देखणा पर्सिव्हलचा डोंगर आणि आजूबाजूचा शांत-निःस्तब्ध परिसर. त्या बर्फाळ प्रदेशाने एका सर्जनशील सौख्याची जाणीव होते, असे नाही वाटत ? पीटर, सृष्टीचे हे सर्जन या सकाळी या पृथ्वीतलावर अवतरत आहे. त्यामुळे माझं मन कळतनकळत शिवानीकडे वळत आहे. योगी रामन यांची आठवण तर तीव्रतेने मला येते आहे.'

'खरंच, शिवानीचा परिसर तर ह्याहीपेक्षा सुंदर व स्वर्गीय असेल. जूलियन, योगी रामन हे प्रत्यक्षात शरीराने तुझ्या सोबत नसले तरी विचारांनी तुझ्या सोबत आहेत.'

'खरं आहे पीटर. पण मन हे व्याकूळ होणारच. योगी रामन यांच्यामुळेच तर तुला मी थोडं फार नेतृत्त्वाचे शहाणपण सांगू शकलो. योगी रामन यांच्या विचारांचे व संवादाचे बोट पकडतच आपल्याला पुढे जायला हवे. कारण या संदर्भग्रहणातून एका अतून सनातन संवादाचा-चिंतनाचा आपल्याला लाभ होणार आहे. खरे तर आपणा सर्वांच्या परिवर्तनाची ही कहाणी आहे. कार्पोरेट जगताच्या सांस्कृतिक व वैयक्तिक विकासास हेच तत्त्वज्ञान वैभवसमृद्धीसह आत्मसुख व शांती बहाल करणार आहे हे लक्षात ठेव.'

जूलियन शिवानीच्या आठवणीत चांगलाच रमला होता. मग आम्ही बोलत बोलत *रोप वे*ने थेट वरपर्यंत गेलो. जूलियन मला अगदी

शिखरापर्यंत का नेत आहे हे कळेचना ! बहुधा माझ्या चेहऱ्यावरचे प्रश्नचिन्ह त्याला कळले असावे. त्याने माझ्याकडे पहात एक छानसे स्मित केले आणि म्हणाला, 'नेतृत्त्वाच्या शहाणपणाची एक नवी संकेत प्रणाली मला तुला सांगायची. या शिखरावर असतानाच ती तुला सांगण्यात खरा अर्थ व शहाणपणा आहे.'

सूर्यप्रकाशाने उजळून निघालेली ती शुभ्र बर्फाळ, निरभ्र, निर्मल प्रभात माझे मन मोहून टाकत होती. ते विराट डोंगर समुह आणि उत्तरेकडचा तो डोंगराचा कडा जवळ जवळ पूर्ण प्रशान्त होता. वाऱ्याचा एक विलक्षण थंडकार हेलकावा मला स्पर्शून गेला आणि मी विलक्षण सुखावलो. असे वाटले की सॅमंता आणि मुलांना आणलं असतं तर ते विलक्षण खुष झाले असते. मनात आले एकदा तरी त्यांना इथे या शिखरावर आणायलाच हवे. आम्ही त्या कड्याच्या टोकाला असलेल्या कठड्याला टेकून उभे होतो. आम्ही दोघेही बराच वेळ त्या अपूर्व सौंदर्यानी भारावलेले होतो.

एका प्रदीर्घ शांततेनंतर जूलियनने माझ्या खांद्याला स्पर्श केला आणि म्हणाला, 'बघ, या शिखरावरच्या टोकावरून आपल्याच कार्पोरेट जीवनाकडे, वैयक्तिक आयुष्याकडे बघ. केवढी प्रशांतता व निःशब्दता या उंचीवर भरलेली आहे. सगळ्या ताणतणावातून आपल्याला मुक्त करण्यासाठी ही निःशब्द शांतता आपल्या भोवती रेंगाळते आहे. आपणहून आपल्याकडे येणाऱ्या या शांतीतून चिंतनशीलतेला एक नवी दिशा मिळते.'

'खरंच आयुष्यापासून किती दूर आलो आहोत आपण. कुठलीही चिंता नाही, व्याधी नाही. पर्सिव्हलच्या टोकावर आपण उभे आहोत जूलियन. जीवनाचे–समस्यांचे दर्शन हे या विमुक्ततेतून आकारलेल्या शांततेतूनच उदयाला येत असेल नाही ?'

'अगदी खरं आहे पीटर. ही जी नवी संकेत प्रणाली आहे ती *आत्मशोधकतेने स्वतःकडे पाहण्यातून उमललेली आहे. 'स्व ' ला जाणणे हा त्यातील महत्त्वाचा भाग. आपण जर स्वतःला जास्तीत जास्त जाणू*

शकलो तर आपण 'स्व' चे नेतृत्त्व स्वीकारू शकू आणि 'स्व'च्या नेतृत्त्वातूनच मोठ्या नेतृत्त्वाला प्रारंभ होतो. पीटर स्वतःला जाणणे हे बोधाचे पहिले पाऊल आहे.'

'स्व'ला जाणावे ते कसे ? 'स्व' नेतृत्त्वाबद्दल जरा सविस्तर सांग ना ? स्व नेतृत्त्व ही इतकी महत्त्वाची गोष्ट आहे.'

'अर्थातच पीटर. स्वतःला जाणण्यासाठी आपले अंतरंग, आपली जडणघडण, जीवनप्रवाहाची गतिमानता आणि आपला स्वभाव हा जाणावा लागतो. पण दुर्दैवाने आपण आपले'स्व'चे नेतृत्त्व स्वीकारत नाही. खरं तर 'स्व'ला जाणणे हा आपल्या सगळ्या व्यवसायाचा व जीवनाचा पाया आहे. 'स्व'नेतृत्त्वातून बाह्य जगतातील नेतृत्त्वाचा उदय होत असतो.'

'म्हणजे 'स्व' विकास का ?'

'स्व' विकासाच्या फार पुढची पायरी ही 'स्व' नेतृत्त्वाची असते. सर एडमन्ड हिलरी, ज्यांनी एव्हरेस्ट शिखर सर केले तो म्हणायचा, *हिमालय चढण्यापेक्षा 'स्व' नेतृत्त्व निभावणे ही सर्वात अवघड गोष्ट आहे. 'स्व'प्रभुत्त्व व 'स्व' संयोजन हा त्याचाच एक भाग.'*

'ही कल्पना खूप सुंदर आहे, नाही ?'

'नक्कीच ! पीटर *आपल्यातील सौंदर्यक्षमता व सर्वोत्कृष्टता ही बाहेरून आत येते असे अनेकदा आपण समजतो.* पण मुळातच ही मोठी चूक आहे. *यश ही सर्वथा अंतर्गत गोष्ट आहे. मार्केट लीडरशीप ही गोष्ट देखील आपल्या अंतर्गत जीवनातूनच बाहेर येताना दिसते.'*

बोलताना जूलियन काही क्षण थांबला. त्याने दीर्घ श्वास घेतला. समोरच्या उत्तरेकडील शिखराकडे पहात त्याने क्षणभर डोळे मिटले. मग शांतपणे माझ्याकडे पहात तो म्हणाला, *'तुम्ही जर स्वतःचे नेतृत्त्व करू शकला नाहीत तर तुम्ही एखाद्या कंपनीचे नेतृत्त्व कसे करणार ?'*

'जूलियन हा विलक्षण अंतर्मुख करणारा प्रश्न आहे. मी आजपर्यंत याचा कधी विचारच केला नव्हता. फक्त लीडरशीपचे चार धडे घोटले की

झाले असे मला वाटायचे. पण 'स्व' नेतृत्त्वाचे काय !'

'स्व'ला एका त्रयस्थपणे न्याहाळत स्व ला अंतरर्बाह्य तयार करणे, सर्वार्थाने शिक्षित करणे फार फार महत्त्वाचे असते. *अनेकदा आपण शास्त्रीय व भौतिक दृष्ट्या प्रचंड प्रगती करतो पण अंतरंगात आपण आहे तसेच असतो.* मग प्रश्न असा आहे की 'स्व' ची प्रगती कोणत्या दिशेने झाली आहे, का बाह्य शिस्तीतूनच आपण दिनचक्रातून फिरतो आहोत, या सर्वांचा अंतर्मुखतेने विचार करण्याची वेळ आली आहे. आपण स्वतः कसा विचार करतो, काय विचार करतो, प्रश्नाला–समस्येला प्रतिसाद कसा देतो हे पाहणे महत्त्वाचे नाही काय ? यातून 'स्व'च्या मनाचे कार्य कसे चालते हे आपल्याला उमगेल मग आपण 'स्व'नेतृत्त्वाच्या दिशेन वळू शकू. अन्यथा आपले हात रिकामेच राहतील.'

'माझे वडील मला म्हणायचे की *तुम्हाला स्वतःला आतून चांगले वाटल्याशिवाय तुमच्या हातून काही चांगले घडणार नाही.*'

'अगदी खरं आहे. गोथही हेच म्हणतो. *तुम्हाला काही तरी घडवायचे आहे मान्य. पण त्यासाठी तुम्ही काही तरी असणे आवश्यक नाही का* ? तुम्ही जेव्हा सकाळी उठता तेव्हा तुम्हाला अतिशय नैराश्यजन्य वा वैफल्यग्रस्त वाटते. तुमचे स्वतःशीच भांडण असते. तुमचे वर्तन, विचार वा कल्पना तुम्हाला तरी नीट पटतात का ? तेव्हा पीटर *बाहेरील यशाचा प्रारंभ हा नेहमीच आपल्या आतून होत असतो.*'

'मला शाळेत असताना जूलियन, आमच्या शिक्षकानी एक गोष्ट सांगितली होती आणि ती मला आत्ता आठवतीय. एक अतिशय खोडकर पण चतुर लहान मुलगा बाबांनी आपल्याशी खेळावे म्हणून खूप मागे लागलेला असतो. त्या मुलाचे बाबा पेपर वाचत असतात. ते शेवटी वैतागून टेबलावर पडलेल्या एका पृथ्वीच्या चित्राचे तुकडे करतात आणि मुलाला जोडायला देतात. बाबा पुन्हा पेपर वाचायला लागतात. आता तास दोन तासांची निश्चिंती असे त्यांना वाटते. पण पाचच मिनिटांत तो मुलगा

संपूर्ण चित्र पूर्ण जोडून देतो. वडिलांना विलक्षण आश्चर्य वाटते. ते विचारतात, हे तू कसे केलेस? तेव्हा मुलगा उत्तर देतो, सोपं आहे. त्या पृथ्वी उलट्या बाजूला एका माणसाचे चित्र होते ते मी जोडले. मग काय आतल्या चित्राप्रमाणे पुढील चित्रही जुळून आले.'

'एकूणच पीटर *यशाचा प्रारंभ हा बाहेरून आत होत नसून आतून बाहेर होताना दिसतो.* आपण अनेकदा तुकड्या तुकड्यांनी जगत असतो. हे तुकडे जुळवून तू म्हणतोस त्या प्रमाणे एकसंघ व्यक्तिमत्त्वाने 'स्व' नेर्तृत्त्वासह जगणे फार महत्त्वाचे आहे. तुमचे बाह्य जग हे आंतरिक जगाच्या सुव्यवस्थेतून आकाराला येत असते.'

'जूलियन 'स्व' नेतृत्त्व ही तुझ्या दृष्टीने इतकी महत्त्वाची संकल्पना आहे?'

'अर्थातच. हे सत्य जगातले सगळे चिंतक जाणून असतात. 'स्व'वर प्रभुत्त्व मिळविण्यातच खरे राजेपण सामावलेले आहे, असे सिनिका म्हणते. कॉन्फिशिअसने एका ठिकाणी नमूद करून ठेवले आहे की *चांगली माणसे जीवनभर अखंडपणे भलेपणाची सोबत घेऊनच जगत असतात आणि कुठलेही संकट आले तरी ते आपला सद्‌भाव सोडत नाहीत.* एक चिनी म्हण आहे : *आपण एक प्रकारे स्वतःलाच घडवत असतो आणि स्वतःलाच बिघडवतही असतो. त्यामुळे 'स्व'वर प्रभुत्त्व मिळवायचे की त्या बरोबरच्या लढाईत पराभूत व्हायचे हे केवळ तुमच्यावरच अवलंबून आहे.* एकाने म्हटंले आहे *'स्व' विकास हा एखाद्या संस्थेच्या-कंपनीच्या विकासाचाच पहिला टप्पा आहे. म्हणूनच 'स्व'ला जिंकणे हे जग जिंकल्यासारखेच आहे.*

अखेरीस *आपण जगाकडे ते जसे आहे तसे पाहतो की जसे असावे तसे, हा खरा प्रश्न आहे. एकूणच पीटर सौदर्याशी, सर्वोत्कृष्टतेशी बांधिल रहा आणि तुमच्या वैयक्तिकतेसह व्यावसायिक जीवनाची सर्वार्थिने वृद्धी करा. अर्थात हे केवळ तुमच्याच हातात आहे हे विसरू नका !*

खरंच मी आजवरच्या आयुष्यात 'स्व'च्या विकासाला कधी प्राधान्य दिलेच नाही. वस्तुतः जूलियन म्हणतो त्या प्रमाणे प्रत्येक जण हा एक लीडर असतो; पण प्रत्येक लीडर हा दुसऱ्यापेक्षा अनेक दिशांनी वेगळा असतो, असायला हवा ! यातही 'स्व'नेतृत्त्वाची गुढी यशस्वीपणे उभारणे हा एक मोठा भाग आहे. एकूणच आपल्या संस्कृतीला नवा आकार व अर्थ देण्यासाठी प्रत्येकाने त्याच्या वाटणीचा स्वधर्म निभवायला हवा ! सकारात्मक रहात कळतनकळत दुसऱ्याला प्रेरणा द्यायला हवी. एकूणच प्रेरणादायी व्यक्तिमत्त्वाने जगणे हे फार महत्त्वाचे आहे. पण त्या अगोदर इतरांना प्रेरणादेण्याची शक्ती 'स्व'मध्ये विकसित करणे आवश्यकच नव्हे तर अपरिहार्य आहे. येणाऱ्या प्रत्येक ग्राहकाला आनंदी ठेवणे तसेच आपला ब्रँड जपणे ही प्रत्येकाने करायची निकड आहे. पण या आधी 'स्व'जागरूकता ही महत्त्वाची !

विमानातून प्रवास करताना माझ्या सोबत असणारे अनेक एक्झिक्युटिव्हज हे निरनिराळ्या दर्जेदार ग्रंथांचे वाचन करताना दिसायचे. 'स्व' प्रभुत्त्वासाठी अभिजात दर्जेदार ग्रंथांची साथ-सोबत खऱ्या अर्थाने स्वीकारणे गरजेचे आहे. तसे जर झाले तर काही लेखक-काही पुस्तके तुमच्या जीवनातील व कार्पोरेट विश्वातील आपली तडफड निश्चित कमी करू शकतील. वाचनाची सवय ही एक उत्तम सवय आहे. ग्रंथतेज हे आपल्यातील सकारात्मक विचारांना एका वेगळ्या स्तरांवर घेऊन जाऊ शकते. ग्रंथालयात रोज जाणे अन्यथा दर महिन्याला नवनवे ग्रंथ विकत घेणे आणि त्यांच्याशी खऱ्या अर्थाने दोस्ती करीत जीवनाची वाटचाल करायला हवी. यातूनच आपण खऱ्या अर्थाने उन्नत होऊ शकू. नेपोलियन हिलचे *थिंक आणि ग्रो रिच* तसेच *बेन फ्रँकलीनचे आत्मचरित्र* तसेच डॉ जोसेफ मर्फीचे *द पॉवर ऑफ द सबकॉन्शस माईण्ड* ही पुस्तके वाचायला हवीत. यातून 'स्व'ला एका अलौकिक वैभवशीलतेच्या दिशेने व दृष्टीने विकसित होण्यासाठी हे ग्रंथ निश्चितच सहाय्यभूत ठरणारे आहेत !

जूलियननी पुन्हा एकदा दीर्घ श्वास घेतला आणि आपले डोळे मिटले. वाऱ्याची एक झुळूक आमच्या जवळून गेली आणि अमाप आत्मसुखाचे एक हास्य आमच्या चेहऱ्यावर नकळत उमलून आले. माझ्याकडे पहात तो सहजपणे म्हणाला, 'पीटर, हा 'स्व'चा पर्वत पार करणे सर्वात अवघड आहे. अर्थात त्यासाठी पावलापावलांनी 'स्व'वर विजय मिळवत मोठ्या तरल सावधानतेने ही वाटचाल करायला हवी ! तरच आपण मोठ्या प्रवाही वृत्तीने जीवनाला सामोरे जाऊ शकू.

मी तुला एवढ्या उंचीवर जे आणले आहे ते त्यासाठीच. 'स्व'ची जेवढी उंची वाढेल तेवढा तेवढा नव नवा प्रदेश आपल्याला पहावयास मिळतो. खरे द्रष्टे नेतृत्त्व हे आपल्या चुकांचे खापर इतरांवर कधीच फोडत नाही. ते नेहमीच दिवसांगणिक स्वतःला शुद्ध करीत जातात; पण कुठल्याही परिस्थितीत एकदा केलेली चूक ते पुन्हा कधी करीत नाही हे लक्षात ठेव.

पीटर, मी वकीली करीत असताना सबबी सांगणारे अनेक साक्षीदार-गुन्हेगार पाहिले. ते प्रत्येक साक्षीच्या वेळी काही ना काही तरी सबबी सांगत असत. पळवाटा शोधत असत. हे म्हणजे तरुणपणी वृद्धत्त्वाच्या भावनेने जगण्यासारखे आहे. त्यातील एकाही महाभागाने असे म्हटले नाही की, *होय मी चूक केली, मला क्षमा करा.* प्रत्येक जण आपल्या चुकांचे खापर इतरांवर फोडत होता. *स्वतःच्या दुर्गुणतेवर व दुर्बलतेवर मात करीत सातत्याने आपली पाठ व मान ताठ ठेवत संपूर्ण चैतन्यानिशी चालणे हेच खऱ्या लीडरचे जगणे असते. 'स्व'च्या स्वत्त्वासह तो लीडरचेही स्वत्त्व व अस्तित्त्व-अस्मिता खऱ्या अर्थाने जपतो आणि आपल्यासह आपल्या साथीदारांना एका उन्नत अवस्थेत घेऊन जातो.* अशा लीडरची नजर क्षितिजावर स्थिरावलेली असते आणि एका विस्तारलेल्या मनाने व नजरेने तो 'स्व'सह 'स्वे'तरांकडे पाहतो. यात एक प्रांजलता असते आणि एक थेट धैर्य. हे नेतृत्त्व कमालीचे आशावादी असते. असे नेतृत्त्व संपूर्ण कंपनीला आमूलाग्र बदलू शकते किंवा तशी ताकद तिच्यात असते.

जीवनातील सखोलता, समृद्धता आणि चांगुलपणाचे नेहमीच स्मरण करीत त्यानुसार कृती करण्याचा दृढ निश्चय हा द्रष्ट्या नेतृत्त्वाचा असतो. यातही या चांगुलपणाला कृतज्ञतेची जोड देत एका निर्मल व उदार मनाने जगणे हे खऱ्या नेतृत्त्वाचे रोजचे जगणे असते. समोरचा कसाही वागला तरी आपण चांगलेच वागणे मोठे कठीण आहे पीटर. *पाणी जसे सखोलतेकडे जाते तसे आपण चांगलाच विचार व आचार सदैव करायला हवा* तरच 'स्व' नेतृत्त्वाचे विकसन होऊ शकेल. एकूणच *सद्‌भावाच्या उपासनेसह जन्मजात बुद्धिला अधिक परिपक्व व परिणतप्रज्ञ करीत* या नेतृत्त्वाची वाटचाल सुरू असते.

काही जण 'स्व' मध्ये दडलेल्या चैतन्यशक्तीला साद घालत नाहीत आणि मग ते एक सर्वसामान्य जीवनच आयुष्यभर जगत राहतात. वर्डस्वर्थ म्हणत असे की *या जगात-निसर्गात विपुल-अमित संपत्ती वास करीत आहे. पण आपण अज्ञानापोटी 'स्व'मधील व अवतीभोवती उपलब्ध असलेल्या या संपत्तीचा खऱ्या अर्थाने विनियोग करीत नाही.* नेमक्या शब्दात सांगायचे झाल्यास पीटर, *या जगातले तुमचे नेतृत्त्व हे तुमच्या जीवनाच्या पुढाकारानेच सुरू होत असते* हे सदैव ध्यानात ठेव.'

एवढे बोलून क्षणभर जूलियन बोलायचे थांबला. तो कठड्याच्या टोकाला गेला आणि हातीची घडी घालून तो बराच वेळ स्तब्ध उभा राहिला. मग काही वेळानंतर माझ्याकडे पहात तो म्हणाला, 'पीटर शिखरावरची ही जागा मला फार आवडते. इतकी की आजपर्यंत जवळ जवळ पन्नास एक वेळा तरी मी इथे आलो असेन. हिमालयात असताना एके ठिकाणी अचानक योगी रामन थांबले आणि समोरच्या अमित सौंदर्याकडे व अथांगतेकडे पहात मला म्हणाले, *उत्तुंग गिरिशिखरावर असणाऱ्या निर्वात हवेप्रमाणे माझे मन इथे निःशब्द होते आणि मी सहजगत्या निर्वाणात प्रवेश करतो. किंबहुना निर्वाणच माझ्यात प्रवेश करते. तेथून माझ्या श्रेष्ठ मनाची साधना सुरू होते. ती आजपर्यंतही सुरूच आहे.* पीटर एके क्षणी मनात आले की योगी रामन

यांच्यासारखी आध्यात्मिक साधना आपल्याला जमायला हवी. माझा प्रवास सुरूच आहे पण....'

'जूलियन तू खरंच भाग्यवान आहेस की तुला योगी रामन यांचा सहवास व मार्गदर्शन लाभले. आयुष्याच्या एका महत्त्वाच्या निर्णायक वळणावर तुला ते भेटले आणि मला तू भेटलास. पण अजूनही काही गोष्टींचा प्रकाश माझ्या डोक्यात पडत नाहीये. तू मघाशी 'स्व'नेतृत्त्वाविषयी बोलत होतास. पण तुला खरं सागू माझ्या एक्झिक्युटिव्ह असिस्टंटनी पुढील तेरा महिन्यांचे वेळापत्रक आखून ठेवले आहे. इतरांशी-लोकांशी माझ्या भेटण्याच्या वेळा या आधीच नियोजित त्याने करून ठेवल्या आहेत. अशा वेळी मी माझ्या 'स्व'नेतृत्त्वाकडे कसा लक्ष देणार आणि माझे प्रत्यक्ष काम तरी कधी करणार ? यातून मध्यंतरी विलक्षण ताणतणाव वाढत गेला आणि मी विलक्षण पॅनिक होत गेलो. माझा वारंवार मानसिक तोल ढळत गेला. अशा वेळीच तू माझ्या आयुष्यात आलास. अन्यथा... मला नक्कीच वेड लागले असते.'

'पीटर, 'स्व'नेतृत्त्वासंबंधी पाच महत्त्वाचे संकेत मी तुला सांगतो ते तू नीट ऐक. खरे तर मला जेव्हा हृदयाचा झटका आला आणि मला जीवनाची खरी ओळख पटली. त्यानंतर मी शिवानीत, हिमालयात गेलो. तेव्हा माझ्या शारीरिक तसेच मानसिक अवस्थेबद्दल योगी रामन यांना विलक्षण चिंता होती. त्यांनी माझ्या आंतरिक जडण-घडणीवर भर देत, माझ्या शरीराची विलक्षण काळजी घेतली. इतकेच नव्हे तर मला काही तत्त्वेही आखून दिली. ती तत्त्वे मूलभूत तर आहेतच पण जीवनात त्या तत्त्वांचा आपण बिनशर्त स्वीकार करायला हवा एवढे मात्र निश्चित. मग माझ्या आतील ऊर्जेची पातळी दिवसेंदिवस वृद्धिंगत होत गेली. आंतरिक शिस्त आणि वेळ यांची सोबत मी एखाद्या जिवलग मित्रासारखी स्वीकारली. दिवसाच्या कामाचे नियोजन मी इतके सुसंगत व सजगतेने करीत असे की मला दिवसांतील प्रत्येक क्षण संपूर्णपणे जगायला मिळायला लागला.

अर्थात प्रत्येक क्षणा क्षणाला योगी रामन यांचे मार्गदर्शन होतेच. कमीत कमी वेळात पण पूर्णपणे शांत व तरल सावधान राहून मी कार्य करू लागलो. आता माझ्या कमर्गतीला वेग तर होताच पण मी झपाटल्यासारखा कष्ट करीत होतो. एक गोष्ट कायम लक्षात ठेव पीटर, *जीवनाच्या प्रवाहात आपण काम करीत असताना आपली जीवनदृष्टी वा विचारसरणी ही अधिक महत्त्वाची असते. चांगले वाटणे आणि शुभकृत्य हातून सतत घडत राहणे हे म्हणूनच मूल्यवान असते. तुमची कार्यदिशेला भव्य शिखराची दिशा व दृष्टी देऊन अधिकाधिक कष्ट करीत जाणे हे नेहमीच वैभवशीलतेला गवसणी घातल्यासारखे आहे.'*

'पण जूलियन, अनेकदा आपण आपल्या जीवनाच्या प्रवाहात खूप कष्ट करीत असतो. पण एके क्षणी मनात येतं की आपण ज्या परीने कष्ट करीत आहोत त्या प्रमाणात आपले योग्य मूल्यमापन होत नाहीये. मग त्या कष्टप्रदतेतला एखादा विराम आपल्यालाच जीवघेणा वाटायला लागतो. मग लक्षात येतं की आपण हे काय करतोय ? काही वेळा असृजनशील जगण्यातच आपली सर्व शक्ती नाहिशी होते. मग नैराश्याने आपल्याला ग्रासले जाते.'

'एक लक्षात ठेव पीटर या संदर्भात योगी रामन म्हणतात त्याप्रमाणे आत्मप्रचीती येणे फार महत्त्वाचे असते. इतरांच्या अभिप्रायावर आपले मोठेपण अवलंबून असणे ह्या सारखे दुसरे मृगजळ नाही पीटर. आपण काय आहोत हे जर आपल्याला माहित असेल तर ! तेवढं पुरेसं नाही का ? आपण आखलेल्या दिशेने व दृष्टीने आपला प्रवास दीर्घकाळ करीत राहणेच महत्त्वाचे आहे.'

'मग विश्रांतीचे काय ?'

'तुम्ही काम करताना आतून शांत असायला हवे. ह्या विरामाचे अवतरण व काल जसजसा वाढत जाईल तितक्या प्रमाणात तुम्ही कामाच्या गतीत सुद्धा विश्रांती घेऊ शकता. विश्रांती ही आवश्यकच आहे, नव्हे

अपरहार्य आहे. *मनाच्या विश्रामधामातूनच सर्व सृजनाचा उदय होतो. तसे झाल्यास आत्मसुखाचीही आपल्याला खऱ्या अर्थाने ओळख होते.* त्यासाठी आठवड्यातील एक दिवस आपण पूर्ण विश्रामासाठी द्यायला हवा एवढे मात्र निश्चित !

अनेकदा कामात संपूर्ण बदल ही सुद्धा एक विश्रांतीच ठरते. दुपारची वामकुक्षी किंवा पंधरा मिनिटांची माफक निद्रा तुम्हाला ताजेजवाने करू शकते. एकाने म्हटले आहे की मला जर आठ तास झाडं तोडायला सांगितली तर आठातले दोन तास मी माझ्या पात्याला धार करायला वेळ देईन. त्यामुळे आठवड्यातील एक दिवस केवळ स्वतःसाठी देणे फार महत्त्वाचे आहे पीटर ! त्यात ध्यान-चिंतन येऊ शकते. इतकेच नव्हे तर आध्यात्मिक साधना, योगासने-प्राणायाम, शवासन यांचाही त्यात समावेश करायला हवा ! आपण आपल्या पत्नी मुलांसमवेत दोन दिवसांच्या सहलीला जाऊ शकतो का, की जिथे तुम्हाला कोणी व्यत्यय देणार नाही. अर्थात तुम्हाला त्रस्त करणारे विचार जर तुम्ही स्वतःच बरोबर नेले तर मात्र नाईलाज आहे. सहलीच्या ठिकाणी जर तुम्ही तुमच्या जीवनातील समस्या घेऊन गेलात तर मात्र त्या सुट्टीचा वा विश्रांतीचा काहीच उपयोग होणार नाही. महत्त्वाचे म्हणजे सुट्टी म्हणजे शारीरिक मांसल आनंद नव्हे ! *मनाची व अन्तकरणाची शुद्धी ही फार महत्त्वाची असते. अशा चित्तशुद्धीतून तुम्ही वर्तमानातील प्रत्येक क्षणाला नव्याने सामोरे जाऊ शकता.*

इटली, स्पेन मध्ये *सिएस्टा अवर* म्हणजे वामुकुक्षीची वेळ असते. हृदयरोगाचे सर्वात कमी प्रमाण अलीकडे स्पेन व इटलीत होते आहे. त्यामुळे *शवासन, व्हिज्युअलायझेशन व ऑटोसेशन* या तीन तंत्राचा वापरही आपल्याला करता आला पाहिजे. किंबहुना त्याचे महत्त्व आपल्याला ओळखून निदान आपल्या कंपनीत ते राबवायला पाहिजे. योगाच्या भाषेत योगी रामन त्याला *योगनिद्रा* असे म्हणतात. जीवनात निद्रेला असणारे महत्त्व आपण ओळखायला हवे पीटर.

पूर्वेकडे भारतातल्या लोकांनी शरीर व मन ताब्यात ठेवण्याचा प्रयत्न केला. योगविद्येचा विकास हा या संदर्भात पाहण्यासारखा आहे. शवासन करताना एक एक स्नायू शिथिल करता करता आपण किती पुढे जाऊ शकतो हे लक्षात येऊ लागते. एकूणच आपण कितीतरी ताण आपल्या तन-मनात साठवून ठेवलेला असतो. त्यामुळे रोजच्या कामात शिथिलावस्थेत दहा ते पंधरा मिनिटांचा अनुभव अनुपम आनंदाचा असतो. शरीराचा व मनाचा तो एक पुनर्जन्मच असतो असे योगी रामन म्हणत असतो. शवासन घेऊन मग झोप घेतल्यास तिच्यातली खरी ताकद आपल्या कळते, कळू शकते.

मला एवढेच म्हणायचे आहे की आपल्या आठवड्याच्या प्लॅनिंगसाठी आपण अतिशय जागरूक असले पाहिजे आणि आपली तनमनाची बॅटरी रिचार्ज करायला हवी.'

'पण हे मी कसे करू ?'

'यासाठी टाईम मॉडेलचा आपल्याला वापर करता आला पाहिजे. प्रत्येक द्रष्टा लीडर हे करीत असतो. मागच्या वेळेला मी तुला सैनिकी प्रशिक्षण तलावर जे नेले ते त्यासाठीच. विशेषतः शनिवारी रात्री हे प्लॅनिंग करू शकतोस. पीटर, *आपल्या घराचे तीन भाग असतात आणि ते म्हणजे मन, शरीर आणि आत्मा. आता तुम्हाला या तिन्ही खोल्यात तुम्हाला भरपूर श्वास आणि पुरेपूर प्रकाश भरायला हवा.* तसे जर झाला तर द्रष्ट्या लीडरच्या दिशेने तुम्ही आगेकुछ करू शकाल !

पीटर आपले जगणे हे अनेक क्षणांचे बनलेले आहे. पण आपण खरे तर कोणताही क्षण पुरेपूर जगत नसतो असे योगी रामन म्हणत असत. मलाही प्रारंभी ते पटायचे नाही. मग हळूहळू त्यांचे विचार मला पटू लागले. खऱ्या जगण्यापासून आपण या कार्पोरेट जगात वावरत असताना कितीतरी मैल दूर जातो. म्हणूनच *क्षणस्थता* फार महत्त्वाची ठरते. *प्रत्येक क्षणी त्या क्षणात जगण्याची कला आपल्याला साध्य करता यायला हवी.*

प्रत्येक क्षणात जगण्याची आपली शक्ती वाढवायला हवी. त्या क्षणामध्येच जास्त जगायला हवं. जीवनात फक्त हा क्षणच घडत असतो. एकूणच क्षणाचा अनुभव व आनंद घेण्याची कला आपल्याला साधायला हवी. त्यामुळे मानसिक ताणमुक्तीसाठी प्राणायाम, शवासन व मनोवृत्तीत बदल करणे. आपल्या मनातील भावनांशी आपल्याला संपर्क साधता आला पाहिजे. इतरांबरोबर मोकळेपणाने भावनात्मक संबंध जोडणे. जीवनात आत्मिक समाधान शोधणे व त्यासाठी ध्यान करणे. *अनेकदा चक्रात आपण इतके हरवतो की आपण कसे जगायला हवे हेच विसरून जातो. आपल्या कामात व चरितार्थाच्या गतीत इतके गतिमान राहतो की छोट्या छोट्या गोष्टीतला आनंद वेचायचा राहून जातो.'*

'जूलियन तू म्हणतो आहेस ते खरे आहे. मी कामावरून घरी परततो तो विलक्षण थकलेला. अनेक ताण मी माझ्या सोबत माझ्या खांद्यावरून घरी आणलेले असतात. मुलांना त्यांचा डॅड हवा असतो तर बायकोला आपला प्रेमळ सखा. पण हा त्यांचा नवरा हा चक्रात भरडलेला आणि चिंता-काळजींनी ग्रासलेला. इतकंच नव्हे तर घरीही मी माझ्या ऑफिसातले काम नेल्यामुळे ती सगळीच हिरमुसली होतात. अर्थात त्यालाही मीच जबाबदार आहे.'

'असा स्वतःलाच कोसू नकोस पीटर. एक लक्षात ठेव *घर आणि आपला व्यवसाय या दोन्हीची गल्लत तू करतो आहेस. जेव्हा तू घरात परततोस तेव्हा अंगातला कोट उतरावा, इतक्या सहजतेने आपल्या ऑफिसमधील विचार तुला काढता यायला हवेत.* जसे पायातल बूट काढून शेल्फात ठेवावेत इतक्या सहजतेने आपल्या तन-मनावरचे ओझे आपल्याला झटकता आले पाहिजे. कंपनीत गेल्यावर घरचे ओझे तेथे नेऊन चालणार नाही. आजवरच्या तुझ्या कार्पोरेट जगताचा व प्रवाहाचा अभ्यास केला तेव्हा माझ्या लक्षात आले की निर्णय घेण्याच्या क्षमतेत तू अत्यंत कमी पडतो आहेस.'

पीटर, तुझी निर्णय घेण्याची क्षमता वाढविणे अत्यंत गरजेचे आहे. यासाठी योग्य विचार आणि योग्य विचार करणे यातील फरक तुला कळला पाहिजे. त्यासाठी वर्तमानातील प्रत्येक घटिताचे अक्रिय सावधानतेने भान तुला ठेवायला लागेल. काय घडत आहे ? कसे घडत आहे ? म्हणूनच झालेले आकलन त्वरित अमलात आणणे आपल्यात परिवर्तन घडवून आणते. अनेकदा आपण निर्णय घेण्याच्या वेळी द्विधा मनस्थितीत अडकतो तर काही वेळेला आपण पुढील परिणाम-प्रभावांचा विचार करतो. काही वेळेला निर्णय घेण्यात चाल ढकल करतो. त्यामुळेच *मनाची समतोलता व समधातता फार महत्त्वाची आहे. या सावधानतेतून समोरच्या कृतीतून बोध घेता आला पाहिजे. इतकंच नव्हे तर वर्तमानातील प्रवाह हा पुढे कोणत्या दिशेने व दृष्टीने प्रवाहित होणार आहे, याचे आपल्याला भान व ज्ञान असणे आवश्यक आहे पीटर.* अन्यथा आपण लीडर म्हणून कुचकामी ठरू. यातही भावनाशील असणे आणि भावनाविवशता यात फरक आहे.'

जूलियन म्हणत होता ते अक्षरशः सत्यच होतं. माझ्या जीवनाची, व्यावसायाची गति ही इतकी वाढली होती की त्याचा वेग नियंत्रित करणे हे माझ्याच आवाक्याबाहेर होऊन गेले होते. मी दिवस-रात्र माझ्या कंपनीतच पडलेलो असायचो. कामाचा प्रचंड बोजा, समस्यांची भली मोठी यादी, ग्लोबल व्ह्यू मार्केटमधील चढउतार विशेषतः शेअरच्या भावातील मोठी गिरावट, मॅनेजमेंटमध्ये दिवसेंदिवस पडत असलेली दरी आणि कंपनीची घसरत चाललेली विश्वासार्हता, अशा एक ना अनेक गोष्टीचा माझ्यावर विलक्षण परिणाम होत होता. तो परिणाम माझ्या तन-मनावर स्पष्ट दिसायला लागला होता. सॅमंताला तर त्याची विलक्षण काळजी असली तरी काळजी करण्यापलिकडे ती फारसे काही करू शकत नव्हती. मी माझ्या गतीत इतका हरवलो होतो की जीवनातील सौंदर्याचे-आनंदाचे भानही मी विसरून गेलो होतो. मी जूलियनला विचारलं 'स्व'-नेतृत्त्वाच्या दुसऱ्या संकेत प्रणाली विषयी तू आता मला सांग.'

'विपुल आणि सधन-समृद्ध ज्ञानाची कास धरणे. पीटर आपल्या ज्ञानाचे नेमके व उचित उपयोजन करण्यातही मोठी ऊर्जा दडलेली असते. अर्थात त्यासाठी बदलत्या व्यावसायिक पर्यावरणासह उत्तमोत्तम ग्रंथांचे व तत्त्वविचारांचे तसेच व्यवस्थापनाचे अद्ययावत ज्ञान व भान आवश्यकच नव्हे तर अपरिहार्य आहे. तसे जर नसेल तर तुम्ही या शर्यतीत नेहमीच मागे रहाल आणि महत्त्वाचे म्हणजे तुमच्या आत्मविश्वासाची उंचीही हळूहळू कमी कमी होत जाईल. नेतृत्त्वाचे जे काही मूलभूत नीतीनियम आहेत वा मूल्ये आहेत त्यांची बांधिलकी जर तुम्हाला खऱ्या अर्थाने निभवायची असेल तर या ग्रंथांशी दोस्ती करणे आवश्यक आहे असे मला वाटते. दिवसांतला किमान अर्धा तास तरी तुम्ही तुमच्या वाचनाला दिला पाहिजे. इतकेच नव्हे तर बदलत्या प्रवाह-परंपरेची नोंद घेत तुम्हाला पुढे जायला हवे. मघाशी मी तुला काही पुस्तकांची यादी दिली होतीच शिवाय काही लेखकांविषयीही मी बोललो होतो. त्यांचे बोट जर तू पकडलेस तर तुझी तडफड निश्चित कमी होईल. यातही ह्या ग्रंथातील तत्त्वज्ञान तुमच्या आतील तत्त्वचिंतकाला घडविण्यास मदत करील. महात्मा गांधीचे आत्मचरित्र, अर्थात सत्याचे प्रयोग तसेच चर्चिलचे चरित्र यातून तुम्हाला नेतृत्त्वाविषयी खूप काही संकेत मिळू शकतात. फक्त तुमचे मन तरल सावधान हवे आणि उत्सुकही. *आपल्या वाट्याला समस्या कमी याव्यात अशी प्रार्थना करण्यापेक्षा आपल्याला अधिक शहाणपण कसे मिळेल या चिंतेत तुम्ही राहिले पाहिजे.'*

जे मोठे लोक आहेत, प्रज्ञावंत-प्रतिभाशील तज्ज्ञ आहेत अशांच्या सहवासात राहण्याचा मोठा प्रयत्न आपण केला पाहिजे. यातही जे लेखक-कलावंत आहेत अशांच्या सहवासात राहण्याचा प्रयत्न करा म्हणजे मग तुम्हाला योग्य जीवनाची दिशा व दृष्टी कळू शकेल. असे लेखक जीवनाकडे अनेकदा असांकेतिक नजरेने पहात आयुष्याला विकासाकडे नेत असतात. नेपोलियन हिल, बेन फ्रँकलिन, थॉमस एडिसन किंवा ग्राहम बेल यांनी

जीवनातील शोधाला व नवनवीन आशयप्रदेशाला सर्वाधिक महत्त्व दिले. या प्रतिभावंताचे शहाणपण हे त्यांनी लावलेल्या शोधात व ग्रंथाच्या पानापानांत दडलेले आहे. तेच आपल्याला मिळवायचे आहे पीटर. म्हणूनच तुला दिवसातील अर्धा तास हा वाचनासाठी द्यायला हवा !'

'तुला खोटं वाटेल जूलियन हा सगळा महिना माझा धावपळीत आणि निरनिराळ्या कंपनींना भेटण्यातच जातो. त्यामुळे दिवसभर कारमध्येच माझा बहुतांशी वेळ जातो.'

'म्हणून तर तुला काळजी घ्यावी लागणार आहे. अनेकदा कारमध्ये तू शैक्षणिक तसेच व्यावसायिक–व्यवस्थापनीय कौशल्यासंबंधीच्या सीडीज ऐकू शकतोस. ज्यावेळी तू घरी परतत असतोस तेव्हा किंवा तू जेव्हा कामावर जात असतोस, तेव्हा तुझ्या कर्मचाऱ्यांना–घरातील सदस्यांना तुमच्यातील बदल जाणवायला हवा. त्यामुळे मघाशी मी म्हटल्याप्रमाणे वेगवेगळ्या लोकांशी, श्रेष्ठ प्रतीच्या आत्मनिष्ठ–प्रेमधर्मी व्यक्तींशी, अधिकाऱ्यांशी संवाद साधण्याचा तुझ्यावर प्रसंग येत असेल. या सर्वांच्या सहवासातून–स्फुरणातून आपल्या मानसिक ऊर्जेला व विचाराना आपल्याला गती देता आली पाहिजे.

ऐश्वर्यवान आणि यशसंपन्न जीवनाचे रहस्य हे आपल्या चिंतनाच्या प्रक्रियेत दडलेले असते. म्हणूनच दिवसातील काही वेळ हा चिंतनासाठी आपल्याला राखून ठेवायला हवा. पीटर, मी रोज सकाळी एक तास डोळे बंद करून सखोल चिंतन करतो. चिंतन म्हणजे चित्तावर उमटलेल्या विचारांचे भान ठेवणे. खरे तर चिंतन ही एक सर्वोत्कृष्ठ कला आहे आणि ती कोणी कुणाला शिकवून येत नसते.'

'जूलियन, *जागतिक स्तरांवरील गतिमान व गुंतागुंतीच्या आव्हानांचा तुम्हाला जर साकल्याने व सर्वांगीण विचार करायचा असेल तर चिंतनाची, ग्रंथवाचनाची व व्यवस्थापनीय कौशल्य आत्मसात करण्याची नितांत गरज आहे.* यातून तू म्हणतोस त्याप्रमाणे हेतूचा व अर्थगर्भतेचा

विचार होऊ शकतो. आता माझ्या लक्षात येते आहे की रोजच्या जीवनातील प्रवाहातही काही क्षण आपल्याला ध्यानासाठी काढता आले पाहिजेत. अर्थात तुझ्यासारखे कमालीच्या आंतरिक शांततेत बैठक मारून चिंतन करणे कदाचित मला प्रारंभी जमणार नाही. पण प्रयत्न करायला काय हरकत आहे.'

'तुझी जबरदस्त इच्छा असेल तर सर्व काही तुझ्या मनासारखं घडू शकेल. बहुतांशी लोक आपला रोजचा जीवनक्रम–ऋतुचक्र ढकलण्यातच शक्तिहीन होऊन जातात. आपल्या रोजच्या जीवनचक्रातून जात असताना आपण स्वतःलाच विचारायला हवे की आपण एवढे कशात व्यस्त आहोत. आपण चुकीच्या गोष्टीत तर अडकलो नाही ना ? काही वेळा आपण आपली सगळी शक्ती, इतकंच नव्हे तर आपली सगळी साधने ही एखादा डोंगर चढण्यात खर्ची घालतो. तो डोंगर चढून गेल्यानंतर लक्षात येते आपण चुकीच्या जागी पोहोचलो आहोत, हे क्लेशदायक नव्हे का पीटर? या करिताच प्रदीर्घ चिंतनाची आणि प्रत्यक्ष जीवनात त्याच्या उपयोजनाची नितांत गरज आहे. मॅनेजमेंट प्रान्तातला एक प्रतिभाशाली तज्ज्ञ म्हणतो *ज्या गोष्टी आपल्याला खरोखरीच करावयाच्या नसतात त्या करण्यासाठी आपले सर्वस्व दिले जाणे यासारखे दुसरे दुर्दैव नाही.* सारांश विचारपूर्वक आणि पूर्वनियोजनाने ठरवलेल्या रस्याने एकेक पाऊल पुढे जात राहणे हे एक प्रकारे श्रेष्ठत्त्वाकडे जाणेच असते. अधिकाधिक चिंतनाने तुम्हाला विशेष प्राधान्य देणाऱ्या गोष्टींची आपली गाठ पडते. एकूणच विचारातील स्पष्टता व नेमकेपणा हा आपल्याला यशाप्रत घेऊन जात असतो. इतकेच नव्हे तर त्यासाठी कसे व कुठले प्रयत्न केले पाहिजेत, हेही तुम्हाला विविध ग्रंथातून–चिंतनातून उलगडत जाऊ शकते. मग सूज्ञतेने व हेतूपुरस्सरतेने आपण कृती करीत राहतो. अर्थात अनेक ठिकाणी निस्तब्ध व अक्रिय अवधानाची गरज आहे, मग सगळे रस्ते स्वच्छ दिसायला लागतील. पीटर, प्रशांत शांततेतून काही भन्नाट कल्पनाचित्रे आकाराला येतात.'

'आणि इंटरनेट विषयी ?'

'पीटर, इंटनेटचे मोहजाल तर प्रचंडच आहे. तुम्ही घरबसल्या खूप काही अद्यावत माहिती आणि तंत्रज्ञान मिळवू शकता. क्षणात जगातल्या कोठल्याही कोपऱ्यात संपर्क-संवाद साधू शकता. इतकंच नव्हे तर व्यवहार करू शकता. *अखेरीस शिक्षणाची प्रक्रिया खूपच महत्त्वाची असते. शिक्षण म्हणजे क्षणाक्षणाला शिकणेच असते. शाळा कॉलेजमधील परीक्षा संपल्या की अभ्यास पूर्ण झाला असे थोडेच असते. शिक्षण आयुष्यभर सुरूच असते. अगदी शेवटच्या श्वासापर्यंत.*'

'जूलियन, 'स्व'-नेतृत्त्वाच्या तिसऱ्या संकेत प्रणाली विषयी सांग ना. एकूणच नेतृत्त्वाच्या पाचही संकेत प्रणालींविषयी मला कमालीची उत्सुकता आहे?'

'स्व'-नेतृत्त्वाची तिसरी संकेत प्रणाली ही शारीरिक दक्षतेसंबंधीची आहे. *जेवढी तुम्ही तुमच्या शरीराची काळजी घेता तेवढी मनाची पण घेतली पाहिजे.* इमर्सन म्हणतो की तुम्ही काय करणार आहात ते स्वतःला बजावून सांगा आणि मग त्याचा सर्वशक्तीनिशी पाठपुरावा करा. वीस मिनिटे व्यायामाला देणे, हे एकदा ठरल्यानंतर आपल्या गतिमान व व्यस्त जीवनातून बाहेर पडत व्यायामाकडे वळा. अर्थात त्यात चालढकल करू नका. एकूणच शरीराच्या कसरतीची सवय, चालण्याची सवय दिवसागणिक थोडी थोडी वाढवत न्या. यातून तुम्ही एका उच्चतम पातळीपर्यंत निश्चित जाल.

आपल्या शरीराविषयी, आरोग्याविषयी आणि आपल्या आहार-विहाराविषयी आपण अतिशय संवेदनशील असायला हवे. अतिआहार किंवा अगदीच मित आहार न करता समतोल आहार आपण सेवन करायला हवा. या आहारातसुद्धा एक शिस्त हवी. या आहारात फळे, पालेभाज्या, कडधान्ये तुम्हाला हवी ती ऊर्जा मिळवून देतील. ही ऊर्जा-चैतन्य तुम्हाला, तुमच्या तन-मनाला खूप काही मिळवून देणार आहे हे लक्षात ठेवा.

वाजवीपेक्षा जास्त खाणे टाळा. सकळी हवे तेवढी फळे खा. तसेच सायंकाळी आठ नंतर काही खाऊ नका. जवेणानंतर सॅलड खा आणि मांसाहार वर्ज्य करा. वयागणिक पुरुषांची पोटे सुटत जातात आणि आपल्या शरीराचा डौल (विशेषतः पन्नाशीनंतर) अगदीच बिघडून जातो. अशा वेळी पोटाचे व्यायाम करणे आणि जलद चालणे आवश्यक आहे. एरोबिक्स तसेच खाण्यात हलका आहार (फळांचा आहार) करा. पोटाचे व्यायाम करा. पूर्वकडील देशात सूर्य नमस्कार फार प्रसिद्ध आहेत. संपूर्ण शरीराला ते व्यायाम देतात आणि शरीर सुदृढ ठेवतात. काहीजण जोर-बैठका काढतात तर काही जिममध्ये जातात. पण तुम्ही वेळीच शरीराकडे आणि मनाकडे लक्ष द्यायला हवे एवढे मात्र निश्चित !

विचारांची येरझार, अस्वस्थता, क्रोध, ताणतणाव, भीती-दुःख या सर्वांचाच आपल्या आरोग्यावर विलक्षण प्रभाव-परिणाम होत असतो. यातून रक्तदाब, मधूमेह या सारखे रोग आपल्या शरीरात शिरकाव करू लागतात. शरीराबरोबर मनाच्या संतुलनाला अपार महत्त्व आहे. असंतुलित मनात प्रतिमांचा तसेच भूतकाळातील आठवणींचा नुसता खच असतो. नकारात्मकता ही आपल्याला खऱ्या जगण्यापासून, सृजनशीलतेपासून तसेच आरोग्यापासून नेहमीच दूर ठेवत असते. कॅन्सर रुग्णांनी केलेल्या सकारात्मक-सृजनात्मक चित्रीकरणाच्या प्रयोगाला उत्तम प्रतिसाद मिळालेला आहे. आपले अस्तित्त्व, अस्मिता आणि अभिमान यांच्याशी असलेले नातेच आपल्याला अधिक शांत, विवेकशील बनवते. जी माणसे व्यस्ततेच्या नावाखाली आपल्या शरीर-मनाकडे लक्ष देत नाही त्याना आजारापणासाठी पुढे खूप वेळ राखून ठेवावा लागतो. एकूणच निरोगी मन व शरीर यासह एकाग्रता, कष्टप्रदता आणि ईश्वराचे स्मरण या गोष्टींना महत्त्व देत चला ! नकारात्मक विचार, कंटाळा, निरुत्साह तसेच आळस यांना मनाच्या दरवाजापाशीच रोखा व सकारात्मकतेची कास धरा. निसर्गाच्या समवेत जास्तीत जास्त वेळ घालवा.

'निसर्गाच्या सहवासात जायचं म्हणजे काय करायचं ?'

'पीटर चालण्यासारखा दुसरा व्यायाम नाही. केवळ गंमतीखातर नव्हे तर चालण्याचा व्यायाम म्हणजेच स्वतःसोबत राहणेच असते. कन्फुशिअस, सॉक्रेटिस तसेच ॲरिस्टॉटल हे सगळे चिंतक पहाटे लवकर खूप दूरवर निसर्गाच्या कुशीत जात असत. काही जण डोंगरावर जातात. तेही अगदी नियमितपणे. योगी रामन तर म्हणत असत की *माझ्याकडे दोन डॉक्टर आहेत. आपल्या पायाकडे निर्देश करीत ते म्हणत, एक उजवा आणि दुसरा डावा.*

चार्लस डीकन्स आपल्या बॅड पॅच मध्ये इंग्लंडच्या मध्य वस्तीतून रात्री–बेरात्री हिंडत असे. सर्वसामान्य लोकांना, सामान्य व्यावसायिकांना पाहण्याची मौज तो चाखे.

एकूणच तुम्ही दिवसाची सुरवात जशी करता तस तसा तुमचा दिवस आकारात जातो. अनेकदा लोक सकाळी दहा–अकरा वाजेपर्यंत बिछान्यातच लोळत असतात. कारण पहाटे उठून करायचे काय हेच त्यांना कळत नाही. गांधीजी फक्त चार तासच झोप घेत असत. पीटर सर्वांत महत्त्वाचे म्हणजे *तुमच्यातील ऊर्जा आणि तुमचा जीवनाचा हेतू यांचे मोठा अनुबंध असला पाहिजे.*

'स्व' नेतृत्त्वाची चौथी संकेतप्रणाली ही शारीरिक स्वस्थतेसंबंधीच आहे. या *तंदुरूस्तीसह लेसर किरणांची एकाग्रता, तीव्रतम स्मरणशक्ती, सृजनशीलतेची आंतरिक ओढ, मनाची निश्चलता तसेच अंतरबाह्य शिस्त व उत्कट इच्छाशक्ती यांचा विकास आपल्याला साधता आला पाहिजे.*

तू ऑलिम्पिक दर्जाचे खेळाडू कधी पाहिलेस. त्यांच्या मनःपटलावर सतत यशवैभवच असते आणि त्या अनुषंगाने उच्चतर मानसिक व शारीरिक क्षमतेने ते सराव करीत असतात. त्यामुळे यशाने दिशेन सातत्याने पुढे जात राहणे आणि अखेरीस स्पर्धेत सर्वोच्च परफॉर्मन्स प्रदर्शित करीत यशवैभवासह आपली सर्व पदे हस्तगत करणे त्यांना महत्त्वाचे वाटते. पीटर तुम्हीही

अशी शारीरिक व मानसिक स्थितीगती प्राप्त करू शकता आणि आपला उच्चतम परफॉर्मन्स दर्शवू शकता. तेही जागतिक पातळीवर.'

'मन आणि शरीर यांच्या अनुबंधाविषयी ?'

'मन आणि शरीर यांचा असलेला संबंध आत्तापर्यंत तुझ्या लक्षात यायला हवा होता पीटर. जे मनात येते तेच शरीरावर प्रत्यक्षाप्रत्यक्ष उमटते. चेहऱ्यावर दिसते. मांसाहारी पदार्थ पचनास जड असतात. मांसाहाराच्या अतिसेवनातून एक स्थूलता व आळसटपणा अंगात येतो. या उलट फळे व पालेभाज्या यांच्या संयोगातून तुम्हाला एक तजेलदारपणा वाटेल. इतकेच नव्हे तर अमर्याद ऊर्जा व लवचिकताही आपल्या वाट्याला येईल. खरे तर आपल्या अन्नसेवनाप्रमाणे आपल्या हलचालीही बदलतात.

गेल्या चोवीस तासात तुम्ही कुठले तेलकट व मेदजन्य पदार्थ सेवन कलेत याची यादी तयार करा आणि जेवणातील त्याचे प्रमाण हळूहळू कमी करा. चॉकलेट आणि स्नॅक्स यापेक्षा फळेही केव्हाही चांगली. मांसाहारातही कपात करण्याचा प्रयत्न करा. एकूणच तुमचा अन्नसेवनाचा स्तर-दर्जा निश्चित करणे फार गरजेचे आहे.

रोनाल्ड रेगन यांनी शरीराला शिस्त लावण्यासाठी एक गुरुकिल्ली सांगितली आहे. ते म्हणतात की *तुम्हाला ज्यात विशेष रस-आनंद-प्रेम वाटते तीच कृती/व्यायामाची पद्धत निवडा.* व्यायामाच्या खेळात व कार्यक्रमात अधिकाधिक रस आपल्याला घेता आला पाहिजे.

उपवासाचे महत्त्व अनेकांनी जाणले आहे. योगी रामन आठवड्यातून दोन दिवस उपवास करीत असत. उपवास करणे म्हणजे एक प्रकारे सौम्यता व संयम यांना आमंत्रण करण्यासारखेच असते. त्यामुळे पीटर आजपासून आठवड्यातून किंवा पंधरा दिवसांतून एक दिवस उपवासासाठी राखून ठेवा. निर्जल उपवास करणे अवघड वाटत असेल तर थोडा फलाहार घ्या.

जीममधून वा व्यायामावरून आल्यानंतर किंवा सकाळी फिरून आल्यानंतर घरात ऐके जागी शांत बसा आणि स्वतःला ताणतणाव मुक्त

करा. अंगाला तेलाने मालिश करा आणि मग मस्तपैकी गरम पाण्याने स्नान करा. ॲक्युपंक्चरचा प्रयत्न करा. काही वेळ मौन धारण करा. आपण नियोजित केलेला कार्यक्रम पार पाडल्याबद्दल स्वतःला शाबासकी द्या.'

'जूलियन तुझ्या पाचव्या संकेतप्रणालीविषयी सांग ना ?'

'काही नाही पणाचे भान किंवा मृत्यूशय्येवरची मानसिकता.'

'म्हणजे मी समजलो नाही जूलियन?'

'मृत्यूचे, काही नाहीपणाचे भान ठेवत वर्तमानातील प्रत्येक क्षण आपण चैतन्यपूर्णतेने जगले पाहिजे. एक चिनी म्हण आहे पीटर, वृक्ष - रोपटे लावण्याची वेळ वीस वर्षापूर्वीच होती. पण दुसरी उत्तम वेळ ही आजची, आत्ताची आहे.

सौंदर्यपूर्ण आयुष्य जगण्यासाठी मी तुम्हाला असे सूचवितो की तुम्ही काही प्रश्न स्वतःला अंतर्मुखतेने विचारायला हवेत. असे प्रश्न की जे जीवनातील काही मूलभूत गोष्टींशी जोडले गेले असतील. अशी कल्पना कर की आजचा दिवस हा तझ्या आयुष्यातला शेवटचा दिवस आहे आणि तू मृत्यूशय्येवर पहुडलेला आहेस ? आपण स्वतःला विचारायला हवे की.. आपण समृद्ध व सधन जीवनाचे स्वप्न बघितले आहे का ? मी संपूर्णपणे जगतो आहे का ? मी काही गोष्टी सोडून द्यायला शिकलो आहे का? मी खरोखरीच निखालस प्रेम करतो आहे का ? मी या पृथीतलावरून जाताना काही भरीव कामगिरी गेली आहे का ? माझे योगदान मी काय दिले?....असे एक ना अनेक मूलभूत प्रश्न आपण जर अंतर्मुखतेने स्वतःला विचारले तर मग आपल्या खऱ्या अर्थाने जाग येऊ शकेल. मग आपण एका जाणतेपणाने अर्थपूर्ण-सार्थ आयुष्याकडे वळू. यातून मिळणारी प्रांजलता, निर्मळता ही तुम्हाला यशाकडे घेऊन जाईल.

आपल्याला मिळालेल्या वेळेतील एकही क्षण फुकट जाऊ नये असे आपल्याला वाटायला हवे. तरच आपण क्षणस्थ वृत्तीने जगायला शिकू आणि जीवनातला खरा आनंद व सुगंध वेचू !

इमर्सनने यशस्वी माणसाविषयी एके ठिकाणी एक मूल्यवान विचार मांडला आहे..

मनापासून खळखळून हसता येणं, ज्ञानी प्रज्ञाशील माणसांच्या आदरास आणि लहान मुलांच्या प्रेमास पात्र ठरणं, प्रांजल समीक्षणकांची-निंदकांची दाद मिळवणं आणि जवळच्या मित्रानी केलेला विश्वासघात पचवता येणं, दुसऱ्यातले चांगले-उत्तमोत्तम गुण वा त्यांनी उराशी जपलेली मूल्ये शोधता येणं, एखाद्या सुंदर निरोगी मुलाला जन्म देऊन वा एखाद्या सामाजिक स्थिती-गतीत अंतःकरणापासून सहभागी होत सुधारणा करणं, हे जग आहे त्या पेक्षा अधिक सर्वोत्तम करीत त्याचा निरोप घेणं, आपण जसे जगलो त्यामुळे निदान एका तरी दुसऱ्या जिवाचं जगणं त्याची तडफड-वेदना हलकी करणं, म्हणजे यशस्वी होणं होय !

जूलियनबरोबर झालेले सगळे संवाद आठवत आम्ही पुन्हा त्या डोंगराच्या पायथ्यापाशी कधी आलो ते कळलेच नाही. जूलियननी मला जे जे सांगितले आहे ते ते मी मनात साठविण्याचा प्रयत्न करीत होतो. जाताना जूलियननी मला पाच महत्त्वाची तत्त्वे कथन केली होती : *स्वशोधकता आणि विकसनशीलता, अद्ययावत ज्ञानतंत्राची कास, शारीरिक स्वास्थ्य, पहाटे लवकर उठणे तसेच मृत्यूशय्येवरील मानसिकता.* विशेषतः जूलियननी स्वनेतृत्त्वावर-आंतरिक विकसनावर जो भर दिला होता त्याकडे आपण काळजीपूर्वक पाहिले पाहिजे आणि त्या दिशेने कार्यरत राहिले पाहिजे. जूलियन म्हणतो त्याप्रमाणे द्रष्टे लीडर आपल्या आंतरिक नेतृत्त्वशीलतेवरच अधिक भर देतात. त्यामुळे जागे आणि जाणते असण्याला जीवनात किती महत्त्व आहे हे मला आता कळले होते. इतरांचे नेतृत्त्व करण्याआधी मला आता स्वतःकडेच वळणे आवश्यक होते एवढे मात्र निश्चित !

प्रकरण १० वे : ज्ञानाचे समग्र अवतरण : जूलियनचे शहाणपण

संकेतप्रणाली

'स्व' नेतृत्त्वाचे पुढारीपण

प्रकरणाचे सार

'स्व' नेतृत्त्वाची संकेतप्रणाली

शहाणपण

* नेतृत्त्वाचा प्रारंभ हा आपल्या आतूनच होत असतो
* हे जग *जसे आहे* तसे पहा, *जसे असावे* तसे नको
* आंतरिक जाण व जागृती यांच्या बांधिलकीतून वैयक्तिक तसेच व्यवस्थापनीय नेतृत्त्वाचा उदय होतो
* असान्यत्त्वाकडे झेप घेण्यासाठी सामान्यत्त्व नाकारा

सरावासाठी

* वैयक्तिक व सातत्यमय सुधारणा
* अद्ययावत व अत्याधुनिक ज्ञानभांडार
* शारीरिक स्वास्थ्य व निरामयता
* पहाटे लवकर उठण्याची सवय
* काही नाहीपणाचे/मृत्यूचे भान ठेवत जगणे

सुभाषित्मकता

चरितार्थासाठी जगताना इतके स्वतःला वाहून घेऊ नका की जीवनाचे सौंदर्य हातून निसटून जावे.

द् मंक हू सोल्ड हिज फेरारी

संकेतप्रणाली ७ वी

सगळे जण तेच पहात असतात,
पण तुम्ही मात्र त्याकडे
एका वेगळ्या विचारांनी व नजरेने पहा !

प्रकरण ११ वे

सृजनशीलता आणि शोधकता यांची संकेतप्रणाली

इतर कोणी जरी वाचत नसले तरी तुम्ही मात्र नियमित वाचत चला. इतर मात्र बिनडोकपणे व्यवहार करीत असले तरी तुम्ही मात्र सातत्याने विचार करीत चला. अखेरीस कृत्रिमतेने दांभिकतेसह जगणे हे नेहमीच घातक असते.

ख्रिस्ताफर मोर्ले

'आता आपल्या एक-दोन भेटीच फक्त शिल्लक राहिल्या आहेत', असे जेव्हा जूलियन म्हणाला तेव्हा मी मात्र विलक्षण उदास झालो. डोंगराच्या पायथ्यापर्यंत आलो तरी देखील मी गप्पच होतो. बहुधा जूलियनच्या ते लक्षात आले असावे.

'हे काय तू तर नर्व्हसच झालास की ?'

'नाहीतर काय !'

'तुझ्याबरोबरचे माझे काम आता जवळ जवळ संपत आलेले आहे. तुझ्यासारखा अतिशय हुशार विद्यार्थी-मित्र मला प्रारंभी मिळाला आणि मलाही तुझ्याशी चटकन संवाद साधता आला. तू एक उत्तम

श्रोताच नाही तर एक स्कॉलर अभ्यासक आहेस आणि प्रवीणही. तुझ्या वैयक्तिक सराव व सवयींसाठी माझ्याकडे असलेल्या आणि योगी रामन यांनी माझ्या तळहातावर ठेवलेल्या सगळ्या कल्पना, विचार मी तुला दिलेल्या आहेत. आता येणाऱ्या कुठल्याही समस्यांचे वा अडथळ्यांचे तू संधीत रूपांतर करशील या बद्दल मला तरी संदेह वाटत नाही. कमालीच्या प्रभावीपणे व परिणामकारकरित्या तू जर ही विचारसूत्रे प्रत्यक्षात राबविलीस तर तुझे नेतृत्त्व हे जागतिक स्तरांवरही नक्कीच गाजेल आणि तुला हवे तसे रिझर्ल्टस मिळतील. वैयक्तिक तसेच व्यवस्थापनीय कौशल्यांना आता तुला तोटा नाही. आता मला तुझ्या *ग्लोबल व्ह्यू सॉफ्टवेअर* विषयी काहीच चिंता वाटत नाही. तुझ्याकडे असलेल्या लोकांमधील उत्साह व चैतन्यशक्ती यांना तू नक्कीच नवी वाट करून देशील. तुझ्या प्रेमातून उदयाला येणारी प्रत्येक कृती, तुझी स्वयंसूचना, तुझी सकारात्मकता, तुझी तीव्रतम इच्छा व कष्टप्रदता तसेच तुझा अतीव समजूतदारपणा हा नव्या बदलासांठी आता चांगलाच सज्ज झालेला आहे. हाच उत्साह तुझ्यासह तुझ्या कंपनीला कार्पोरेट जगतात मोठ्या उंचीवर घेऊन जाईल. अर्थात मुक्तता आणि स्वातंत्र्यासह सहजीवनाची महती तुला आता तुझ्या सहकाऱ्यात राबवावी लागणार आहे. मी परत येईपर्यंत तुझ्या कंपनीत हवे तसे बदल झाले असतील. हो ना ?'

'अर्थातच ! मला तर खात्रीच वाटते.'

'नाहीतर मला पुन्हा एकदा तुझी गुलाबाची बाग तुडवावी लागेल आणि तुझ्या केबीनची काच मला नाईलाजास्तव फोडावी लागेल'..असे म्हणत जूलियन मोठ्यांदी हसायला लागला. मी त्याच्या त्या मोकळ्या हसण्याकडे बघतच राहिलो.

खरंतर त्यादिवशी मी घरी परतलो ते विलक्षण उदासीनतेत असताना. काही क्षण मी माझ्या अभ्यासिकेत नुसताच बसून राहिलो. पण मला असे नर्व्हस होऊन चालणार नव्हते. मग मी जूलियनबरोबर झालेला संवाद बराच

वेळ आठवत बसलो. नंतर जवळ जवळ तासभर मी त्यावर चिंतन करीत होतो. त्याचे शब्द न शब्द मला आठवत होते.

आज मला त्याने एका अतिशय नावाजलेल्या प्राथमिक शाळेत बोलावले होते. मी कार चालवत असताना माझे मन विलक्षण कृतज्ञतेने भरून येत होतं. मला गाढ निद्रेतून जागे करीत जूलियनने मला कार्पोरेट जगताचे एक नवे जागरण घडवले. ते क्रांतिकारकच होते. त्यात महान जगण्याची कला तर होतीच पण व्यावसायिक पूर्णतेचा शोध होता. खरं तर अशी पूर्णत्वाकडे जाण्याची उर्मी ही प्रत्येकालाच असते. तसा प्रत्येकाचा शोध हा चालूच असतो पण यातही जूलियनसारखा सारखा गुरू मिळाला तर ! आणखीन काय हवे आयुष्यात. माझ्या वडिलानंतर जूलियनचाच माझ्या जीवनावर विलक्षण प्रभाव आहे. अगदी कॉलेजच्या दिवसापासून आणि आता तर आमची मैत्री घट्टच झाली आहे. माझ्या संकटग्रस्त आणि अधःपतनीय व्यावसायिक जीवनाचा व पर्यावरणाचा विकास हा केवळ जूलियनमुळेच शक्य होत होता. अन्यथा मी माझ्या कुवतीनुसार लक्ष्यनिश्चिती करीत पावलागणिक पुढे जात होतो. पण जूलियनने मला एक मोठे स्वप्न दाखवले आणि औद्यागिक अस्तित्वाचा अर्थशोध घेण्याचे बीज माझ्यातच असलेले दर्शवले. माझी वेदना आणि दुःखभोग यांना हलक्या अर्थाने स्पर्श करीत नेतृत्त्वाचे एक नवे शहाणपण माझ्या तळहातावर ठेवले. ते ही निरपेक्षपणे. जूलियनच्या सहवासात ते बीज अंकुरत होते. जूलियनची शिकवण परिपूर्ण होती आणि आता व्यावसायिक जीवनप्रवाहात वावरत असताना मला ती शिकवणच जागतिक स्तरांवर तोलणार होती. एक मात्र मला कबूलच केले पाहिजे की जूलियनचे मोल माझ्या लेखी खूप आहे. जूलियनच्या शब्दातील अगाधतेची मला आता कटाक्षाने जाणीव होत होती. जूलियन नेहमीच माझ्या भावनांच्या खोलीचा अदमास घेत मला विकसित करीत होता. योगी रामन यांच्या शिकवणूकीसाठी त्याने सर्वप्रथम मला निवडल्यामुळे तर मला त्याचा अभिमान वाटत होता.

मी माझी कार शाळेच्या जवळच पार्क केली तेव्हा मला जूलियन त्या शाळेच्या मुख्याध्यापिकेसमवेत बोलताना दिसला. दोघेही हास्यविनोद करीत असताना मला दिसले. या मॅडम जूलियनच्या कशा परिचित, असा प्रश्न मला पडला. मग नंतर कळले की जूलियननी पूर्वी आपली फेरारी या बाईंच्या नवऱ्याकडून विकत घेतली होती. त्या मॅडमच्या नवऱ्याकडे फेरारीची डिलरशीप होती.

खरे तर ही शाळा प्राथमिक असली तरी संपूर्ण देशात ख्यातकीर्त होती. इतकी की अत्यंत बुद्धिमान मुलांनाच इथे प्रवेश दिला जातो आणि त्यांच्या सर्वांगीण विकासासाठी इथे खास प्रशिक्षक वर्ग नेमलेला आहे. इतकेच नव्हे तर अनेक तज्ज्ञ इथे आपणहून येतात आणि मुलांच्या विकासासाठी मोठे योगदान देतात.

जूलियननी मला हात केला आणि माझ्याकडे पाहून आपले सहज हास्यही केले. माझी त्याने त्या मॅडमशी ओळखही करून दिली. नुकतीच मधली सुट्टी झाल्याने मुलांचा गोंगाट होत होता. मी नकळत माझ्या बालपणात हरवलो पण जूलियननी मला पुन्हा वर्तमानात आणले. मग आम्ही दोघे बोलत बोलत एका मोठ्या झाडाखाली आलो.

'पीटर, या मिसेस मॅपलेस तुला चांगल्या ओळखतात. इतकंच नव्हे तर तुझ्या दोन-तीन मुलाखतीही त्यांनी वाचल्या आहेत.'

ते ऐकून तर मी उडालोच.

मग जूलियन मला गंमतीने म्हणाला, 'बघ तू किती वर्ल्डफेमस होत आहेस ते.'

'तू मला मागच्या वेळेस सातवे पझल्स देणार होतास ते दिलेच नाहीस.'

'पीटर निर्मिती-सृजनशीलता ही एक अतिशय पवित्र गोष्ट आहे. यातही निर्मिती आणि प्रॉडक्शन यात खूप मोठा फरक असतो. सृजनशीलतेसाठी आपल्यातील नैसर्गिक चैतन्यशक्ती ही मोठ्या प्रीतीसह प्रवाहित करावी

लागते. केवळ स्वतःच्याच नव्हे तर आपल्या कंपनीतल्या लोकाच्या सृजनशीलतेला तुला एक नवी दिशा व दृष्टी देणे हे आवश्यकच नव्हे तर अपरिहार्य आहे. पीटर मी *जिव्हाळा-प्रेम तसेच संवाद या गोष्टींचा मुद्दाम उल्लेख केला याचे कारण हृदयाच्या साधेपणाला-संवदेनशीलतेला अपार महत्त्व आणि अर्थगर्भता आहे. ही अर्थगर्भताच नवनवीनतेच्या शोधात मार्गस्थ होत राहते. याचमुळे सृजनशीलता आणि शोधकता हाच तुझा मंत्र असायला हवा ! प्रीती-सृजनशीलता तसेच शोधकता ही शुद्धीकरणाची अखंड प्रक्रिया असते यातूनच आपण विकासाच्या पाऊलवाटेने पुढे जात राहतो. अर्थात त्यासाठी तरल व तीक्ष्ण-लवचिक सावधानतेची मोठी गरज* आहे.'

'तू म्हणतो आहेस ते जूलियन जरी मान्य केले तरी जी नैसर्गिक क्षमता व आपल्या कामाविषयी आवश्यक असणारा जिव्हाळा माझ्या कर्मचार्यात आहे की नाही मला माहित नाही. फायनान्स-अकाऊंटस खात्यांबाबत आपण काय करणार ? मला नाही वाटत की त्यांना ह्या सृजनशीलतेचे महत्त्व कळेल.'

'असे होत नाही पीटर. अनेकदा मुक्तता आणि आपल्या आंतरिक शक्तीला आवाहन न केल्यामुळे आपण तसेच सुप्तावस्थेतच कालक्रमणा करीत असतो. यासाठी *त्यांना जागे व जाणते करीत मुक्त करणे आणि संपूर्ण मुक्ततेत त्यांना स्वनेतृत्त्वाची ओळख करून देत तुला त्यांना तुझ्या मिशन मध्ये सामील करून घेता आले पाहिजे. यासाठी संवादासह सहप्रवासाची मोठी गरज आहे.* मी हिमालयात- शिवानीत असूनही योगी रामन वेळेचा व आपल्यातील आंतरिक सुप्त शक्तीचा व ज्ञानाचा मोठा वापर करीत अद्ययावत रहात असत. योगी रामन यांची प्रज्ञाशीलता व प्रगल्भता इतकी होती की माझ्या कुठल्याही समस्येच्या खोल अंतरंगात ते सहजपणे जात असत आणि त्या समस्येचे योग्य विचारांनी निराकरणही करीत असत. त्यातील खोली, उत्कटता व चैतन्यमयता वाखाण्याजोगी असायची. असे

मुक्त, धर्मशील व्यावसायिक पर्यावरण तुला आकारात आणायचे आहे. त्यासाठी लोकांच्या भावनेला-हृदयाला तुला स्पर्श करावा लागेल. इतकंच नव्हे तर नवनवीन शोधातून आकाराला आलेले अद्ययावत भौतिक साधन सामग्री तुझ्या निश्‍चित कामास येईल यात मला शंका वाटत नाही. याकरिता मागे म्हटले तसे *शोधक प्रकल्पाला तू एक मोठे पारितोषिक देत जा. तसेच क्वालिटीच्या संदर्भातही तुला विलक्षण जागरूक रहावे लागेल.'*

'म्हणजे मी अजून समजलो नाही.'

'पीटर आपले इप्सित साध्य/मिशन साधताना कंपनीच्या संस्कृती रचना पद्धतीत व स्वरुपात वृद्धी करणे ह आवश्यक नाही का ? कर्मचाऱ्यांचा सर्वांगीण विकास हाच कंपनीला आणखीन वरच्या स्तरांवर घेऊन जाणार आहे. एक लक्षात घे, तुझ्या कंपनीचा मूळ साधना-स्त्रोत हा तुमचा कर्मचारी-कामगार वर्गच आहे. अव्वल दर्जाच्या आपल्या कर्मचारी संघटनेच्या विकासासाठी आणि त्यांच्या सृजनशीलतेला आवहान करीत त्यांना शोधकतेच्या दिशेने प्रवाहित करणे म्हणूनच महत्त्वाचे ठरते. तू जी लीडरशीप संस्कृती वा मूल्ये तुझ्या कंपनीच्या पर्यावरणात व परिसरात रुजवू पहात आहेस. त्यासाठी तुला काही चर्चासत्रे, परिसंवाद वा संवादसत्रे आयोजित करणे आवश्यक आहे. काही मॅनेजमेंट गुरुंच्या कार्यशाळा व नवनवीन ग्रंथ-मॅगझिन्सची योजना तुला करावी लागेल. एकूणच ही लोक सर्वांगाने म्हणजेच आपला आचार-विचार व व्यवहार या दिशांनी विकसित झाली तर तुझी कंपनी जागतिक स्तरांवर वैभवप्रत जाणार आहे.

एके क्षणी तुझा शून्यावस्थेतून सुरू झालेला प्रवास, कंपनीची आजवरची वाटचाल, त्याची जडण-घडण व विकास याबद्दल तुला मोकळेपणाने त्यांच्याशी बोलले पाहिजे. कोणकोणत्या व्यक्तींची जीवनदृष्टी व कृती वा कष्टदिशा त्याला कारणीभूत होती, यांची नावानिशी यादी व वर्णने तुला काहीवेळा प्रसिद्ध करून नवीन लोकांना दर्शवावी लागतील. यातूनच प्रवासात प्रत्येकाला स्फुर्ती तर मिळेलच पण कंपनीतील प्रत्येक

व्यक्ती ही सृजनशीलतेसह मोठ्या शोधकतेने कार्यरत होईल.'

'म्हणजे तुला काय म्हणायचे आहे ?'

'फुलपाखरे नेहमीच सौंदर्याचा व जीवनाचा मुक्त आस्वाद घेत अधिकाधिक समृद्ध आयुष्य जगतात या उलट बोटीच्या तळाशी असलेले कीटक हे नेहमीच त्या बोटीबरोबर अगांतुक व परावलंबी जीवन जगत राहतात. त्यांना कष्ट न करता खाद्य हवे असते आणि आपला उदरनिर्वाह तसाच वहात न्यायचा असतो. अशी माणसे आपला खेळ सुरक्षितपणे खेळतात आणि सुरक्षितपणे मरतात. अनेकदा आपले शोधक प्रकल्प जरी अचानक अयशस्वी झाले तरी शोध घेणे आवश्यक आहे आणि प्रयोग करणेही.'

'मागे तू मला एकदा म्हणाला होतास की *तुम्ही ज्याचा सोहळा साजरा करता ते तुम्हाला मिळते.*'

'अगदी खरे आहे पीटर. यामुळेच *तुझी-तुझ्या कंपनीची मूल्ये व विचारसूत्रे जपणाऱ्या व सातत्याने पुढे जाणाऱ्या ज्या काही व्यक्ती असतील त्यांना पारितोषिक बहाल करणे आणि तीच संस्कृती सदैव रूजवणे* हे आवश्यक नाही का ?'

'म्हणजे मी ज्याविषयी बोलेन त्याविषयीच लोक बोलतील आणि तसेच वागतील असे तुला म्हणायचे आहे का ?'

'म्हणूनच *तुमची उद्दिष्टे, मूल्ये वा हेतू या विषयी सतत आपण चारचौघात बोलले पाहिजे आणि मागे म्हटले तसे त्याची सामाजिक बांधिलकी व उपयुक्तता आपल्या लोकांना तुला पटवता आली पाहिजे.* त्यासाठी एकत्र सभेत व चहापानाच्या कार्यक्रमात तुला तुझ्या लोकांशी संवाद साधायला हवा. त्यांना तुला सतत जागे व जाणते ठेवायला हवे. जॅक वेल्ब याच्या *विनिंग* ह्या अप्रतिम पुस्तकात *जीई*च्या मिशन/ध्येयाबद्दल इतक्या वेळा बोलले गेले आहे की लोकांना झोपेत जरी विचारले गेले तरी ते सांगतील. काही वेळा समूहातील एकता व बांधिलकी टिकविण्यासाठी

तुला पिझ्झा पार्टी आयोजित करावी लागेल. असे करून तर बघ.'

'तू आता मला जूलियन हे सांग की सृजनशीलतेचे उगमस्थान वा मूलस्थान कुठे आहे ?'

'चांगला प्रश्न विचारलास पीटर. *सृजनशीलतेचा उदय हा तुमच्या मूलभूत विचारसरणीतून होत असतो.*'

'खरंच ?'

'योगी रामन यांचाही हाच निष्कर्ष आहे. सगळेच पहात असतात आणि तुम्ही तीच गोष्ट पाहता. पण तुमच्या नजरेतील असांकेतिकता व नवीनता सृजनशीलतेला निमित्तमात्र ठरते.'

'मी समजलो नाही जूलियन ?'

'आता या मुलांकडेच बघ ना ? किती आनंदी आहेत ते. प्रत्येकांची कल्पनाशक्ती वेगळी आणि खेळकर पणा वेगळा. पीटर आनंदीपणा म्हणजे काय...खरे खळखळते हास्य कुठले आहे...हे जर तुला पहायचे असेल तर या मुलांच्या चेहऱ्याकडे पहा. त्यांच्या डोळ्यात पहा. त्यांनी काढलेल्या चिंत्रातील प्रतिकातून पहा. सहज हसावे, एखाद्या गोष्टीमुळे किंवा निर्हेतुकपणे आनंदी व्हावे, सुखी असावे, जीवनानंद समजून घ्यावा, सहज स्मित करावे, इतकंच नव्हे तर न घाबरता समोरच्याच्या नजरेत पहावे...ह्या सगळ्या गोष्टी आनंदीपणात येतात.'

'अगदी खरे आहे जूलियन. लहान मुलं जी असतात ती तू म्हणतो आहेस त्या प्रमाणे विलक्षण उत्सुक, उत्साहवर्धक तसेच कमालीची खेळकर असतात, हे मी स्वतःच्या अनुभवावरून सांगू शकतो.'

'पीटर, *आपल्या हृदयात जर गाणे नसेल तर आपले जिणे कंटाळवाणे होऊन जाईल.* म्हणून म्हणतो एखाद्या गोष्टीला सुरवात कर, नवीनतेला प्रारंभ कर. मग आपोआप तुझ्यात उपक्रमशीलता येईल. या मुलांत प्रचंड उत्साह तसेच उपक्रमशीलता दडलेली आहे असे तुला दिसेल. एकूणच अस्तित्वात येणाऱ्या उपक्रमशीलतेत सृजनशक्तीची मुळे असतात.'

'म्हणजेच आनंदीपणा, खेळकरता आणि प्रीती ही सृजनशीलतेसाठी आवश्यक आहेत असे तुला म्हणायचे आहे का ?'

'मी शिवानीत असतानाची गोष्ट. एकदा योगी रामन यांनी एका झाडापाशी खेळत असलेल्या मुलांना एकत्र बोलावले आणि त्यांच्यासमोर एक खडूने एक मोठी रेघ मारली. मग मुलांना ते म्हणाले की ही जी रेघ आहे ती तुम्ही या रेषेला स्पर्श न करता लहान करून दाखवा. सगळी मुलं विचारात पडली. त्यातील सर्वात खोडकर मुलगा पुढं आला आणि त्याने त्या रेघेशेजारी त्यापेक्षा दुसरी आणखीन मोठी रेघ काढली. योगी रामन यांच्याकडे बघत तो म्हणाला, 'तुमची रेघ बारीक झाली की नाही.' असं म्हणून तो सहजपणे हसायला लागला. दुसऱ्याच क्षणी ती सगळी मुलं खेळायला सहजपणे निघून गेली.

पीटर, ती रेघ सर्वांनाच दिसत होती. पण त्या मुलाने त्याकडे एका वेगळ्या नजरेने पाहिले. अनेकदा काय होतं पीटर तुम्हाला खरोखरच काय करायला हवे आहे हे न कळल्यामुळे ठराविक चाकोरीत तुम्ही अडकता किंवा तुम्ही ठराविक चाकोरीतच विचार करीत राहता. *जे ठराविक चाकोरीत जगतात ते तेच ते जगत राहतात. मग अशा जगण्यात उबग आणणारा कंटाळा फक्त स्थित असतो.*

पीटर तुम्हाला ज्या गोष्टीत खरोखरीच तळमळ आहे किंवा ज्या कामात तुम्हाला खरंच मोठा अर्थ भरलेला आहे असे वाटते, ते काम जर तुम्ही सातत्याने करीत राहिलात तर तुम्ही सार्थ जीवनाशी मैत्री कराल. त्यामुळे *मुक्तपणे विचार करण्यासाठी आंतरिक स्वालंबनाला तुम्ही जवळ केले पाहिजे.* अनेकदा काय होते पीटर आपण तयार उत्तरानिशी वर्तमानाला सामोरे जातो किंवा समस्यांना त्याच क्षणी उत्तर देत नाही. तेव्हा समस्या तशीच राहते असे तुमच्या लक्षात येईल. समस्येला तत्क्षणी समर्पक कृतीशील उत्तर आपल्याला देता आले पाहिजे. अर्थात त्यासाठी मनाचा संदेह-संशय मिटून तुमचे मन शांत असले पाहिजे.

सहज कृतीला आपल्याला महत्त्व देता आले पाहिजे. पीटर सहज कृती ही वर्तमानात होत असते आणि म्हणूनच ती सहज व तत्काळ होते. एकूणच सहज कृती ही क्षणाक्षणाला तत्काळ घडत असते. *सहजकृतीचा–सृजनशीलतेचा मूलस्त्रोत अगदी वेगळा असतो. खऱ्या जिव्हाळ्यातून कुठलाही ध्यास वा अभ्यास हा उदयास येतो आणि त्यात कमालीचे सातत्य असते तेव्हा नाविन्य आपला दरवाजा ठोठावते हे लक्षात ठेव.'*

'खरंच ? मग आता मी काय करावे अशी तुझी अपेक्षा आहे.'

'लोकांमधील विविध कला–कौशल्य तू विकसित करण्यास त्यांना मदत करायला हवीस. इतकंच नव्हे तर *भीतीमुक्त पर्यावरण* तुला निर्माण करता आले पाहिजे. तसे झाले तर प्रत्येक जण आपली सृजनशीलता सहज कृतीतून प्रकट करेल. समोरच्याला आपल्या अस्तित्त्वानिशी नेमके काय करायचे आहे ते तुला ओळखता आले पाहिजे. मला वाटतं हेच खऱ्या लीडरचे काम आहे. *आपण जे काही करतो त्यावर जर आपले प्रेम असेल तर त्या प्रेमातून असाधारण सृजनशीलतेची भावना अस्तित्त्वात येते.* अर्थात त्यासाठी तुमचे मन कमालीचे तरल सावधान हवे, निरीक्षणशील हवे. की ज्यात काहीही वगळले जात नाही. काहीही म्हणजे काहीही नाही. तरच सृजनतेची पहाट आपल्या आनंदाचा स्नेहप्रकाश ग्लोबल व्ह्यू सॉफ्टवेअरमध्ये पसरून टाकेल. *या प्रकाशतच आपल्या जाणिवेच्या कक्षा विस्तारतात हे लक्षात ठेव. तसे झाले तर आपण नवे जग निर्माण करू शकू. असे जग की जे नव्या मूल्यांवर आधारित असेल.'*

'आता माझी पहिली कृती काय असली पाहिजे ?'

'तुझ्या कंपनीचा प्राधान्यक्रम समजून घेत तू तुझ्या सहकार्यांचे कार्यक्षेत्र व त्यांचे मने मुक्त करण्यासाठी त्यांना मदत केली पाहिजेस.'

'आणखीन ?'

'प्रत्येकात एक कलावंत दडलेला असतो आणि एक लहान मुलही. तुला त्या दोघांना प्रथम मुक्त करावयाचे आहे. एखाद्याचा मूलगामी विचार

संपूर्ण कंपनीच्या दर्जात व वैभवात खूप काही भर टाकू शकते हे कधी विसरू नकोस ! प्रत्येकाच्या आतील कलावंतला आपले नेतृत्त्व करू दे. मग बघ काय चमत्कार होतो ते.'

'एखादी कल्पना संपूर्ण कार्यपद्धतीत व परिणामकारकतेत बदल घडवू शकते?'

'नक्कीच. तुला अजूनही शंका वाटते. या संदर्भात तुला अनेक उदाहरणे मला सांगता येतील. अनेक कलावंतांनी आपल्या वाद्यात काही मूलभूत बदल केले. चार तारांचे व्हायोलीन काहींनी पाच तारांचे बनवले. आणि काही नव्या रचना आकाराला आल्या. पीटर, ही आनंदाची कारंजीच असतात. अर्थात त्यासाठी आपल्या कामाबद्दल आपल्याला मोठे प्रेम हवे एवढे मात्र निश्चित ! तसे जर झाले तर *संपूर्ण अस्तित्वाचा सर्वंकष बोध देऊ शकणारी भावना प्रत्येकात उदयाला आली तर प्रकाशाची पहाट कार्पोरेट जगतावर राज्य करेल* !'

'जीवनातील नवनिर्मितीचा आनंद काय असतो याचे महत्त्व मला आज कळले जूलियन. मी खरंच त्या दृष्टीने प्रयत्न करीन.'

'अर्थात त्यासाठी मोठ्या तरल सावधानतेची गरज आहे हे नक्की. ज्यांच्या ज्यांच्या बरोबर मी काम केले आहे त्या *सर्वोत्कष्ट कंपन्या वा संस्था या आपल्या छोट्या छोट्या गोष्टींच्या संदर्भात कमालीच्या जागरूक होत्या* किंबहुना त्या तरल सावधानतेसाठी खूप मेहनत घेतात. *इच्छापूर्तीतून मिळणारा आनंद हा बाहेरून येत असतो तर अतीव समाधान मात्र आपल्या आतून येत असते.*

आता तू मूलभूत आणि सखोल अशा मूल्यांशी तुझ्या दिवसांचे, आठवड्याचे शेड्यूल संबंधित ठेव. तर मग तुला यशाबरोबरच आंतरिक समाधानही प्राप्त होईल. यातही आपला शब्द आणि आपली कृती यातील एकरूपता साधली तर सगळेच साधले जाईल.

म्हणूनच पीटर आपल्या सहकार्यांना व कर्मचार्यांना जेव्हा आपणच

बधने घालतो तेव्हा ती बंधने ह्या आपल्याच शृंखला बनतात असे आपल्या लक्षात येईल. म्हणूनच मघाशी मी *भीतीमुक्त पर्यावरण* असा शब्दप्रयोग मुद्दाम केला. रिबॉकच्या एका सीईओने एके ठिकाणी म्हटले आहे की *सामान्य माणसांना जेव्हा तुम्ही तुमच्या बंधनातून मुक्त करता, तेव्हा ते आपल्या कार्यक्षमतेपेक्षा अधिक काम करतात. इतकंच नव्हे तर त्यांच्या आतली खरी ऊर्जा व सृजनशीलता इथे* खरी विस्तारताना दिसते.'

'जूलियन तू ज्या सृजनशीलतेचा उल्लेख करतो आहेस ती सृजनशीलता मॅनेज करता येऊ शकते काय ? म्हणजे त्या सर्वांचे नियोजन करता येणे शक्य आहे का ?'

'नाही पीटर. तू फक्त बंधनांचे आवरण दूर करू शकतोस इतकेच.'

'मग त्यासाठी काय करावे लागेल ?'

'अधिक *खेळकरता, स्वच्छ मोकळेपणा, सर्वांत मिसळणे आणि सर्वांचे होऊन जाणे, मी च्या जागी आम्हीचा उल्लेख, रिक्रिएशन क्लबची वा स्पर्धेची व्यवस्था, त्यांच्या कल्पनाशक्तीसाठी व्यासपीठ उपलब्ध करून देणे, पिझ्झा पार्टी, त्यांच्या कलाविष्कारासाठी संधी उपलब्ध करून देणे...* खरं तर ही यादी खूप वाढवता येईल पीटर. अखेरीस *आशा ही नेहमीच एखाद्या कॅडबरीसारखी असते.*

महत्त्वाचे म्हणजे *आपल्या लोकांना कंपनीत काम करताना त्याचे ओझे वाटता कामा नये.* अन्यथा ते फक्त घड्याळ्याकडे व पगाराच्या तारखेकडे पाहूनच काम करतील. अनेकदा तुमच्यातील खेळकरपणा, आनंदत्त्व तुम्हाला खूप दूरवर प्रगतीशील ठेवेल. हसत खेळत काम करणे किंवा काही वेळेला संगीताच्या तालावर वा सहवासात काम करणे, हे शांत मनासाठी आवश्यक आहे. मी तुला मागे म्हटले तसे ज्यांचे आपल्या व्यवसायावर प्रेम असते ते नेहमीच प्रेमाने व्यवहार करतात. अशांशी लोकही आपणहून व्यवहार करतात, संबंध ठेवतात.'

'सृजनशीलतेच्या–ऊर्जेच्या वृद्धीसाठी आणखीन काही टीप्स ?'

'मला एवढंच म्हणायचे आहे की तू, तुझ्या सहकाऱ्यांनी कमालीचे उत्साही बनले पाहिजे, चैतन्यमय राहिले पाहिजे. तुम्ही भावनाशील असले पाहिजे. एक लक्षात घे पीटर कमालीचा उत्साहीपणा, उत्कटता, भावनाप्रधानता तसेच चैतन्यमयता या आणि या सारख्या गोष्टींच्या उपस्थितीशिवाय तुम्ही, तुमची कंपनी खऱ्या अर्थाने जागतिक स्तरांवर जाऊच शकणार नाही.

राल्फ वाल्डो इमर्सन यांनी एके ठिकाणी म्हटले आहे की *आजवरच्या जगाच्या इतिहासातील प्रत्येक मोठी चळवळ ही केवळ उत्साहाच्या जल्लोषातूनच घडली आहे.* पीटर एक लक्षात ठेव, *वर्षांच्या संख्येत जगून कोणी वृद्ध होत नाही. आपले आदर्श वा ध्येये यासाठी केलेल्या त्यागातून आपण अधिकाधिक विकसित होत जातो. परिपक्व होतो. वाढत जाणारी शारीरिक वर्षे त्वचेवरच्या सरकुत्या दर्शवतात पण आपण जर आपल्यातले चैतन्य जर टाकून दिले तर मात्र आपल्या आत्म्यावर सुरकुत्या पडत जातील, असे सॅम्युअर उलमनने म्हटले आहे.*'

'तू म्हणतो आहेस ते अगदी खरे आहे. माझ्या अवतीभोवतीचे लोक माझ्यासह मोठ्या उत्साहाने व चैतन्यपूर्णतेने जगले पाहिजेत. कारण तोच आपला सद्गुण आहे. त्यातील स्वच्छ मोकळेपणा तसेच पारदर्शकता आपल्याला विकसित करायला मदत करतो. एकूणच जीवनात रस घेऊन आनंदमय जगणे हेच खरे जगणे आहे.'

'तसा प्रयत्न करून तर बघ. स्वच्छ मोकळ्या अंतःकरणाने व उत्साहाने आजपासून आपल्या कामाच्या ठिकाणी कार्यरत राहण्याचा प्रयत्न कर. लोकाच्यातील चांगले गुण पहा. आपल्या ग्राहकांना अधिक पुढे जाऊन सेवा दे. जरी काही वेळेला यशरेखेत वा व्यवसायात चढउतार जरी अनुभवास आले तरी नवनवीन शिकण्याची व पुढे जाण्याची जिद्द तुला ठेवायला हवी. होणारा प्रत्येक बदल वा परिवर्तन स्वागतार्ह मान. तुझ्या लोकांना सर्वार्थाने प्रोत्साहित कर. तुम्ही, तुमचे काम आपल्याला

खूप आवडते हे त्यांना सांगायला विसरू नकोस. एकूणच उत्साहाची–चैतन्याची पखरण कर. मग हा *चैतन्यानंदच पर्यावरणात पसरत जाईल. येणारी प्रत्येक घडी वा तास जे तुमच्यासाठी घेऊन यईल, त्याचे तुम्ही एका उमदेपणाने आणि मोठ्या प्रतिसादाने स्वागत करायला हवे* एवढे मात्र निश्चित ! मग प्रत्येक क्षणी तुमच्या सोबत असेल चैतन्य–उत्साह आणि हसतमुख मोकळेपणा.'

'काही वेळेला मात्र प्रतिकूल परिस्थिती आपल्या मनावर नैराश्याचे सावट पसरवते.'

'पीटर, अखेरीस निराशा ही देखील प्रतिक्रियाच असते. त्यामुळे जे आहे ते तुला एका अक्रिय सावधानतेने पाहता आले पाहिजे. या संदर्भात एक सीईओचे उदाहरण सांगतो. आपल्या मुलासमवेत कार चालवत असताना या सीईओच्या कारला ॲक्सिडेंट झाला आणि त्याच्या शरीराचा एक भाग पूर्णपणे निकामी झाला. त्याला बोलता येत नव्हते. फक्त चेहरा–डोळे तेवढे बोलत होते. पण ह्या सीईओने आलेल्या परिस्थितीचे, जीवनाचे स्वच्छ मोकळेपणाने स्वागत केले. भेटायला येणाऱ्या लोकांशी तो केवळ डोळ्यांनी व पापण्यांच्या हलचालीतून संवाद साधत असे. अशा अवस्थेत तो खुणाची एक नवी भाषा शिकला आणि त्या अनुभवातून त्याने एक छोटेखानी पुस्तक लिहिले. त्याला ज्या आयुष्यात करायच्या होत्या पण त्या करता आल्या नाहीत याची त्याने एक यादी तयार केली आणि त्यावरचे चिंतन लिहायला त्याने सुरवात केली. त्याचे ते मानसिक पातळीवरचे जगणे हे शब्दातून मांडायला त्याने प्रारंभ केला. त्यामुळे पीटर जीवनाचा, आपल्या व्यवसायाचा तसेच आपल्या माणसांचा आदर आपल्याला करता आला पाहिजे. *आपल्या ग्राहकांची मोठ्या जिव्हाळ्याने काळजी घ्यायला हवी. त्यांना तुमच्या सेवेने व सुविधेने चकित करा.*'

'जूलियन तू म्हणतो आहेच ते केवळ मलाच लागू होते असे नाही तर प्रत्येक ठिकाणी हे समीकरण लागू आहे. कुठल्याहही व्यवसायात

ग्राहकाप्रती प्रेम-जिव्हाळा ही गोष्ट अपरिहार्य आहे. म्हणूनच ग्राहकाचा आदर राखणे महत्त्वाचे आहे. प्रत्येक ग्राहकाची आपल्याकडून काही अपेक्षा असते आणि त्यांचा तो हक्कही आहे.'

'तुला आता सगळ्या गोष्टी इतक्या छानपैकी कळल्या आहेत की माझा वारसा तू छान चालवशील यात आता तरी मला शंका वाटत नाही. आता मला ग्लोबल व्ह्यू सॉफ्टवेअर विषयी मुळीच चिंता वाटत नाही. आता फक्त आपली एकच भेट शिल्लक राहिली आहे. ती आपण वेधशाळेत घेऊ. ह्या शुक्रवारच्या पहाटे. पहाटे पूर्वीचा काळोख असेल. बरोबर चार वाजता. येशील ना ?'

'अर्थातच. जूलियन तुझ्याविषयी मला इतकी कृतज्ञता वाटते की ही कृतज्ञता मला शब्दातून व्यक्त करता येत नाहीये इतकंच. तू मला भेटला नसतात तर...नुसत्या या कल्पनेनेच माझ्या अंगावर काटा आला. तुझे नुसते कोरडे आभार मानणे हे कृतघ्नपणाचे ठरेल.'

'पीटर, मैत्री खूप वेगळी गोष्ट आहे. त्यात हेतूरहित करुणा ही असतेच, असावी लागते. योगी रामन यांना मी वचन दिले आहे. त्यांची शिकवण या कार्पोरेट जगतातील प्रत्येकाच्या तळहातावर ठेवणे हे माझे स्वकर्मच नव्हे का ? अन्यथा माझ्या जीवनाला काही अर्थ उरेल का ? हा अज्ञानाचा अंधार दूर करून प्रत्येकाला प्रकाशाची वाट दर्शवणे हेच माझे उर्वरित जगणे आहे. त्यामुळे कुठल्याही औपचारिकतेची गरज नाहीये. आता हे पझल्स घे आणि आठही पझल्स मिळून त्यातून कुठली आकृती आकाराला येते ते बघ. बघू या तुला ओळखता येते का?'

'नक्कीच जमेल !'

'पीटर, माझ्या मित्रा माझ्या नेतृत्त्वाचा वारसा तुलाच जपायचा आहे आणि तो पुढील पिढ्यांच्या तळहातावर ठेवत तुला कार्यरत व्हायचे आहे.' असे म्हणून जूलियन दुसऱ्या क्षणी दिसेनासा झाला.

प्रकरण ११ वे : ज्ञानाचे समग्र अवतरण : जूलियनचे शहाणपण

संकेतप्रणाली

नेतृत्त्वाचा वारसा अनुबंधित करा.

प्रकरणाचे सार सृजनशीलता व शोधकता यांची संकेतप्रणाली

शहाणपण

* प्रत्येकाकडे सृजनशीलता उपजतच असते. द्रष्टे नेतृत्त्व हे त्या चैतन्याला प्रवाहित करते.
* पूर्वसूरींच्या जुनाट व बुरसटलेल्या विचारसरणीपेक्षा स्वतःच्या आंतरिक रेट्यातून उमलणारी विचारसरणी जवळ करा.
* सुरक्षितता सोडून लोकांना धोके पत्करू द्या, मग ते बेहद्द अपयशी झाले तरी चालतील.

सरावासाठी

* उत्स्फुर्तता आणि मूलभूत चिंतनाला गौरवा.
* सर्वात मिसळणे आणि सर्वांचे होऊन जाणे, खेळकरता आणि स्वच्छ मोकळेपणा यांना आपलेसे करा.
* आठवड्याचे आदेशन व कल्पना व्यवस्थापन
* सृजनशील प्रश्नमालांचे स्वागत करा.

सुभाषित्मकता मनाची तीक्ष्णता व लवचिकता आणि तरल सावधता यासह आपल्या बंदिस्त विचारसरणीतू बाहेर पडा. मोठे स्वप्न बघा आणि इतरांनी आजवर जो विचार केला नसेल तो तुम्ही करा. स्वतःतच खोल उतरा आणि अंतर्भागातील चैतन्याला आविष्कृत करा. तेही मोठ्या उत्साहाने व प्रचंड कुतुहलाने.

द् मंक हू सोल्ड हिज फेरारी

अध्याय आठवा

नेतृत्त्वाचा वारसा अनुबंधित करा !

प्रकरण १२ वे

जीवनातील योगदान आणि जीवनाची महत्ता

केवळ सुखी होणं हाच जीवनाचा हेतू नाही, नसावा ! आपले आयुष्य हे अधिकाधिक कारणी लागावे आणि मोठ्या जबाबदारीने व बांधिलकीने तसेच मोठ्या औदार्यपूर्ण करुणने जगणे हेच खरे जगणे असते. यातही संपूर्ण जीवनप्रवाहात आपण कुठल्या मूल्यांसाठी उभे राहतो आणि जगतो ते फार महत्त्वाचे आहे. अशा जगण्यानीच जीवनाची उंची वाढत असते.

लिओ सी रॉस्टन

मध्यरात्र कधीच उलटून गेली होती. त्या सूनसान रस्त्यावरून मी वेळशाळेच्या दिशेन निघालो होतो. पहाटे पूर्वीचा काळोख. खरं तर याच वेळेला जूलियननी मला बोलावले होते. हॉलचा रिकामा भाग ओलांडून मी वरच्या चौथऱ्यावर गेलो. वाटेत एका चौथऱ्यापाशी दोन खगोलशास्त्रज्ञ आपल्या टेलिस्कोपमधून विश्वाच्या रहस्याचा वेध घेण्यात मग्न होते. दुसऱ्या मजल्याच्या उजव्या कोपऱ्यात एका टेलिस्कोपमधून जूलियन

आकाशातील एक ताऱ्याचा वेध घेत होता. मी शांततेचा भंग न करता हलक्या पावलानी त्याच्या जवळ गेलो. मला वाटलं मी आलेलं त्याच्या लक्षात येणार नाही. पण जूलियनने माझं स्वागत केलं. जूलियन नेहमीच सावध असतो. आपली टेलिस्कोपमधील नजर न काढता तो माझ्याशी बोलण्याचा प्रयत्न करीत होता.

'काय पाहतो आहेस ?', मी मोठ्या उत्सुकतेने विचारले.

'बघ पीटर, चांदण्यांनी सगळं आकाश कसं गच्च भरलेलं आहे. आणि हा तारा बघितलास का ?'

मी त्या टेलिस्कोपमधून त्या ताऱ्याचा वेध घेतला. तो तारा खूपच चमकदार होता आणि भोवतालच्या अंधाराला छेदत आपले स्वतःचे स्थान निश्चित करीत होता.

'उत्तर ध्रुवाचा तारा आहे पीटर तो.'

जूलियन अतिशय आनंदात होता आणि अगदी लहान मुलासारखा त्या ताऱ्याकडे पाहून टाळ्या वाजवत होता. त्याच्या चेहऱ्यावरचा आनंद अगदी पाहण्यासारखा होता. एके क्षणी जूलियनने आपली टेलिस्कोपमधील नजर काढली आणि त्या ताऱ्याकडे पाहून डोळे बंद केले. हात जोडले आणि ओठातल्या ओठात तो बराच वेळ काही तरी पुटपुटला. त्यादिवशी गोल्फ क्लबवरही त्याने हेच केले होते.

'तू तुझे आठही पझल्स एकत्र जुळवून पाहिलेस का ?'

'मी बराच वेळ ते आठही पझल्स जुळवत होतो. पण एकसंघ आकृती मला काही जुळवता आली नाही. बहुधा ते एखादे चिन्ह असावे.'

'अरे वेड्या तो तारा होता. हाच ध्रुव तारा.'

'खरंच की. काय त्याचे ते तेज', माझ्या तोंडून सहजपणे त्या ताऱ्यांसंबधी गौरवोद्गार निघाले. जूलियनने माझ्या खांद्यावर टॅप केले आणि मला म्हणाला की हाच इतर चांदण्यात आणि या ताऱ्यात फरक आहे. आयुष्यात जगायचे तर असेच जगायला हवे आणि अखेर आपले

कार्य संपल्यावर शांतपणे समोरच्या अंधारात विलीन व्हायला हवे.'

'कार्य संपल्यावर ना ? जूलियन आपले सगळे जीवन हे असेच अंधारात चाचपडते आहे. असे जगायला हवे मान्य; पण नेमके कसे ?'

'आपल्याकडे अनेक जण नुसतेच तक्रार करीत असतात किंवा आपला हक्क प्रस्थापित करण्यासाठी धडपडत असतात. तक्रार यासाठी की जे चालले आहे ते बरोबर नाही म्हणून, मनाजोगे पर्यावरण वा परिसर नाही म्हणून, चांगल्या गोष्टी घडत नाही म्हणून...एक ना अनेक तक्रारी व नाराजीचा सूर. पण खरे लीडर अनेकदा नकारात्मक पर्यावरणातही पेरणी करतात आणि कसदार पीक काढून दाखवतात. *द्रष्टे नेतृत्त्व हे नेहमीच चांगल्याच्या शोधात असते. किंबहुना त्यांना सगळे चांगलेच दिसते.* असे नेते नेहमीच इतरांच्या चार पावले पुढेच राहतात आणि आपले आयुष्य समृद्धतेने व सधनतेने जगतात. *आपल्यातला प्रत्येक जण हा कधी ना कधी मरणारच आहे. परंतु आपल्यातले थोडेच हे खऱ्या अर्थाने जगतात,* असे एकाने म्हटले आहे ते अगदी खरे आहे पीटर.'

'मग खरे सार्थ जगणे कसे निश्चित करता येईल.'

'अखेरीस तुम्ही किती वर्षे जगला यापेक्षा कसे जगलात याला अधिक महत्त्व असते पीटर. *भावी पिढ्यांच्या मनात आणि हृदयात चिरंतन स्मरणात राहील असे जगणे म्हणजे एक प्रकारे मृत्यूवर मात करणेच असते.* अर्थात त्यासाठी मोठ्या निर्भयतेने व स्वागतशीलतेने जीवनाला व त्यातील समस्यांना तुम्हाला सामोरे जाता आले पाहिजे. तुम्ही ज्या प्रान्तात कर्ममग्न आहात, त्यात गती व यश प्राप्त करणे किंवा एक जबाबदार पालक म्हणून सर्वार्थाने यशस्वी होणे हे अमरत्त्वाचे जगणेच असते.'

'टॉलस्टॉयची इलियसची गोष्ट या संदर्भात पाहण्यासारखी आहे.'

'टॉलस्टॉयबद्दल मी नुसतेच ऐकले आहे; पण त्याचे फार काही साहित्य मी वाचलेले नाही.'

'मोठा जगप्रसिद्ध - अभिजात लेखक.'

'महात्माजींच्या जीवनावर व कार्यावर टॉलस्टॉयच्या विचारांचा फार मोठा प्रभाव होता. हा प्रभाव सखोल तरलस्पर्शी आणि जीवनव्यापी होता. *माणसाचे वैभव हे त्याच्याकडील संपत्तीत नसून त्याच्या गुणसंपदेत आहे* असे मार्क्सचे एक वचन आहे.

यातही साधी राहणी सत्यप्रिय जीवन यांचा अनोन्यसंबंध टॉलस्टॉयने अगदी नेमकेपणाने दर्शवला आहे. त्याची एक हृदयस्पर्शी कथा आहे. अवघ्या पाच-सात पानाच्या कथेत जीवनातील मोठे सत्य आणि जगण्याचे महात्म्य, टॉलस्टॉयने सहजपणे आविष्कृत केले आहे. ते मार्मिकही आहे आणि हळूवारही.

ऐश्वर्यसंपन्न व वैभवशाली इलियसला दैवाच्या दुर्गतीत वाईट दिवस येतात. पूर्वीचे वैभव, सगळी संपत्ती जाते आणि पुन्हा गरिबीत दिवस काढायला लागतात. गरीबी इतकी की एके काळी ऐश्वर्यसंपन्न असलेल्या इलियसला त्याच गावातील धनिकाकडे मोलमजूरी करायला लागते. महत्त्वाचे म्हणजे हा धनिक एके काळी इलियसकडेच कामाला असतो. जीवनाच्या उत्तरार्धात विपन्नावस्था आणि कष्टप्रदता यांनी वेढलेले असूनही दोघांच्या चेहऱ्यावर एक विश्रब्ध हास्य असते आणि समाधानही. त्या धनिकाला याचे मोठे आश्चर्य वाटायचे. एकेकाळी विलक्षण श्रीमंत असणारे हे जोडपे या दुर्दैवी-प्रतिकूल परिस्थितीतही मोठ्या आनंदाने मार्गक्रमण करीत असते. एक दिवस त्यांची कहाणी धनिक आपल्या धर्मगुरूला सांगतो आणि त्यांच्या आंनदीपणाचे रहस्य विचारतो.

प्रवचनाच्या वेळी तो धर्मगुरू त्याला अतीव समाधानाचे व विश्रब्ध हास्याचे रहस्य विचारतो. तेव्हा तो गृहस्थ नम्रपणे सांगतो की तुमच्या प्रश्नाचे उत्तर माझी बायको सांगेल. स्त्रिया या स्वभावानेच सतशील असतात आणि तिच्या बोलण्यावर तुमचा विश्वास बसेल. ती स्त्री हळूवारपणे आपल्या आनंदाचे रहस्य सर्वांसमोर कथन करते. ती म्हणते की एकेकाळी

आमच्याकडे भरपूर संपत्ती होती पण आम्ही तितकेच दुःखी होतो. त्या संपत्तीच्या काळजीने व भीतीने आम्हाला रात्र रात्र झोप यायची नाही. पण आता तसे होत नाही. दिवसभर झेपेल तेवढे कष्ट करावेत आणि संध्याकाळी देवाचे नाव घ्यावे, असा आमचा रोजचा दिनक्रम आहे. हे जीवन अंतर्बाह्य सत्यनिष्ठ प्रामाणिक आणि समाधानाचे आहे, त्यात कोठे खोटेपणा नाही की दांभिकता. तिच्या उत्तरावर तो धर्मगुरू म्हणतो ही जी स्त्री म्हणते आहे, हेच मानवी जीवनाचे मोठे सत्य आहे.

पीटर, *जीवनात कमअस्सल, अस्वाभाविक आणि खोटे–दांभिक जीवन आपल्याला ओळखता आले पाहिजे आणि त्याला नकार देण्याचे धैर्यही आपल्याला दाखवता आले पाहिजे. जेव्हा आपले जीवन हे दांभिकतेने व खोटेपणाने भरून जाते तेव्हा जीवनातील सत्यनिष्ठता संपून जाते आणि जीवनाचे महात्म्यही संपुष्टात येते एवढे मात्र निश्चित* ! '

'एक छोटीसी गोष्ट जीवनाचे केवढे मोठ सत्य प्रतिपादन करते ते पाहण्यासारखे आहे.'

'अगदी खरे आहे पीटर. सद्भाव–चांगुलपणा हा कधीच दुबळेपणा नसतो वा पलायन. काही लोकांना तसा तो वाटतो. पण तसे ते नसते. हृदयाची सहज सद्गुणमयता, इतरांविषयी कमालीची आस्था, जिव्हाळा व साधेपणा हेच आपले सामर्थ्य असते पीटर. तुमच्याशी जेव्हा लोक असहमत होतात तेव्हा तुम्ही विलक्षण संतापता. इतकेच नव्हे तर एखाद्या विषयी तिरस्कार बाळगणे किंवा त्याचा धिक्कार करणे तसे सोपे असते. पण *आपण जपलेल्या मूल्यांसोबत ताठपणे प्रतिकूलतेत उभे राहणे व त्यानुसार वर्तन करणे हे एक मोठे काम आहे.* नेल्सन मंडेला, महात्मा गांधी तसेच मार्टीन ल्यूथर किंग या सारख्यांनी हेच केले. पीटर, एखादी वर्तनाची आचारसंहिता आपण निश्चित करावी आणि त्यानुसार जगावे. यातही एक गोष्ट लक्षात घे की आपले नेतृत्त्वदर्शन हे सर्वांनाच आवडेल असे नाही. पण चांगले काय आहे ते आपल्याला कळायला हवे.

'तुला असे म्हणायचे आहे का की जगण्यातील आत्मसंतुष्टता नाकारात आपण जीवनप्रवाहात अधिकाधिक धोका पत्करायला हवा.'

'*अर्थातच तुम्ही जसे काल होतात तसेच आणि त्या स्थितीतच आज राहाल तर ती सुरक्षितता कुचकामी आहे. आयुष्याच्या अखेरीला मात्र तुम्हाला असे वाटत राहिल की आपण आयुष्यात थोडा तरी धोका पत्करायला हवा होता.* अंतिम सुखसमाधान हे एखाद्या अज्ञात गोष्टीत सामावलेले असते. म्हणून आपली जगण्यातील आत्मसंतुष्टता नाकारत जितके नाविन्य तुम्ही शोधाल तेवढे चांगले. कदाचित काही वेळा अपयश तुमच्या वाट्याला येईल. येऊ देत. एक लक्षात घ्या, उचललेले प्रत्येक धाडसी पाऊल आणि प्रत्येक नियोजित प्रयत्न उपयोगी पडेलच असे नाही. जीवनातील ते एक स्वाभाविक घटित आहे. खरोखर *यशासाठी अपयश ही अत्यंत आवश्यक गोष्ट आहे. अनेकदा पीटर अपयश ही एक देगणी ठरू शकते. एकूणच जितके तुम्ही प्रतिकूलतेला थेट सामोरे जाल तितके तुम्ही दूरवर जाल.*

आता माझंच उदाहरण बघ की. एका उंच कड्यावरून घरंगळत खाली यावं तसा मी खाली आलो. काय नव्हतं माझ्याकडे. पैसा–संपत्ती, फेरारी तसेच प्रचंड प्रसिद्धी आणि माझी गतिमान चंगळवादी वाटचाल, पार्ट्या आणि त्यातल्या अनंत भानगडी...या सर्वांसह मी वेगाने अधःपतित होत मृत्यूच्या खाईत चाललो होतो. आयुष्याची ही उधळण माझ्यावरच सूड घेत होती. कोर्टातच मला हार्ट अ‍ॅटॅक आला आणि क्षणात मृत्यूचे साक्षात्कारी दर्शन मला झाले. मग माझ्या लक्षात आलं की मी खऱ्या अर्थाने जगतच नव्हतो.

माझं जगणं हे क्षणाक्षणांनी मिळून बनलेलं आहे. पण मी कोणताही क्षण पूर्ण जगत नव्हतो.....खरं तर जगण्यापासून, प्रत्येक क्षणाच्या वास्तविक अनुभवापासून मी हळूहळू तुटत होतो. मग त्या तुटलेल्या मनानं आपण तक्रार करतो की आयुष्यात आनंद नाही किंवा आयुष्य कमी मिळालं. मी

विचार करू लागलो. प्रत्येक क्षणी त्या क्षणातच जगण्याची कला आपल्याला साधता यायला हवी.

क्षणस्थ हा शब्द एकाने वापरलेला आणि तो मला योग्य वाटतो. क्षणस्थ म्हणजे त्या क्षणामध्ये पूर्णपणे स्थित व्हायला हवे आणि संपूर्णपणे जगता आले पाहिजे. असा एखादा क्षण आनंदकारी व समृद्ध असतो.

सारांश, *प्रत्येक क्षणामध्ये जगण्याची आपली क्षमता वाढवायला हवी. त्या क्षणामध्ये जास्त जगायला हवं. जीवनात फक्त हा क्षणच घडत असतो. क्षणाचा अनुभव व आनंद घेण्याची कला आपल्याला साधायला हवी !* मग मी जीवनाला अधिक अर्थपूर्ण करण्यासाठी माझ्या उरलेल्या आयुष्यात मोठ्या उमेदीने हिमालयात, शिवानीत गेलो. तेथे योगी रामन यांच्या रूपाने मला खरा प्रकाश दिसला.

प्रायोगिकता आणि नवीनता या गोष्टी फार आवश्यक असतात. यातही *हेतूपूर्ण मूल्यनिष्ठ जीवन हा खरा जीवनाचा हेतू असतो.* अनेकदा *अस्थिरता व स्थैर्यभंग* यांची जाणीव आपल्याला होते आणि आपण विलक्षण कावरेबोवरे होतो. एड झेन्डरने एके ठिकाणी म्हटले आहे की *तुम्ही तुमच्या व्यवसायाच्या अत्युच्च शिखरावर असताना व्यवसायात फेरफार करा. ज्या कंपन्या नूतनीकरण करीत नाहीत त्या टिकत नाहीत. एकूणच प्रायोगिकता वा नाविन्यपूर्णता ही एक मोठी सृजनशील गोष्ट आहे.* अर्थात काही ठिकाणी आपले प्रयोग फसण्याची शक्यता आहे. पण प्रयोग हे प्रत्येक लीडरने केलेच पाहिजेत. लहान मुलांच्या खेळण्यात किल्ल्यांचा राजा असतो. त्या खेळात प्रत्येकाला राजा व्हायचे असते. जे नेते नुतनीकरण करीत नाहीत किंवा धाडसी पाऊल उचलत नाहीत, त्यांना इतर जण किंवा वाहता समस्येचा प्रवाह हुसकाऊन लावतो.

अधिकाधिक चांगला विचार करण्याचे आव्हान स्वीकारा ! चांगले काम करा आणि चांगलेच बना ! तुमच्या मर्यादांना सामोरे जा आणि आपले सामान्यपण नाकारा. जे जे उत्तम आहे त्याची कास धरा. तुम्ही जे

जे काही कराल त्या सर्व कृतीत आश्चर्यकारकरित्या महान होण्यासाठी स्वतःला वाहून घ्या. मग बघा तुम्ही जसा विचार कराल तसे बनत जाल.

महत्त्वाच्या आणि मूल्यवान जगण्यासाठी प्राधान्याने करावयाच्या गोष्टी करण्याचे ध्येय निश्चित करा आणि त्या दिशेने मोठ्या चिकाटीने विकसित होत जा. पण अनेकदा आपण किरकोळ-बिनमहत्त्वाच्या गोष्टी करण्यात किंवा प्रतिक्रियात्मक जगण्यातच अधिकतर वेळ घालवतो. त्यामुळे होते काय की ज्या गोष्टींना आपल्याला नकार द्यायचा असतो त्यांना आपण होकार देऊन बसतो. काहीवेळा एखाद्या लाकडाच्या तुकड्या प्रमाणे प्रवाहाबरोबर वहात वहात ऋतुचक्र ढकलणे आपण पंसत करतो. पीटर मघाशी तुला म्हटले तसे आयुष्यात कशाला प्राधान्य द्यायचे आहे किंवा आपली मोठी ध्येये वा स्वप्न कोणती असावीत, आपले जीवन कशा प्रकारे व्यतीत करावे याची काळजीपूर्वक नोंद ठेवावी. काही लोकांनी तर आयुष्यातली आपली उमेदीची वर्षे वाया घालवलेली असतात. हे गमावणे फार दुःखद असते पीटर !'

'मग मी काय करायला हवे अशी तुझी अपेक्षा आहे ?'

'महान जीवनाची उपरोधकता यात दडलेली आहे की जेवढे आपण लीडर म्हणून जास्तीत जास्त सेवा वा नियोजन करीत जाऊ तितक्या प्रमाणात तुम्हाला त्याचे क्रेडिट मिळत जाईल. ते तुम्हाला मागायची गरज वाटणार नाही. अखेरीस तुम्ही तुमच्या अनुयायांच्या तळहातावर काय ठेवता ते महत्त्वाचे नाही का पीटर ? *मानवतेच्या सवेपुढे काही मोठे असू शकते का ? श्रेष्ठतम मूल्यांची कास धरणे आणि सदभाव-सात्त्विकतेसह समग्र-साकल्याने अवलोकन करीत मोठ्या करूणने व जिव्हाळ्याने समकालीन जीवनाच्या प्रवाहात सदैव कार्यरत राहणे हेच खरे जगणे असते.* हे जर तुम्ही न करता फक्त चरितार्थाच्या काळजीनेच जगत राहिलात तर मात्र तुम्ही अगदीच सामान्यत्त्वाचे जीवन जगाल आणि मग तुम्ही या जगातून नाहिसे व्हाल, तेव्हा जमिनीवरचा एखादा ठिपका पुसला जावा इतक्या सहजतेने

तुमचे अस्तित्व पुसले जाईल. अखेरीस पुढच्या पिढ्यांच्या तळहातावर सृजनशीलतेचा एक नाजूक कोंभ ठेवणे फार महत्त्वाचे आहे. आठव्या संकेतप्रणालीत हे सर्व येते पीटर. अखेरीस तुम्ही किती वर्षे जगत आहात त्यापेक्षा कसे जगत आहात, तुमची मूल्ये आणि त्यासह तुमचे कष्टप्रद जगणे, समाजाची सेवा करणेच तुम्हाला महान करणार आहे. यातही तुमचा वारसा हा पुढील पिढ्यांच्या तळहातावर ठेवत तुम्हाला एका मोठ्या कार्यांच्या व जीवनाच्या वृक्षाचे बीज या पृथ्वीतलावर पेरून या जगाचा निरोप घ्यायचा आहे.'

'अगदी खरं आहे जूलियन ! हेच खरे शहाणपण आहे. दुसऱ्यातले चांगले पहाणे आणि सदभावासह स्वकर्म सदैव करीत राहणे हेच उर्वरित जगणे हवे, हे तू म्हणतो आहेस ते मला पटते आहे जूलियन ! यावर आता मला अधिक चिंतन करून झालेले आकलन त्वरित अमलात आणायला हवे !'

'तरच तुमच्याविषयी लोकांना चांगले वाटेल. मग लोक तुमच्या समोरच नव्हे तर तुमच्या पश्चात तुमच्याविषयी गौरवोद्गार काढतील. एक साधी गोष्ट म्हणजे जे लोक आपल्याला चांगले वाटतात, त्यांच्याशीच आपण व्यवहार करतो. हे तर खरे आहे पीटर ?'

'नक्कीच ! मला वाटत आपण स्वतःसंबंधीही असाच विचार करायला हवा आणि परस्परसंबंधातून स्वतःकडे पहायला हवे.'

'तरच तुमच्या बरोबरच्या संवादात समोरच्याला आनंद मिळेल ना ? जगात जे जे सर्वोत्तम आहे त्याची तुमच्या वर्तनातून-कृतीतून लोकांना ओळख करून द्या ! एक लक्षात ठेव पीटर, मनुष्य हा अत्यंत भावनाशील प्राणी आहे. त्यामुळे प्रत्येकाला आनंदी, सुरक्षित तसेच जिव्हाळ्याचे-आदराचे वर्तन अपेक्षित असते. म्हणूनच प्रतिक्रियांपेक्षा प्रतिसाद हा नेहमीच प्रशंसेस प्राप्त होतो. एकूण काय *चांगुलपणा हाच खरा शहाणपणा असतो. लोकांना तुमच्याशी व्यवहार करताना चांगले वाटू द्या.*

चांगल्याच आचारविचारांनी व्यवहार करा आणि जाताना मागे खूप काही ठेवून जा. मग साक्षात काळाला देखील तुमची मुद्रा पुसता येणार नाही.'

'असं खरंच माझ्याबाबतीत घडू शकेल ?'

'का नाही पीटर. तुला अजूनही संशय वाटतो ? या संदर्भात टॉलस्टॉयची तुला आवडणारी एक गोष्ट सांगतो. ती नीट ऐक. त्या कथेतून तुला खूप काही घेता येण्याजोगे आहे. कथेचा नायक हा तसा सामाजिक सेवेची आवड असणारा. पण आवडीपेक्षा त्याला त्या कामाच्या प्रदर्शनात जास्त रूची असते. तसा व्यवसायाने तो वकील असतो. तरुण असताना एका मुलीच्या प्रेमात पडतो. ती अत्यंत गरीब असते. ती गरीब असल्याने विचारांती तो लग्न करतो ते आर्थिक परिस्थिती व प्रतिष्ठित घराणे असलेल्या एका स्त्रीशी. त्याला मुलं होतात. पण खऱ्या अर्थाने गुणसंपन्न होण्यापेक्षा आपला प्रतिष्ठितपणा जपण्यातच त्याचा अधिक तर वेळ जात असतो. सरकारी वकील म्हणून एकदा त्याची एक केस विलक्षण गाजते आणि त्याला नाव मिळतं. नशीब जोरात असल्याने तो तिथेच जज्ज होतो. आता अलिशान बंगला आणि त्याचा संसार यात ऋतुचक्र ढकलत तो जगत असतो. समजातील चार प्रतिष्ठित सामाजिक संस्थांचा तो अध्यक्ष असतो. मूळातच मिरवून घेणे किंवा स्वतःला या ना त्या प्रकाराने मिरविणे हे त्याला हवे असते. अनेकदा तो स्वतःची ऐपत नसताना देखील काही संस्थांना देणगी देतो. वर्तमानपत्रात आपले नाव कसे छापून येईल त्याकडे त्याचे अधिक लक्ष असते.

घरातही त्याने उंची फर्निचर विकत घेतलेले असते. त्यातही आपली श्रीमंती व ऐटबाजपणा, कपड्यांचा शोक मिरविणे..एकूणच आपली प्रतिमा जपण्यातच त्याचे अधिकतर जीवन व्यतीत होते. एकदा घरातल्या लाकडी जिन्यावरील खिडकीला उंची पडदे लावत असताना तो स्टलावरून पडतो आणि त्याच्या कमरेला दुखापत होते. कमरेचे हाड सरकते आणि त्याला चार-पाच महिने बिछान्याला खिळून रहावे लागते.

बिछान्यावर पडलेले असताना देखील आपल्या आजाराचे रसभरीत वर्णन करण्यात व चौकशीसाठी आलेल्यांची सरबत्ती करण्यातच त्याचा अधिक तर वेळ जातो. हळूहळू त्याला भेटायला येणाऱ्या लोकांचे प्रमाण कमी कमी होत जाते. तास न तास तो नुसताच व्हील चेअरवर नुसताच पडून असायचा. आता त्याचे मन अधिकच अंतर्मुख व्हायला लागते. एक क्षणी तो आपल्याच जीवनाचा शोध घेण्याचा प्रयत्न करतो. आपले बालपण, तारुण्य तसेच आत्ताचे जीवन...हा सगळा प्रवास आणि त्यातील प्रदर्शनीयता-दिखावा यातच आपले सगळे जीवन फुकट गेल्याचे त्याला जाणवते. आपण केवळ चांगले दिसण्यातच आपले सगळे जीवन व्यतीत केले पण चांगले बनण्याचा आपण कधीच प्रयत्न न केल्याचेही त्याच्या लक्षात येते. *अखेरीस योग्य विचारांसह आणि योग्य कृतींसह जगणे फार महत्त्वाचे होते आणि तेच खरे जगणे आहे हे त्याच्या लक्षात येते.* इतकेच नव्हे तर आयुष्य आपल्या हातून निसटून गेल्याचेही त्याला जाणवते. आपण अजूनही जीवनाच्या महानतेवर आपला हक्क प्रस्थापित करू शकतो. उरलेल्या आयुष्यात आपण आपले स्वधर्म, कर्मशीलता उत्तमपैकी निभावली पाहिजे. अजूनही चांगली कृत्ये प्रत्यक्षात उतरवण्यासाठी उशीर झालेला नाही. आपण छोट्या गोष्टीतून जीवनाला अर्थ व महत्ता प्राप्त करून देऊ शकतो. मग तो आजारपणातही आपले काम शंभर टक्के करीत राहतो. त्याच्यात झालेला बदल त्याच्या मुलांबाळांना सुखावत असतो. खरे तर आता 'स्व' च्या पलीकडे गेलेला असतो आणि त्याच्या प्रत्येक कृती-उक्तीतून फक्त चांगुलपणा पाझरत असतो. स्वतःची वेदना दूर सारत इतरांच्या जीवनातील वेदना हलकी करीत आणि त्यांची खऱ्या अर्थाने विचारपूस करीत, त्यांना तो मदत करायला लागतो. अखेरच्या दिवसात असे हेतूपूर्ण जीवन जगत तो या जगाचा निरोप घेतो.

जूलियनने सांगितलेल्या टॉलस्टॉयच्या कथेने मला विलक्षण अंतर्मुख केले होते. त्या कथेच्या आणि सार्थ जीवनाच्या विचारात माझं लक्ष

ताऱ्यांनी-चांदण्यांनी खच्चून भरलेल्या आकाशाकडे गेले. या पृथ्वीतलावर अवतरत असणारी सकाळ मी प्रथमच अनुभवत होतो. शहाणपणाचा तो प्रकाशच आहे म्हणा ना !

आता मी सुद्धा माझ्या जीवनात खूप काही अर्थवान व समृद्ध जीवनमान साधू शकतो हे माझ्या लक्षात आले होते. *भावी पिढ्यांच्या हृदयात-मनात चिरंतन स्मरणात राहील असे जगणे म्हणजे एक प्रकारे मृत्यूवर मात करणेच आहे.* आता आपण जीवनाला, समस्येला निर्भयपणे सामोरे जायला हवे. एक लीडर म्हणून सर्वांच्या अग्रभागी स्वतःला मला आता प्रदर्शित करायचे होते. आपण केवळ स्वतःच्याच नव्हे तर इतरांच्या आयुष्यात बदल करू शकतो, याचा एक दांडगा आत्मविश्वास माझ्यात आला होता. जूलियनने दिलेले नेतृत्त्वाचे शहाणपण घेऊन सभोवतालच्या जनजीवनावर आपला कायमस्वरूपी ठसा मला उमटायचा होता. योगी रामन यांच्या मते हेच अमरत्त्वाचे जगणे होते.

जूलियन म्हणतो ते अगदी खरे आहे, *सुरुवात जरी एखाद्या गोष्टीपासून होत असली तरी शेवट मात्र तुमच्या बरोबर होत नसतो. त्यामुळे मृत्यूची चिंता न करता आयुष्याची काळजी करीत आपले नेतृत्त्व निभावणे हेच माझे उर्वरित जगणे होते.*

जूलियनचा टेलिस्कोप मी बघितला. त्यावर काही अक्षरे कोरली होती : *माझ्या शहाण्या मित्रा, आता तू इतरांच्या वेदनेला व जीवनाला सहज स्पर्श करू शकशील. आता भीतीचे रूपांतर प्रीतीतील सर्वोत्कृष्टतेत होईल तर अंधाराचे प्रकाशात. मला त्याची खात्री आहे पीटर. तुझ्या उज्वल भविष्यासाठी माझ्या मनापासून शुभेच्छा !* : जूलियन

प्रकरण १२ वे : ज्ञानाचे समग्र अवतरण : जूलियनचे शहाणपण

संकेतप्रणाली

नेतृत्त्वाचा वारसा अनुबंधित करा.

प्रकरणाचे सार जीवनातील योगदान आणि जीवनाची महत्ता

शहाणपण

* हेतूपूर्ण जीवनपद्धती हाच जीवनाचा उद्देश
* आपल्या कार्यपावलांचे ठसे मागे ठेवत जगणे
* सुरवात जरी तुमच्यापासून होत असली तरी त्याचा शेवट मात्र तुमच्याबरोबर होत नसतो.

सरावासाठी

* यशसंपन्न वर्तमानाची बांधणी करताना मोठ्या सृजनशीलतेने उज्वल भविष्याची आखणी करा.
* नेतृत्त्वाचा वारसा पुढीलांच्या तळहातावर ठेवा.

सुभाषित्मकता तुमच्यातील सखोलता व समृद्धता जी तुम्ही आपल्या जीवनाला बहाल केलेली आहे तोच तुमचा खरा वारसा आहे. अर्थात वर्तमानातील तुमच्या ध्येयपथावरील वाटचालीतून व स्वकर्मातून त्याचे प्रतिबिंब पडतेच आहे. तुमचा वारसा हा केवळ शिखरावर असण्यात किंवा अवतीभोवतीच्या लोकांना प्रभावित करण्यात नाही हे लक्षात ठेवा. नुसते चांगले दिसून उपयोग नाही तर तुमचे भलेपण हे तुमच्या कृतीतून दिसले पाहिजे. स्वकर्म सर्वस्वाने निभावत मानवतेची सेवा करण्यातच जीवनाचे साफल्य सामावलेले आहे.

द् मंक हू सोल्ड हिज फेरारी

नेतृत्त्वाच्या शहाणपणासाठी आठ संकेतप्रणाली-सिद्धान्त

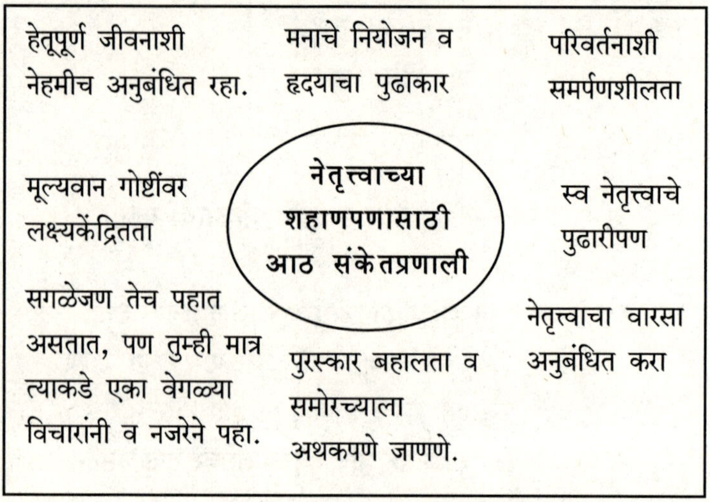

१ **हेतूपूर्ण जीवनाशी नेहमीच अनुबंधित रहा.**
(वैभवशाली भविष्याचा आचारवेध)

२ **मनाचे नियोजन आणि हृदयाचा पुढाकार**
(परस्परसंबंधातील अनुबंधाची सकेतप्रणाली)

३ **पुरस्कार बहलता व समोरच्याला अथकपणे जाणणे**
(समूह मनाची एकतानता)

४ **परिवर्तनाशी समर्पणशीलता**
(स्वीकार व व्यवस्थापन परिवर्तनप्रणाली)

५ **मूल्यवान गोष्टींवर लक्ष्यकेंद्रितता**
(व्यक्तीची प्रभाव-परिणामकारकता)

६ **स्व नेतृत्त्वाचे पुढारीपण**
(स्व नेतृत्त्वाची संकेतप्रणाली)

७ **सगळेजण तेच पहात असतात, पण तुम्ही मात्र त्याकडे वेगळ्या विचारांनी व नजरेने पहा.**
(सृजनशीलता व शोधकता यांची संकेतप्रणाली)

८ **नेतृत्त्वाचा वारसा अनुबंधित करा.**
(जीवनातील योगदान आणि जीवनाची महत्ता)

लेखकासंबंधी

मानवहितवादासंबधी चिंतन करणारे विश्वसाहित्यातील एक आदरणीय नाव : रॉबीन शर्मा! उच्चतम नेतृत्त्वशीलता आणि वैयक्तिक आशावाद यासह तरुणांना, त्यांच्या उज्वल भविष्यासाठी नेमकी दिशा व दृष्टी देणारे रॉबीन शर्मा विशेषत्त्वाने जगप्रसिद्ध आहेत.

विश्वविख्यात अब्जाधीश, व्यावसायिक सुपरस्टार खेळाडू, संगीतकार-कलावंत तसेच *फॉर्च्युन* सह जवळजवळ १०० कंपन्यांना आणि तेथील सीईओ-अधिकारी वर्गाला सखोल मार्गदर्शन करणाऱ्या रॉबीन शर्माचे नेतृत्त्व जगातील अनेकांनी स्वच्छेने व आनंदाने स्वीकारलेले आहे.

ज्या संस्था-कंपन्यांनी रॉबीन शर्मांची विचारसरणी, दिशा व दृष्टी अवलंबली, त्या कर्मचारी-कामगारांच्या वैयक्तिक तसेच व्यावसायिक जीवनात कमालीची समृद्धी व स्वतंत्रता आली. आता हेच लोक कुठल्याही पदाशिवाय आपले नेतृत्त्व निभावत असून, ते आपल्या कंपनीला वा संस्थेला अधिकाधिक वैभवशील बनवत आहेत. *नासा, मायक्रोसॉफ्ट, नायके, फेडेक्स, येल युनिव्हर्सिटी, आयबीएम वॅटसन आणि यंग प्रेसिडेंट ऑर्गनायझेशन* या जगप्रसिद्ध कंपन्यातील सीईओ व इतर अधिकारी वर्ग रॉबीन शर्मांच्या मार्गदर्शनाचा नेहमीच लाभ घेतात.

इतकेच नव्हे तर रॉबीन शर्मा हे जगातील एक उत्तम प्रभावशाली वक्ते आहेत. तुमच्या पुढल्या सभेसाठी वा कॉन्फरन्ससाठी तुम्ही रॉबीन शर्मांना आमंत्रित करू शकता! त्यांना आमंत्रित करण्यासाठी आमच्या robinsharma.com/speaking ला भेट द्या!

रॉबीन शर्मांची द *मंक हू सोल्ड हिज फेरारी, द् ग्रेटनेस गाईड* आणि द् *लीडर हू हॅड ना टायटल* अशी एक ना अनेक बेस्टसेलर पुस्तके ९२ भाषांतून आज जगभर वाचली व गौरवली जात आहेत. आज रॉबीन शर्मा हे नाव संपूर्ण जगभरातील व्यवस्थापकीय क्षेत्रात शिखरावर आहे.

अधिक माहितीसाठी robinsharma.com
ला जरूर भेट द्या!

स्वतःला अधिकाधिक उन्नत करण्यासाठी रॉबन शर्मा यांच्या जगभर पसरलेल्या बेस्टसेलर्स पुस्तकांचे वाचन करा.

जो विचार सर्वात कलात्मक आणि यशस्वी असतो आणि जो आपल्याला एका मोठ्या विचारवैभवांकडे नेतो, तो वस्तूतः बहुतेक प्रत्येकाजवळच सुप्तावस्थेत असतो. यातही आपल्या हातात जे काही पडेल, त्याचे वाचन करण्याची आपली सहज प्रवृत्ती असते.

तुम्ही पर्वताच्या शिखरावर असा वा तुम्ही पर्वत चढायला नुकताच प्रारंभ केला असेल, तुमच्यापैकी प्रत्येकानी भरीव व समृद्ध जीवनाशयवादी पुस्तके वाचण्याची सवय स्वतःला लावून घेतली पाहिजे. आम्ही रॉबीन शर्मांच्या आंतरराष्ट्रीय स्तरावर गाजलेल्या पुस्तकांची यादी पुढे देत आहोत. ती तुम्हाला तुमच्या जीवनवैभवी प्रवासास निश्चितच सहाय्यभूत ठरतील!

[ ] The 5 AM Club

[ ] The Monk Who Sold His Ferrari

[ ] The Greatness Guide

[ ] The Greatness Guide, Book 2

[ ] The Leader Who Had No Title

[ ] Who Will Cry When You Die?

[ ] Leadership Wisdom from The Monk Who Sold His Ferrari

[ ] Family Wisdom from The Monk Who Sold His Ferrari

[ ] Discover Your Destiny with The Monk Who Sold His Ferrari

[ ] The Secret Letters of The Monk Who Sold His Ferrari

[ ] The Mastery Manual

[ ] The Little Black Book for Stunning Success

[ ] The Saint, the Surfer, and the CEO

१९४६मध्ये प्रस्थापित झालेले जयको पब्लिशिंग हाऊस हे जगाचा कायापालट करणाऱ्या श्री श्री परमहंस योगनंद, ओशो, द दलाई लामा, श्री श्री रविशंकर, सद्गुरू, रॉबिन शर्मा, दीपक चोप्रा, जॅक कॅन्फिल्ड, एकनाथ ईश्वरण, देवदत्त पट्टनायक, खुशवंत सिंग, जॉन मॅक्सवेल, ब्रियान ट्रेसी आणि स्टीफन हॉकिंग यांसारख्या लेखकांचे घर आहे.

आमचे संस्थापक कै. जमन शहा यांनी पुस्तक वितरण कंपनी म्हणून जयकोची स्थापना केली. स्वातंत्र्यदिन जवळ येत असल्याचे जाणवून त्यांनी चोखपणे त्यांच्या कंपनीचे नाव जयको (हिंदीत 'जय' म्हणजे विजय) ठेवले. किफायतशीर दरातील पुस्तकांच्या मागणीची सेवा पुरवण्यासाठी श्री. शहा यांनी जयकोची स्वतःची प्रकाशने सुरू केली. जयको ही इंग्रजी भाषेतील कागदी बांधणीच्या पुस्तकांची भारतातील पहिली प्रकाशन कंपनी होती.

स्वावलंबन, धर्म आणि तत्वज्ञान, बुद्धी / शरीर / आत्मा तसेच व्यावसायिक पुस्तके ही आमच्या ललितेतर वाङ्मयाचा भाग आहेत. त्याचसोबत आम्ही प्रवास, चालू घडामोडी, आत्मचरित्रे तसेच प्रसिद्ध विज्ञान पुस्तकांचेही प्रकाशन करतो. आमच्या भारत तसेच जगभरातील तरुणाईच्या ताज्या प्रतिभेच्या पुस्तकांतून लोकप्रसिद्ध ललित वाङ्मयावर असलेला आमचा भर दिसून येतो. सध्याच प्रस्थापित झालेला जयकोचा भाषांतर विभाग निवडक इंग्रजी मजकुराचे नऊ प्रादेशिक भाषांमध्ये भाषांतर करतो.

प्रकाशक तसेच स्वतःच्या पुस्तकांचे वितरक असण्याबरोबरच जयको आघाडीच्या आंतरराष्ट्रीय आणि भारतीय प्रकाशकांच्या पुस्तकांची राष्ट्रीय वितरकही आहे. मुंबईत मुख्यालय असलेल्या जयकोच्या अहमदाबाद, बँगलोर, चेन्नई, दिल्ली, हैद्राबाद आणि कोलकत्ता येथे शाखा तसेच विक्री कार्यालये आहेत.

Visit our Website

Scan QR Code